நான் நானாக...

முதற்பதிப்பு: 2023

First Edition: 2023

Naan Naanaga...

நான் நானாக...

Sivasankari

சிவசங்கரி

ISBN: 978-93-5695-675-9

Pustaka
EBooks | Audiobooks | Paperback

Pustaka Digital Media Pvt. Ltd.
#7-002, Mantri Residency,
Bannerghatta Main Road, Bengaluru - 560 076
Karnataka, India

+91 7418555884

நான் நானாக...

சிவசங்கரி

Pustaka
EBooks | Audiobooks | Paperback

1

வேடிக்கையாய் இருந்தது. நம்பமுடியாமலும் இருந்தது.

பால்கனி குட்டைக் கைப்பிடிச் சுவரின்மேல் முழங்கைகளை ஊன்றி, நான்கு மணிகூட ஆகாததால் வெறிச்சிட்டுக்கிடந்த மணல்பரப்பு, தூரத்தில் அகண்டு விரிந்து நீலமாய் ஜொலித்த கடல், அதில் கரும்புள்ளிகளாய் இங்குமங்கும் தெரிந்த கப்பல்கள், உயரத்தில் தன்னந்தனியாய் வட்டமடித்த கழுகு என்று எந்தக் குறிக்கோளுமின்றி பார்வையை அலைய விட்ட நிமிஷத்தில்தான், அந்தப் பசுமாட்டையும் அவள் பார்த்தாள்.

பழுப்புநிறப் பசு... தாழ்ந்திருந்த நிறைமடியும், கூட்டிக் குவிந்திருந்த வயிறும், அது சினையாக இருப்பதை உடனே உணர்த்தின.

தெருவுக்கு அந்தப்பக்கம், மணல் துவங்கும் இடத்தில் நின்றுகொண்டு, முழுசாய் ஒரு நிமிஷத்துக்கு தொலைவில் தெரிந்த நீர்ப்பரப்பை வெறித்த பிறகு, நேர்க்கோட்டில் நிதானமாய்த் தண்ணீரை நோக்கி பசு நடக்க ஆரம்பிக்க, அந்த நேர்ப்பார்வையும், யோசிக்கிற மாதிரி நின்ற பாவனையும், பின்னர் ஏதோ முடிவுக்கு வந்துவிட்ட தினுசில் இப்படியப்படி கவனத்தைத் திருப்பாமல் நடந்த தோரணையும், மாட்டின் செயல்களாக அல்லாமல், மனுஷத்தனம் கலந்திருப்பதாகத் தோன்ற, சுவாரஸ்யம் தட்டியது.

இப்படி நாலுமணி வெயிலைப் பொருட்படுத்தாமல் நீளக் கடலைப் பார்க்க நடக்கும் பசுவின் நடத்தை, அவளுக்குப் புதுசாகப் பட்டது.

இந்தப் பசு எங்கே செல்கிறது? கடலுக்கா? ஏன்? மணலின் அந்தப்பக்கம் இருப்பது சமுத்திரம் என்பது அதற்குத் தெரியுமோ? ஒருசிலர் தங்கள் வளர்ப்பு நாய்களைக் கூட்டி வருவதும், கடலுக்குள் கட்டையை எறிவதும், அந்த நாய்களும் நீரில் பாய்ந்து கட்டையைக் கவ்வி எடுத்து வந்து விளையாடுவதும் உண்டே தவிரவும், பெசன்ட் நகர் வீட்டுக்குக் குடிவந்து இத்தனை வருஷங்களில் இப்படிக் கடலை நோக்கி ஆடோ மாடோ சென்று கண்டதே இல்லையே! அப்புறம், இது மட்டும் ஏன் போகிறது?

இதுநாழிகை வேடிக்கையாய் தோன்றியது, நமநமவென்று தவிப்பாய் மாற, சற்றே முன்னால் சாய்ந்தவள் தெருவில் மாட்டுக்குச் சொந்தக்காரர் மாதிரி யாராவது வருகிறாரா என்று பார்த்தாள்.

கூடை நிறைய அலுமினியப் பாத்திரங்களை சைக்கிள் காரியரில் கட்டிக்கொண்டு போன வியாபாரி, வேகமாய் வந்து நின்று மறுபடி கிளம்பிப்போன பல்லவனிலிருந்து இறங்கிய வயசான பெண்மணி, கல்லை உதைத்தபடி சென்ற சிறுவன், எருக்கம் புதரைப் பார்க்கத் திரும்பி நின்று சிறுநீர் கழித்துக்கொண்டிருந்த பேண்ட் போட்ட இளைஞன்... இன்னும்...

அவள் மறுபடியும் பார்வையைப் பசுவிடம் வீசியபோது, அது அலைகள் அடித்து ஓயும் மேட்டை அடைந்து விட்டிருந்தது.

அங்கேயே சில நொடிகள் நின்று மாடு தண்ணீரை வெறித்துப் பார்ப்பதை, துல்லியமாக முதல்மாடியில் நின்றிருந்த காரணத்தால் காணமுடிய, அவளுடைய தவிப்பு அதிகமாயிற்று.

கடல் என்று புரியாமல் நீரில் இறங்கி, அலைகள் இழுத்துக்கொண்டு போய்விட்டால் என்ன செய்வது? கர்ப்பமாய் இருப்பதுபோல வேறு தோன்றுகிறதே!

அவள் அனாவசியமாய் பதைத்த சமயத்தில், பசு நாலடி நடந்து, சரிவான மேட்டிலிருந்து இறங்கி, அலைகளின் நுனிநாக்கு

கால்களில் படும்படி நின்றது. காலடியில் ஆர்ப்பரித்த தண்ணீரை லட்சியம் பண்ணாமல், அலை வீசிக்கொண்டு வந்தபோது முகத்தைத் தாழ்த்தி, மேலாக மிதந்த தண்ணீரை ஒருவாய் குடித்து, மணல் வாய்க்குள் புகாமலிருக்க வேண்டி அவசரமாய் முகத்தை நிமிர்த்திக்கொள்ள...

பாரதி, "அட, எமனே!" என்றாள் உரக்க. தாகத்துக்குத் தண்ணீர் குடிக்கவேண்டி கடலை நெருங்கி, சற்று தூரம் போனால் ஆழம் என்பதை உணர்ந்து துவக்கத்திலேயே நின்று, திரும்பிச் செல்லும் அலைகள் மணல் துகள்களையும் தன்னோடு இழுத்துச்செல்லும் என்பது புரிந்து, வரும் அலையில் மேலாக உள்ள நீரைக் குடித்து...

ஓ... இந்தப் பசு வாஸ்தவத்திலேயே புத்தியுள்ளதுதான்! தவிப்பாகச் சற்றுமுன் தோன்றிய உணர்வு பாராட்டாக மாற, மாட்டின் செய்கையை ஆமோதிக்கும் விதமாய் இருந்த இடத்திலிருந்தே பாரதி உதட்டைப் பிதுக்கி பெருமையுடன் புன்னகைத்தாள்.

நாலு தரம் குனிந்து தண்ணீரைக் குடித்த பிறகு, பசு மீண்டும் மேட்டில் ஏறி மணலில் நடக்க ஆரம்பிக்க, எவ்வளவு தாகமாக இருந்தால் உப்புத் தண்ணீரைக் குடிக்கச் சென்றிருக்கும், பாவம் என்கிற நினைப்பு புதுசாக அவளுக்கு எழுந்தது.

கூடவே, இந்த உப்புநீர்கூடக் கிட்டாமல் இன்னும் எத்தனை வாயில்லா ஜீவன்கள் எப்படியெப்படி தவிக்கின்றனவோ என்கிற ஆதங்கமும் எழ, 'என்ன அரசாங்கம், என்ன கார்ப்பரேஷன் வேண்டிக்கிடக்கிறது! வெயில் தாளாமல் தாகத்தில் தவிக்கும் வாயில்லா ஜீவன்களுக்குக் குடிக்கத் தண்ணீர் கிடைக்கக்கூட வழி செய்ய இயலாமல்!' என்கிற எரிச்சலும் தலை தூக்கியது.

என்னிடம் மட்டும் அதிகாரம் இருந்தால், தெருவுக்கு ஒரு தொட்டி கட்டிவைத்து, அதில் ஆடுமாடுகள் மட்டுமல்லாது பறவைகளும் நினைத்தபோது நீர் அருந்தி இன்புறும் வகையில் தண்ணீரை நிறைத்து...

மேற்கொண்டு இதே ரீதியில் சிந்தனை தொடரும் முன், பாரதி சட்டென்று தன்னைத்தானே உலுக்கிக்கொண்டாள்.

சின்ன வயசில் அடிக்கடி 'என்னிடம் மட்டும் அதிகாரம் இருந்தால்' கற்பனை அவளுக்குள் தோன்றி, ஒருவிதக் கிளர்ச்சி கலந்த நிறைவைத் தரும்தான். அதுவும், பிடிக்காத காரியங்களைச் செய்யும் நிர்ப்பந்தம் எழுந்தபோதெல்லாம் கட்டாயம் மனசுக்குள், 'என்னிடம் மட்டும் அதிகாரம் இருந்தால்' என்று மௌனமாக முனகி, தனக்குத்தானே சமாதானம் செய்துகொண்டது தப்பாமல் நடந்திருக்கிறது.

ஆனால், திருமணமான பிறகு முதல் சிலமுறைகள் புதுப்பெண்டாட்டி மனசு நோகவேண்டாமென்று புன்னகையோடு பேசாமலிருந்த ரமணி, அப்பறம் பொறுமை இழந்தவனாய், "என்ன பைத்தியக்காரத்தனம் இது, பாரதி! இந்த மாதிரி கற்பனை உத்தரவு போடறதால பிரச்சினைக்குத் தீர்வு வந்துடுமா?" என்று கேட்ட பிறகு, அவமானத்தில் கொஞ்சம் கொஞ்சமாய் குறைய ஆரம்பித்த சின்னவயசுப் பழக்கம், நாளடைவில் மறந்தேபோனது.

இத்தனை வருஷங்களாய் காணாமல்போன 'என்னிடம் மட்டும் அதிகாரம் இருந்தால்' ஆசை, திடுமென எங்கிருந்து இன்று மறுபடி முளைத்தது?

என்னாயிற்று இன்று?

பாரதி அடி உதட்டைக் கடித்து, நீளமாய் மூச்சை உள்ளுக்குள் இழுத்து பெருமூச்சாய் வெளியிட்டாள்.

இன்று மட்டுமல்ல... கொஞ்ச நாள்களாகவே, கிட்டத்தட்ட ஒரு மாசமாய் இருக்குமா? இருக்கும், இருக்கும்... சின்னச்சின்னதாய், விவரிக்கத் தெரியாத விதமாய், என்னென்னவோ மனசுக்குள் நடக்கிற மாதிரியான உணர்வு...

என்ன விஷயம்?

ம்ஹூம், விளக்கத் தெரியவில்லை. பராக்குப் பார்ப்பதும், வெட்டியாய் பொழுதைக் கழிப்பதும்கூட அதிகமாகியிருப்பது

இந்தச் சில நாள்களில்தான்... முன்பெல்லாம் அவள் இப்படியில்லை.

சோம்பேறித்தனமா? அப்படியும் தோன்றவில்லையே! இழுத்துப் போர்த்திக்கொண்டு தூங்கலாம், வாய்க்குப் பிடித்த தின்பண்டங்களைத் தட்டில் நிரப்பிக்கொண்டு, சமீபகால வம்பைக் கூறும் அந்தவாரப் பத்திரிகை எதாவதுடனோ, விறுவிறுப்பான நாவல் ஒன்றுடனோ உட்காரலாமென்றால்... அதுவும் ரசிக்கவில்லையே! அப்புறம்?

பொருந்தி உட்கார்ந்து வி.சி.ஆரில் முழுப் படத்தையும் பார்க்க முடியாமல், அம்மா வீட்டுக்குப் போய் விஸ்ராந்தியாய் அரட்டையடிக்கக்கூடப் பிடிக்காமல் ஒரு... என்ன உணர்வு அது?

இருப்புக் கொள்ளாமை? உறுத்தல்? வேதனை? அலுப்பு? சலிப்பு? தெரியவில்லை... சரியாகப் புள்ளிகுத்தத் தெரியவில்லை. ஏதோவொரு நெருடல் என்று மட்டும் புரிகிறது... ஆனால், அது என்ன, எதனால் என்றெல்லாம் தெளிவாகவில்லை என்பது நிஜம். பத்துப்பதினைந்து நாள்களுக்கு முன், முதல்முறையாகத் தனக்குள் ஏதோ அவஸ்தை நெருடுகிறது என்பது புரிய ஆரம்பித்த பிறகு, யாருடனாவது இதுகுறித்துப் பேசலாமா என்று பாரதி யோசிக்கவே செய்தாள்.

சரி... யாருடன்?

கணவர் ரமணியிடமா? இரண்டு நிமிஷம் காதுகொடுத்துக் கேட்டவர், பிறகு...

“ஒண்ணுமே இல்லாதத வீணா நீயா கற்பனை பண்ணிக்கறே... யூ ஆர் பர்ஃபெக்ட்லி ஓகே! சாயங்காலம் காலை வீசிப்போட்டு நாலு கிலோமீட்டர் நடந்துட்டு வா... எல்லாம் சரியாயிடும்... முன்னையவிட வெயிட் போட்டுட்டதால சுறுசுறுப்பு கொறைஞ்சுடுத்து அதான்!” என்பார். அத்துடன் முடிந்தது கடமை என்கிற சந்தோஷத்துடன், ஆபீஸ் வேலையில் மூழ்கிவிடுவார்.

இரண்டு பிள்ளைகளில், பெரியவன் கௌதம் கொஞ்சம் அனுசரணையுள்ளவன். எதையுமே நிதானமாய் கேட்டு, அடுத்தவர் கண்ணோட்டத்தையும் புரிந்துகொள்ள முயற்சிப்பான். ஆனால், அவன்தான் இங்கே இல்லையே! திருச்சி ரீஜனல் என்ஜினியரிங் காலேஜில் படிக்க அவன் போன புதுசில், அவ்வப்போது மனசுவிட்டுப் பேசக்கூட ஆள் கிடைக்காமல் பாரதி சிரமப்பட்டிருக்கிறாள். இந்த மூணு வருஷத்தில் அதுவும் பழகிவிட்டது. முதல் வருஷம் மூன்று பெரிய விடுமுறைகளுக்கு மட்டுமல்லாது, நடுவில் இரண்டு நாள் ஸ்ட்ரைக் அது இது என்றாலும் சென்னைக்கு ஓடிவந்துவிடும் பிள்ளை, அடுத்த வருஷத்துக்குள் மாறித்தான் போனது. பெற்றவளையும், வீட்டுச் சாப்பாட்டையும் நினைத்து ஏங்கிக்கொண்டு வருவது நின்றுபோனதோடு, சுதந்திரமாய் முடிவெடுத்து விடுமுறைகளில் நண்பர்களோடு வடநாட்டுக்குப் போவதும், வெவ்வேறு தொழிற்சாலைகளில் 'சம்மர் டிரையினிங்' எடுக்கச் செல்வதும் சேர்ந்துகொண்டிருக்கிறது.

சின்னவன் விக்ரம், குணத்தில் அண்ணனுக்கு நேர்மார். சரியான ஜாலிப் பேர்வழி. எடுத்தேன் கவிழ்த்தேன் என்று பரபரக்கும் சுபாவம். ஒரு நிமிஷம் ஓரிடத்தில் அவனால் சும்மா இருக்க முடியாது. ஸ்டீரியோவில் 'பிங்க் ஃப்ளாய்டு' பாட்டை அலறவிட்டுக்கொண்டே, டிவியில் கிரிக்கெட் மேட்ச் பார்க்கும் ரகம். வாயைத் திறந்தால் 'விஷயஞான' பேச்சோடு, 'ஏ' ஜோக்குகளும் தாராளமாகவே கொட்டும். நெருங்கின உறவுக்காரப் பெண்மணி ஒருவரின் புது வீட்டுக்குப் போயிருந்த சந்தர்ப்பத்தில், தோட்டமும் புல்வெளியும் கொண்ட அத்தனை பெரிய பங்களா இல்லை என்கிற குறையோடு "இது சின்ன வீடு..." என்று அந்தப் பெண்மணி ஆரம்பிக்க, சடக்கென்று குறுக்கே புகுந்து, "யாருக்கு?" என்று கேட்கும் அளவுக்கு அரட்டை. அங்கேயே முறைத்து, வீட்டுக்கு வரும் வழியில், "என்ன விக்ரம் இது? அசிங்கமா கேலி பண்றே?" என்றதும், தலையைப் பின்னுக்குத் தள்ளி உரக்க சிரிப்பு. பிறகு, "ரிலாக்ஸ்ம்மா...

எதையும் சீரியஸா எடுத்துக்கக்கூடாது... சிரிக்கக் கத்துக்கணும்! அப்பத்தான் வியாதி எதுவுமில்லாம ஹெல்தியா இருக்கலாம்! நார்மன் கசின்ஸ் தெரியுமா? ‘சாடர்டே ரெவ்யூ’ பத்திரிகையோட எடிட்டர்... அவர் என்ன சொன்னார்னா...” என்று தர்க்கரீதியாக வாதம்! வயசு பதினேழு... கற்பூர புத்தி... டிஸ்டிங்ஷனில் பிளஸ்டூ தேறி, ராஜபாட்டையில் ஐ.ஐ.டிக்குள் நுழைந்து, எலெக்ட்ரானிக்ஸ் பிரிவில் பி.டெக் படிக்கவென ஹாஸ்டல்வாசியாக மாறி ஒரு மாசமே ஆகிறது. சனி, ஞாயிறுகளில் “ஹாய்!” என்று கத்தியபடி வந்து, இரண்டு பை நிறைய அழுக்குத் துணிகளைக் கொண்டுதள்ளி, பாரதி வறுத்து வைத்திருக்கும் உருளைக்கிழங்கு வறுவலை டப்பாவோடு எடுத்துவந்து, சோபாவில் காலை நீட்டிப் படுத்து கொறித்தவாறு, குறைந்தபட்சம் ஒரு நாளைக்கு மூன்று படங்களை வி.சி.ஆரில் பார்ப்பது தற்சமயம் வாராவார நடப்பு.

தாளமுடியாமல், “விக்கி... ஏன்டா இப்படிப் பொறுப்பில்லாம இருக்கே?” என்று வினவினால், “காலேஜ்ல பொறுப்போட இருக்கேனே, போறாதா? ரிலாக்ஸ்ம்மா!” என்பது தயார் பதில்!

பாரதிக்கும் மனசாவதில்லைதான்... போகட்டும், குழந்தைதானே... வீட்டுக்கு வரும் ஓரிரு நாள்களில்கூட இப்படி இல்லாவிட்டால் எப்படி!

உண்மையைச் சொல்ல வேண்டுமென்றால், இந்தப் பிள்ளை வீட்டைவிட்டுப் போனதிலிருந்து, செய்வதற்கு ஒரு காரியமும் இல்லாத தினுசில் ஒரு வெறுமை உண்டாகியிருப்பது மாதிரியே தோன்றுகிறது.

மூத்தவன் வீட்டை விட்டு மூன்று வருஷங்களுக்கு முன் கிளம்பியபோது, இதயத்துக்குள் முதல்முறையாய் ஒரு சூன்யத்தை உணரமுடிந்தது. இப்போது இரண்டாமவனும் ஐ.ஐ.டியில் சேர்ந்த பிறகு, அதுவே நிரந்தரமாகி...

சிறகுகள் முளைத்துவிட்ட பறவைக் குஞ்சுகள் பறக்க ஆர்வம் காட்டுவதுபோல, வளர்ந்துவிட்ட குழந்தைகள், அவரவர் எதிர்காலத்தை உறுதிப்படுத்திக்கொள்ள பாதைகளைத் தேர்ந்தெடுப்பது இயற்கைதானே!

அப்புறம், எதற்காக இதுகுறித்து வேத...

“நேரமாகலியாம்மா? சின்னத்தம்பி வர்றதுக்கு முன்னால டிபனை ரெடி பண்ணணும்னு சொன்னீங்களே?”

திரும்பினாள்.

புஷ்பா...

சமையல், இதர வேலைகளில் உதவுவதற்காக வீட்டோடு இருப்பவள். கல்யாணமான நாலாம் மாசம், உறங்கிக்கொண்டிருந்தவளின் ஆறு பவுன் நகைகளை, தாலி உட்பட, கழட்டிக்கொண்டு ராவோடு ராவாகக் கணவன் ஓடிவிட்டதில், நிர்க்கதியாய் நடுத்தெருவில் நின்று, தெரிந்தவர்களின் சிபாரிசில், இவர்கள் மந்தைவெளி வீட்டில் இருக்கும்போது வந்து ஒண்டிக்கொண்டவள். புஷ்பாவின் கதை தனியாகச் சொல்லவேண்டியது... இங்கே வேண்டாம்.

“மணி என்ன?” கழுத்தை ஒடித்து, டைனிங் ஹால் கடிகாரத்தை ஏறிட்டபோது, அது நாலரை என்றது.

“நாழியாச்சுதான்... நீ போய், நேத்து வாங்கிட்டுவந்த பொரி பொட்டலத்தப் பிரிச்சு சுத்தம் பண்ணு... நா வந்துண்டேயிருக்கேன்...”

அவள் சென்றதும், பாரதி நிமிர்ந்தாள். ரொம்ப நேரமாக ஊன்றியிருந்ததால் வலி கண்டுவிட்ட முழங்கைகளைத் தடவிக்கொடுத்தாள். சொரசொரவென்றிருந்த கைப்பிடிச்சுவரால், ஊன்றிய இடத்தில் தோல் சிவந்து, சிறுசிறு மேடுபள்ளங்களாக மாறியிருந்தது.

உள்ளே செல்லத் திரும்பும் முன், பசுமாடு எங்கேயென்று பாரதி தேடினாள்... காணோம். எங்கே போனதோ!

சமையலறையில் புஷ்பா, இவள் காலையிலேயே சொல்லியிருந்த விதத்தில் சாமான்களை எடுத்து வைத்திருந்தாள்.

விக்ரமுக்கு ‘பேல்’ என்றால் உயிர். மூன்று நான்கு கிண்ணங்கள்கூட சாப்பிட்டுவிடுவான். புஷ்பா அரிசிப்பொரியை

முறத்தில் கொட்டி சுத்தம் செய்த நாழிகையில், பாரதி இரண்டு பெரிய உருளைக்கிழங்குகளை அலம்பி பிரஷர் பேனில் வேகப்போட்டாள். ஒரு பெரிய வெங்காயம், இரண்டு தக்காளி, கொத்துமல்லியைப் பொடியாக நறுக்கவென, தனித்து வைத்தாள். ஒரு கை மைதா மாவு, அரைக்கை கோதுமை மாவை தாம்பாளத்தில் கொட்டி, திட்டமாய் உப்பு, ஒரு ஸ்பூன் விழுது நெய் சேர்த்து ஜலம் தெளித்துக் கெட்டியாய்ப் பிசைந்தாள். கடப்பாக் கல் மேடையைத் துடைத்து, கோதுமை மாவை ஒத்தாற்போலத் தூவி, பிசைந்த மாவை அதில் வைத்து குழவியின் உதவியால் மெல்லிசு அப்பளமாக இட்டாள். ஒரு இஞ்சு அளவில் துண்டங்கள் வரும் விதத்தில், கத்தியால் குறுக்கும் நெடுக்கும் கோடு கிழித்தாள். வாணலியில் எண்ணெய் வைத்துக் காய்ந்ததும், கவனமாய் துண்டங்களை கை கையாய் போட்டு, பொன்னிறத்தில் முறுகல் பூரிகளாகப் பொரித்து வைத்தாள்.

ஒரு கிண்ணத்தில் தித்திப்புச் சட்னிக்காக பத்துப் பேரீச்சம்பழங்கள், ஒரு சின்ன உருண்டை வெல்லம், சிட்டிகை உப்பையும், இன்னொன்றில் காரச் சட்னிக்காக ஒரு கட்டு ஆய்ந்து அலம்பிய புதினா இலைகள், ஆறு பச்சைமிளகாய், ஒரு ஸ்பூன் சீரகம், கொட்டைப் பாக்கு அளவு புளி, உப்பையும் போட்டு, இரண்டு கிண்ணங்களையும் புஷ்பாவிடம் தந்து, "தனித்தனியா நைஸா அரைச்சு, திட்டமா தண்ணி கலந்து, கெட்டிச்சட்னியா வெச்சுடு..." என்றாள்.

வெந்துவிட்ட உருளைக்கிழங்குகளின் தோலை நீக்கி, உதிர்த்தாள். முதல்நாளே செய்து வைத்திருந்த ஓமப்பொடி நமுத்துப்போகாமல் இருக்கிறதா என்று வாயில் போட்டுப் பார்த்தாள். இருந்தது.

இரண்டு கை அரிசிப்பொரி, ஒரு கை ஓமப்பொடி, உதிர்த்த உருளை ஒரு கரண்டி, ஒன்றிரண்டாய் நொறுக்கப்பட்ட ஏழெட்டுப் பூரிகள், நறுக்கிய வெங்காயம், தக்காளி, கொத்துமல்லிக் கலவையில் தாராளமாய் ஒரு கை, இத்தனைக்கும் சிகரம் வைத்த மாதிரி தேவையான அளவு ஸ்வீட்டு, காரச் சட்னி...

அவ்வளவுதான். ஸ்பூனைச் செருகிவிட்டால், கண்ணைக் கவரும் விதத்தில் ருசியான ‘வடநாட்டு பேல்’ ரெடி!

அத்தனையும் சாப்பாட்டு மேஜைமேல் தனித்தனியாய் கொண்டுவைத்து, விக்ரமுக்குப் பிடிக்குமே என்கிற நினைப்பில் காலை வெயிலைப் பொருட்படுத்தாமல் சென்று, கிராண்ட் ஸ்வீட்ஸ் ஸ்டாலிலிருந்து வாங்கிவந்து, சில்லென்று இருக்கவேண்டி ஃப்ரிஜ்ஜில் வைத்திருந்த ரசமலாய் சட்டியை எடுத்த நிமிஷத்தில், வாசல் மணி அழைத்தது.

“ஹாய் மா!”

“ஹாய் விக்கி!”

எதிரில் வந்து நின்ற பிள்ளையைக் கரிசனத்துடன் பாரதி ஏறிட்டாள்.

“என்னடா, ஒரு வாரத்துல கறுத்து இளைச்சுப்போயிட்டே? சாதம் சரியா சாப்பிடறதில்லியா?”

விக்ரம் இரண்டு கைகளையும் அகல விரித்து அம்மாவை அணைத்துக் கொண்டான்.

“என்னம்மா... ஒரு வாரத்துல இன்னும் குண்டாயிட்டே! எங்க சாப்பாட்டையெல்லாம் சேத்து சாப்பிடறியா என்ன?”

இல்லாததைச் சொல்லி மகன் சீண்டுவது புரிய, “போடா...” என்றாள் பாரதி.

“அம்மா, ஒரு ஜோக் கேக்கறியா? ஒரு ஆண் தன் பொண்டாட்டி எறங்க கார்க் கதவத் திறந்துவிடறான்னா என்ன அர்த்தம்?”

“என்ன?”

“ஒண்ணு, கார் புதுசு... இல்ல, பொண்டாட்டி புதுசு!”

ஜோக் விளங்கி பாரதி சிரித்தபோது, போன் ஒலித்தது.

எடுத்து, “ஹாய் பாஸ்... இப்பத்தான் நுழஞ்சுகிட்டேயிருக்கேன்...” என்றவன், அரைநிமிஷம் நண்பன் சொன்னதைக் கேட்டுவிட்டு,

“வாவ்! நிச்சயமா! அஞ்சு நிமிஷம் டைம் குடு... வாசல்ல ரெடியா இருக்கேன்...” என்று கூறி தொடர்பைத் துண்டித்துவிட்டு தன்னறைக்குச் சென்றுகொண்டே பேசினான், “மா... ஆறரை மணிக்கு யூ.எஸ்.ஐ.எஸ் ஆடிட்டோரியத்துல, அமெரிக்காலேருந்து வந்த மியூசிக் க்ரூப் ஸ்பெஷல் டெமான்ஸ்ட்ரேஷன் குடுக்கறாளாம்... ரகு வந்து பிக்கப் பண்ணிக்கறேன்னு சொன்னான்...”

“அதுக்கு முன்னால உனக்கு நா பண்ணிவெச்சிருக்கற ‘பேல்’ சாப்டுட்டு, எங்க வேணா போ!”

“நோ டைம் மா... ரகு இப்ப வந்துடுவான்...”

கிட்டத்தட்ட ஒரு மணி நேரத்துக்கும் மேலாய் மன்றாடி அவனுக்காகத் தயாரித்திருந்த ‘பேலை’ ருசித்துப்பார்க்கக்கூட அவகாசமோ நினைப்போ இல்லாமல், “ஸீ யூ மா...” என்று கூறி விடைபெற்ற விக்ரம், தடதடவென்று வெளியே ஓட, இப்போதெல்லாம் அடிக்கடி ஆட்கொள்ளும் அவஸ்தை சடக்கென்று மறுபடி நெஞ்சில் கனமாகப் படர்வதைத் தடுக்க இயலாமல், பாரதி நாற்காலியில் அமர்ந்து மேஜைமேல் கவிழ்ந்துகொண்டாள்.

———

2

டியூபிலிருந்த சோப்பைப் பிதுக்கியெடுத்து, தாவாங்கட்டையிலும் கன்னத்திலும் தடவி, பிரஷ்ஷை வெந்நீர்க் குவளையில் முக்கி சோப்பில் தேய்த்து, அது புஸுபுஸுத்துக்கொண்டு முகம் பூராவும் பரவியதும், வலதுபக்கக் கன்னத்தை உப்பி, இடக்கையால் காதுக்கு மேல்புறம் இழுத்துப்பிடித்து, வலக்கையில் ரேசரைப் பிடித்து மழிக்க முற்பட்டபோது, பாரதியின் பிம்பம் கண்ணாடியில் தெரிந்தது.

என்ன என்கிற விதமாய் ரமணி திரும்பினார். சில நொடிகள் தாமதித்த பின்னரும் பாரதி எதுவும் கூறாமல் நிற்க, ஏதோ வேலையாய் வந்திருக்கக்கூடும் என்கிற எண்ணத்தில் கைக்காரியத்தைத் தொடர்ந்தார்.

வலதுகன்னத்தை மழித்து, இடதுக்குப்போன பிறகும் பாரதி அப்படியே நிற்பது தெரிய, திரும்பாமலேயே "என்னம்மா?" என்றார்.

பாரதி முன்னால் வந்து, பேசின் மேல் சாய்ந்துகொண்டாள். இப்போதும் அவள் எதுவும் பேசாமலிருக்க, ரமணி கண்ணாடி வழியாக அவளைப் பார்த்து கண்ணைச் சிமிட்டினார்.

"என்ன, சரியா ஷேவ் பண்ணிக்கறேனா, இல்லியான்னு சூப்பர்வைஸ் பண்றியா?" பேசியவர் குரலைத் தழைத்தார். குரலில் குறும்பு விரவ, "நேத்து ராத்திரி யம்மா..." என்று ராகத்தோடு இழுத்துவிட்டு, "ராத்திரி எப்படி!" என்றும் கேட்டு மறுபடி கண்ணைச் சிமிட்ட, பாரதி அலுப்புடன் "ப்ச்..." என்றாள்.

“இன்னும் நாலு வயசு போகட்டும், அப்பறமா இப்படியெல்லாம் விளையாடலாம்! என்ன ரமணி, வேடிக்கை... காலங்கார்த்தால...”

ரமணி பாதி சோப்பு நிறைந்த முகத்துடன் அவளை அணைத்துக்கொண்டார்.

“ஏன், காலங்கார்த்தாலன்னா ஆசையா இருக்கக்கூடாதா? ராத்திரிதான் மூட் வரணுமா? ம்? அப்படியென்ன உனக்கும் எனக்கும் வயசாயிடுத்துன்னு இப்படி அலுத்துக்கறே! உனக்கு நாப்பது, எனக்கு நாப்பத்தியெட்டு... தட்ஸ் ஆல்! செகண்ட் ஹனிமூனுக்குப் போறதுக்கு ஏத்த சமயம்!”

“ஆமாமா... போக வேண்டியதுதான்! பசங்க ரெண்டையும் வீட்ட விட்டு அனுப்பிச்சதுல, ஐயாவுக்கு பால்யம் திரும்பறதாக்கும்!”

அலுப்பு மாறாமல் பாரதி பேச, ரமணி அவள் வகிட்டில் முத்தமிட்டார். முகவாயிலிருந்த சோப்பு, அவள் மூக்கில் தீற்றியது.

“விடுங்கோ ரமணி... புஷ்பா வரப்போறா...”

“நா பெட்ரூம்ல இருக்கறப்போ, அவ வரமாட்டாளே!”

“ப்ளீஸ்...”

நிஜமான எரிச்சலுடன் குரல் ஒலித்ததும், அப்போதுதான் அவள் எப்படியோ இருப்பது மனசில் உறைத்த தினுசில், ரமணி பிடியைத் தளர்த்தினார்.

“உடம்பு சரியில்லியா, பாரதி? கம்மிங் டு திங்க் ஆஃப் இட், நேத்து ராத்திரிகூட நீ சுவாரஸ்யமில்லாத மாதிரி பட்டுது... வாட்ஸ் ராங்? ம்?”

“ஒண்ணுமில்ல...”

“நிஜம்மா?”

அவள் மௌனிக்க, ரமணி கண்ணாடியைப் பார்க்க நின்றுகொண்டு ஷேவிங்கை முடித்தார். டவலால் முகத்தைத் துடைத்து, ஆஃப்டர் ஷேவ் லோஷனை எடுத்துத் தடவிக்கொண்டார்.

“விக்ரம் ஏன் போன சனி, ஞாயிறு வீட்டுக்கு வரல?”

“அதான் சொன்னானேம்மா,ஃப்ரெண்டோட சேந்துண்டு மகாபலிபுரம் போறதா...”

“ரெண்டு வாரம் முந்தியும் வரல...”

“அப்போ டெஸ்ட்ஸ் இருந்துது, படிக்கணும்னு சொன்னான்...”

“ஏதோவொரு உப்புப்பெறாத காரணம்! வரவர ரெண்டு பசங்களுக்குமே வீட்டுக்கு வர்றதுன்னா கசக்கறது... இவனுக்காக வாரம்பூரா நாம காத்துண்டிருக்கோம்ங்கறத மறந்துட்டு, ‘வேலையிருக்கு, படிக்கணும்’னு ஏதேதோ சாக்குப்போக்கு...”

“வயசுப்பசங்க அப்படித்தான் இருப்பா பாரதி... புரொஃபஷனல் காலேஜுக்குப் போயும், இன்னும் பழையபடி குழந்தையா இருக்கணும்னு எதிர்பாத்தா எப்படி!”

பாரதி படுக்கையறைக்கு வந்து கட்டில்மேல் உட்கார்ந்துகொண்டாள். குளிப்பதற்காக பாத்ரூம் கதவைச் சாத்த முற்பட்ட ரமணி, அவள் சோர்ந்து உட்கார்ந்திருந்த விதத்தைக் கண்டு, மீண்டும் கதவைத் திறந்துகொண்டு கிட்டத்தில் வந்தார்.

“பிள்ளையப் பாக்கலேங்கற வருத்தமா பாரதி? அடுத்த வாரம் அவன் வர்றப்போ வேணா, ‘டேய், இனிமே இப்படி வராம இருக்காதே, உங்கம்மாவால உன்னைப் பாக்காம இருக்க முடியல’ன்னு கண்டிச்சு சொல்லிட...”

அவரை முடிக்கவிடாமல் பாரதி அவசரமாய்க் குறுக்கிட்டாள்.

“ஐய்யையோ, வேண்டாம்... வேண்டாம்... ஏற்கனவே எதுக்கெடுத்தாலும், ‘ரிலாக்ஸ்ம்மா... சின்ன விஷயத்தையெல்லாம் ஏன் பெரிசுபண்றே?’ன்னு எல்லாம் தெரிஞ்சவன் மாதிரி அட்வைஸ் பண்ணுவான்... நீங்க வேற இப்படிச் சொல்லிட்டேள்னா, கேக்கவே வேண்டாம்! அதுசரி, அவனைப் பாக்கலைங்கற வருத்தம் எனக்கு மட்டும்தானா? உங்களுக்கு இல்லியா?”

ரமணி அவளருகில் அமர்ந்துகொண்டார்.

"ஐ மிஸ் ஹிம் டூ... ஆனா, என்ன பண்றது? பழகிக்கறதத் தவிர, வேற வழி?"

"உங்களுக்கென்ன, சுலபமா சொல்லிடுவேள்... கார்த்தால எழுந்தா, நாலு பேப்பர் படிச்சு முடிச்சு, பேருக்கு என்கிட்ட பேசிண்டே தயாராகி, ஆபீஸுக்குப் போயிட்டா, அப்பறம் ராத்திரி ஏழே எட்டோ... அதுவரைக்கும் வீட்டு ஞாபகம் ஏது!"

ரமணி தலையைப் பின்னுக்குத் தள்ளி சிரித்தார்.

"அதானே பாத்தேன்... என்னடா இன்னும் ஒருதரம்கூட ஆபீஸ் வேலைய இழுக்கலியேன்னு யோசிச்சுண்டே இருந்தேன்! நல்லவேளை ஞாபகப்படுத்தினே... நாழியாச்சு, நா குளிக்கப் போறேன்... பத்து மணிக்கு ரத்தன்லால் சேட் அப்பாயிண்ட்மெண்ட் இருக்கு..."

சிரிப்பு மாறாமல் குளிக்கப்போனவர், குளித்து, உடை உடுத்தித் தயாரான நாழிகையிலும், உட்கார்ந்த இடத்தை விட்டு பாரதி எழுந்திருக்காமல் இருப்பதைப் பார்த்துவிட்டு, தலையை வாருவதைப் பாதியில் நிறுத்தியவராய் அருகில் வந்து அவள் தோளைத் தட்டினார்.

"கமான் பாரதி... எழுந்திரு... என்னாச்சு உனக்கு? தூக்கமே இன்னும் கலையாத மாதிரி, ஏன் இவ்வளவு டல்லா இருக்கே? ம்? காத்தால எழுந்ததும் விறுவிறுன்னு ரெண்டு தரம் பீச்சுல நடந்துட்டு வா... வெயிட்டும் போடமாட்டே, சுறுசுறுப்பாவும் இருக்கும்னு கரடியாக் கத்தறேன்... எங்க, கேட்டாத்தானே! அவனவன் எங்கேந்தோ காரை எடுத்துண்டு வந்து நிறுத்திட்டு, பீச் காத்துக்கு ஆசைப்பட்டுண்டு நடக்கறான்... நமக்குக் கண்ணெதிர்ல பீச்... ஆனா, அதை உனக்கு லட்சியம் பண்ணத் தோணல! ஆமா, இப்ப உனக்கு பீரியட்ஸ் சமயமா, அதான் டயர்டா இருக்கியா?"

அவள் இல்லையென்று தலையசைத்தாள்.

ரமணி பொறுமையிழந்து கட்டில் விளிம்பில் விரல்களால் தாளம் போட்டார். "அப்பறம் ஏன் இவ்வளவு டல்லாயிருக்கே?

சொல்ல வேண்டாம்னு பாத்தேன்... கொஞ்ச நாளாவே நீ பழையபடி இல்ல தெரியுமா?"

பாரதி சரக்கென்று தலை நிமிர்ந்தாள். "அம்மாடி! ஒருவழியா உங்களுக்குப் புரிஞ்சுதா! நாலைஞ்சு மாசமா என்னடா நமக்கு ஆயிடுத்துனு நா குழம்பிண்டிருக்கறதை இப்பவாவது புரிஞ்சு, கேக்கணும்னு தோணித்தே!"

ரமணி கண்கள் இடுங்கி, புருவங்கள் முடிச்சுப்போட, அவளை அழுந்த ஏறிட்டார். "நாலைஞ்சு மாசமா குழப்பமா? சொல்லவேயில்லியே ஏம்மா?"

அரை நிமிஷம் முன்னால் தோன்றிய கோபம் மறைய, பாரதியின் கண்கள் லேசாகக் கலங்கின.

"தெரியல ரமணி..."

"டாக்டர வேணா பாக்கறியா?"

"எதுக்கு?"

"ஒருவேளை, 'மெனோபாஸ்' வர்றதோ என்னமோ! அந்தச் சமயத்துல காரணமில்லாம அலுப்பு, எரிச்சல் எல்லாம் நிறைய பொம்பளைகளுக்கு வரும்னு சொல்வாளே!"

"மெனோபாஸா? நாப்பது வயசுலியா? நிச்சயம் இருக்காது! மாசாமாசம் பீரியட்ஸ் எந்தத் தொந்தரவுமில்லாம ஒழுங்காத்தானே வர்றது!"

"அப்பறம்?"

அவள் மௌனிக்க, ரமணி தொடர்ந்தார்.

"வேணா, ஆபீஸ் போற வழில உங்கம்மாவாத்துல எறக்கிவிட்டுட்டுப் போறேன் வரியா?"

"ம்ஹூம் வேண்டாம்."

"சரி, புஷ்பாவ அனுப்பி புதுப்படமா எடுத்துண்டு வரச்சொல்லி, விடியோ பாரேன்..." இதற்கும் உற்சாகமாய் பதில் கூறாமல் பாரதி "ப்ச்..." என்று சூள்கொட்ட, இனியும் நான்

என்ன சொல்ல இருக்கிறது என்பதுபோல ரமணி, "சரி, சாப்பாடு எடுத்து வெக்கறியா? நாழியாச்சு..." என்று கூறி அந்தப் பேச்சுக்கு அத்துடன் முற்றுப்புள்ளி வைத்தார்.

அவர் அலுவலகத்துக்குப் போனதும், "நீங்க சாப்பிடலியாம்மா?" என்று கேட்ட புஷ்பாவிடம், "கொஞ்ச நாழி போகட்டும்... பசிக்கல..." என்று கூறி அவளைத் துணிகளைத் துவைக்க அனுப்பியவள், படுக்கையறைக்குள் வந்து கதவைச் சாத்திக்கொண்டாள். நட... காலை வீசிப்போட்டு நட... இல்லாவிட்டால் எடை கூடிவிடும்... இதே குற்றச்சாட்டு! இவர் ஆபீஸில் இருக்கும் நேரத்தில் உடற்பயிற்சி பண்ணுவதையும், மாலைவேளைகளில் நடப்பதையும் மறந்து, இதென்ன பேச்சு?

பாரதி, கட்டிலுக்கு அடியில் வைத்திருந்த எடைபார்க்கும் மெஷினைக் குனிந்து வெளியே இழுத்தாள். பூஜ்யத்தில் முள் இருக்கிறதாவென்று சரிபார்த்துவிட்டு, ஏறி நின்றாள்.

அறுபது கிலோ...

அதேதான். ஏறவுமில்லை, இறங்கவுமில்லை. சின்ன நிறைவோடு மெஷினைப் பழையபடி கட்டிலுக்கு அடியில் தள்ளிவிட்டாள். அலமாரிக் கதவில் பதிந்திருந்த ஆளுயரக் கண்ணாடிக்கு முன் நின்று இடுப்பில் கையை வைத்து, இப்படியும் அப்படியும் திரும்பி, பிம்பத்தை ஏறிட்டாள். தொப்பையில், இடுப்பில், எக்ஸ்ட்ரா சதை? ம்ஹூம், இல்லை.

அடுத்து என்ன செய்யலாமென்று யோசிக்கும் தினுசில் சிந்தனையுடன் விரல்களைச் சொடுக்கிய வண்ணம் நின்றவள், நகர்ந்து மெத்தை மேல் அமர்ந்தாள்.

புஸ்தகம் ஏதாவது படிக்கலாமா?

என்ன புஸ்தகம்?

அந்தவாரப் பத்திரிகை? கன்னிமாரா லைப்ரரியிலிருந்து எடுத்துவந்த ஆங்கில நாவல்? படிக்க வேண்டும்போலத் தோன்றாமல்போக, எழுந்து துணி அலமாரியைத் திறந்து

எதையாவது ஒழிக்கவேண்டிய அவசியம் இருக்கிறதாவென்று பார்த்தாள். அந்த வீட்டில் அவளுடைய 'ஒழிக்கும் குணம்' மற்றவர்களிடையே ஒரு சகஜமான ஜோக்.

"உங்க அம்மாவுக்குப் பொழுது போகலைன்னா, அலமாரில வலதுபக்கம் வெச்சிருக்கற துணிகளை எடதுபக்கத்துக்கு மாத்துவா... மறுநாள், திரும்ப அத்தனையும் பழையபடி ஒரிஜினல் எடத்துலியே அடுக்குவா! அப்பறம், அதுக்கும் அடுத்த நாள்..."

ஒவ்வொருமுறை ரமணி கேலி பண்ணும்போதும், என்னவோ அப்போதுதான் புதுசாகக் கேட்கிற தினுசில் இரண்டு பிள்ளைகளும் வயிற்றைப் பிடித்துக்கொண்டு சிரிப்பது மாமூல் நிகழ்ச்சி.

அலமாரியின் அத்தனை தட்டுகளும் பளிச்சென்று துளி அலங்கோலமில்லாமல் இருக்க, கணவர் கேலிபண்ணும் ரீதியில் தேவையில்லாமல் வேலையை இழுத்துப் போட்டுக்கொள்வது எதற்கு என்கிற அலுப்புடன், அலமாரிக் கதவுகளை பாரதி மூடினாள்.

போரடித்தது. எதுவும் செய்யப் பிடிக்காமல், மனசுபூராவும் அலுப்பு மண்டியது. திறந்திருந்த ஜன்னல் கதவு மேல் காகம் ஒன்று வந்து உட்கார்ந்து, 'க்கா... ஆ...' என்று கட்டைக்குரலில் கத்த, கவனம் அதன்மேல் போயிற்று. சிலநொடிகள் அப்படியே உட்கார்ந்து தலையைச் சாய்த்து ஒண்ணரைக் கண் பார்வை பார்த்த பிறகு, ஏதோ அவசர காரியத்தின் நினைப்பு வந்துவிட்ட மாதிரி பறந்து செல்ல, பாரதி பார்வையின் திசையை மாற்றினாள்.

ஜன்னலை ஒட்டியிருந்த மேஜைமேல் அருகருகே வைக்கப்பட்டிருந்த வாழ்த்து அட்டைகளைப் பார்த்த நொடியில், உதடுகளை புன்னகை ஒன்று ஆக்ரமித்தது.

பிறந்தநாள் வாழ்த்து அட்டைகள்... இரண்டு நாள்கள் முன்பு வந்த அவளுடைய நாற்பதாவது பிறந்த நாளையொட்டி, பிள்ளைகள் அனுப்பின மடல்கள்... மூத்தவனிடமிருந்து ஒருநாள் முன்னதாகவே வாழ்த்து வந்துவிட்டது... 'எவரெஸ்டை விட

உயர்ந்தது எது தெரியுமா?' என்னும் கேள்வி முதல் பக்கம்... பிரித்ததும் உள்ளே, 'வேறு என்ன? என் தாயின் அன்புதான்!' என்கிற பதில். கீழே, கௌதமின் அழகான கையெழுத்தில், 'அம்மா, ஐ லவ் யூ!'

ஒற்றை வரியில் வண்டி வண்டியாய் அன்பைத் தெரிவிக்கும் அற்புதமான கார்டு. வாஞ்சையோடு ஒருதரம் அந்த வாழ்த்தைக் கையில் எடுத்து, உள்ளே மகன் எழுதியிருந்ததைப் படித்த பாரதி, "ஐ லவ் யூ டூ, கௌதம்..." என்றாள் முணுமுணுப்பாய்... என்னவோ, பக்கத்திலேயே பிள்ளை நிற்கும் பாவனையில்.

இரண்டாவது அட்டையைக் கையில் எடுத்தபோது, சிரிப்பு வாயில் குமிழாக வெடித்தது.

'அம்மா, உனக்கு வயசாகிவிட்டது...' என்பது முதல் பக்க வரி... புரட்டினால், 'ஆனாலும், அழகில், திறமையில், அன்பைக் கொடுப்பதில் உனக்கு நிகர் நீதான்!' என்கிற வரிகள்.

விக்ரம் அனுப்பிய கார்டு அவன் குணத்தை வெளிச்சம் போட்டுக் காட்டுவதை உணர்ந்தவாறு சிரிப்பு மாறாமல் இரண்டு அட்டைகளையும் பழையபடி அருகருகில் இருந்த இடத்திலேயே வைத்தாள்.

வழக்கம்போல ரமணி சுத்தமாய் அவள் பிறந்தநாளை மறந்துதான் போய்விட்டிருந்தார். உறங்கி எழுந்ததும், வாழ்த்துவார் என்று எதிர்பார்த்து, அவர் அப்படிச் சொல்லாமல் போக, 'நினைப்பில்லாதவருக்கு ஞாபகப்படுத்துவானேன்' என்கிற வீம்பில் இவளும் சும்மா இருந்துவிட்டாள்.

ஆனால், அவர் குணம் தெரிந்து அலுவலகத்துக்குப் போன் பண்ணி விக்ரம் விஷயத்தை நினைவூட்டியிருக்க வேண்டும்... அதிசயமாய் மாலையில் சீக்கிரம் வீடுதிரும்பினவர் கையில், ஒரு மைசூர் சில்க் புடவை கொண்ட பெட்டி, பத்து சிவப்பு ரோஜாக்கள் அடங்கிய மலர்க்கொத்து... கூடவே, 'மறந்தால்தானே நினைக்க!' என்கிற டயலாக், பெரிய ஹீரோ மாதிரி.

பாரதி புன்னகையுடன் திரும்பினாள். நாற்பது வயசு!

அம்மாடி! அத்தனை வயசாகிவிட்டதா என்ன?

அடி உதட்டைக் கடித்தவள், ஓர் உந்துதலோடு டிரெஸ்ஸிங் டேபிள்மேல் பதிந்திருந்த கண்ணாடி முன் சென்று நின்றாள்.

நாற்பது வயசா!

எனக்கா!

பார்த்தால் நாற்பது மாதிரி தெரிகிறதா, அதைவிடக் குறைவாகவா, இல்லை கூடுதலாகவா?

சற்றே முன்னால் சாய்ந்து கண்ணாடியில் பிரதிபலித்த பிம்பத்தை உற்றுப்பார்க்கையில், நெற்றிக்கு மேலே, காதுக்கு அருகே கீறாய் ஓரிரு வெள்ளிமுடிகள் பளபளப்பது தெரிந்தது.

நரை!

கடவுளே... இது எப்போது வந்தது?

இத்தனை நாள்களாய் கவனிக்காததோடு, ரமணியோ, விக்ரமோ இதுபற்றிக் குறிப்பிடவே இல்லையே... ஏன்?

ஓ... அதுதான், மறைமுகமாய் 'உனக்கு வயசாகிவிட்டது' என்று கூறுகிற கார்டை விக்கி அனுப்பியிருக்கிறானா!

இங்கு மட்டும்தான் இருக்கிறதா, இல்லை வேறு எங்காவதும் வந்துவிட்டதா?

கைக்கண்ணாடியை வலக்கையில் பிடித்து, இன்னும் கிட்டத்தில் குனிந்து, தலையை இப்படியும் அப்படியும் திருப்பி, பெரிய கண்ணாடிகளிலும் சின்னதிலும் தெரிந்த பிம்பங்களில் வெள்ளிமுடிகளை பாரதி தேடினாள்.

ம்ஹூம்... நெற்றியைத் தவிர வேறு இடங்களில் தேடியவரைக்கும் காணவில்லை.

ட்வீஸர் கொண்டு, இருப்பதைப் பிடுங்கிவிடலாமா? எண்ணிமுடிக்கும் முன், எப்போதோ ரஜனி சொன்ன

வார்த்தைகள் நினைவுக்கு வந்தன. "பிடுங்கினா, ஒண்ணு நாலா மொளைக்குமாம்... அதான், பரவாயில்லைன்னு நா 'டை' பண்ணிக்கறேன்."

ரஜனியும், அவளும் கல்லூரியிலிருந்தே சிநேகிதிகள். பாவம், அவளுக்கு ஏனோ முப்பது வயசுக்கு முன்பாகவே நரைக்கத் தொடங்கிவிட்டது. மாசம் தப்பாமல் பியூட்டி பார்லருக்குச் சென்று சாயம் பூசிக்கொள்வாள்.

இப்போதெல்லாம் புதுசாக 'காலா ஹென்னா' – கறுப்பு மருதாணி கலந்த இயற்கைச் சாயம் வந்திருக்கிறது, பூசிக்கொண்டால் இரண்டு மாசத்துக்கு ஹாயாக இருக்க முடிகிறது என்றாளே... வேண்டுமானால், அந்தக் கறுப்பு மருதாணிக் கலவையை உபயோகித்துப் பார்க்கலாமா?

பாரதியின் கஸின் ஒருத்தி, டெல்லியில் வசிப்பவள், பத்து நாள்களுக்கு ஒருமுறை மருதாணிப் பவுடர், ஒரு முட்டை, கரண்டி தயிர், ஒரு ஸ்பூன் காபித்தூள் எல்லாவற்றையும் ஒன்றாகக் கலந்து தலையில் தடவிக்கொண்டு, அரைமணிபோல ஊறி குளிப்பாள். கேட்டால், "முடி நரைக்காமலும் கொட்டாமலும் இருக்கத்தான்... நீயும் டிரைபண்ணிப் பாரேன்?" என்பாள். அவள் தலைமுடி பூராவும் செம்பட்டையாய் அசட்டுச் சிவப்பு நிறத்தோடு காட்சி தருவது அழகே இல்லாத மாதிரி தோன்ற, இன்றுவரை பாரதி அந்த முயற்சியில் ஈடுபட்டதில்லை.

கறுப்பு மருதாணியும் தலைமுடியை அப்படி சிவக்கவைத்தால், என்ன செய்வது? அப்புறமாக ரஜனிக்கு போன் பண்ணிக் கேட்கவேண்டுமென்று தீர்மானித்துக்கொண்டு, டேபிள்மேல் இருந்த புகைப்படத்தை எடுத்தாள்.

கல்யாண தினத்தன்று மாலை ரிசப்ஷனில் அவளும், ரமணியும் கழுத்தில் மாலையும், வாய்கொள்ளாச் சிரிப்பும், கண்களில் கனவுகளுமாய் நின்றிருந்தபோது எடுத்த படம். ரமணிக்கு ரொம்பப் பிடித்தமானது.

புடவைத் தலைப்பால், ஃப்ரேமையும் படத்தின் கண்ணாடியையும் அழுந்தத் துடைத்தபோது, பழைய போட்டோக்களைப் பார்த்து ரொம்ப நாள்களாகிவிட்டன என்பது நினைவுக்கு வந்தது.

இப்போது பார்த்தால் என்ன?

கல்யாண ஆல்பத்தை...

அவளுடைய நடனப்படங்கள் கொண்ட டான்ஸ் ஆல்பத்தை...

அப்புறம்...

சட்டென்று ஒருவிதப் பரபரப்பு உடம்பில் பரவியது. மேஜையின் கடைசி இழுப்பறையை இழுத்து, உள்ளேயிருந்த இரண்டு ஆல்பங்களை வெளியில் எடுத்தாள். மேலாக இருந்த டான்ஸ் ஆல்பத்தின்மேல் படிந்திருந்த தூசியை வாயால் ஊதி, கையால் தட்டி, பிரித்து ஒன்றன்பின் ஒன்றாகப் படங்களை உன்னிப்பாக ஏறிட்ட நிமிஷத்தில், பழையபடி தட்டுக்கோலைக் கையில் வைத்து, 'ஆடும் மயில்தனை நாடும் முருகனே...' என்று காம்போதி ராகத்து சப்தத்தை டான்ஸ் டீச்சர் பாடுவது காதில் துல்லியமாய் ஒலிக்கிற மாதிரியே இருந்தது.

——

3

"ப்ளீஸ்ம்மா..."

இரண்டாவது முறையாக பாரதி கெஞ்ச, செய்துகொண்டிருந்த காரியத்தை நிறுத்திவிட்டு அன்னபூரணி நிமிர்ந்தார்.

"என்னத்துக்காக இப்படி காலங்கார்த்தால வேலைபண்ண விடாம தொணதொணக்கறே பாரதி?"

"அப்பாகிட்ட சொல்லும்மா... ப்ளீஸ்..."

"அது நடக்கற காரியமா எனக்குத் தோணல!"

"ப்ளீஸ்ம்மா... எனக்காக முயற்சிபண்ணிப் பாக்கக் கூடாதா?"

ஆய்ந்திருந்த பீன்ஸை கிண்ணத்தில் போட்ட அன்னபூரணி, "ப்ச்..." என்றார். "சொன்னதையே திருப்பித் திருப்பிச் சொல்லிண்டிருந்தா ஆச்சா பாரதி?"

"பாட்டி இருந்தா வேணா, நீ இத்தன தயங்கறதுக்கு அர்த்தம் உண்டு... அவர்தான் இல்லியே! ப்ளீஸ்... எனக்கு ரொம்ப ஆசையா இருக்குங்கறது உனக்குக்கூடவா புரியல? இல்ல, உனக்கே இதுல இஷ்டமில்லியா? சொல்லிடு..."

மகளின் பேச்சு, ஆறுமாசம் முன்னால் ராமாயணக் கதாகாலட்சேபத்துக்குப் போய்வந்து, "மோர் கொண்டா, நாக்கை வறட்டறது..." என்றவாறு சோபாவில் சாய்ந்து, முழுசாய் ஒரு நிமிஷம் போவதற்குள், "என்னப்பனே ராமா..." என்று அரற்றிய வண்ணம் மரணத்தைத் தழுவிய மாமியார் கமலாம்பாளை நினைவுபடுத்த, அன்னபூரணி மௌனித்தார்.

கமலாம்பாள், அவளுக்கு மட்டும் மாமியார் இல்லை, அந்த ஊருக்கே மாமியார் என்கிற ரீதியில், தெரிந்தவர்கள் தெரியாதவர்கள் என்று அந்தத் தெருவிலுள்ள பெண்கள் அனைவரும் பயந்தது உண்மை.

கோலைத் தட்டிக்கொண்டு நடந்துவந்து, மூக்கில் இறங்கிவிட்ட கண்ணாடி வழியாக எதிரில் நிற்பவர்களை ஊடுருவிப் பார்த்து கணீரென்ற குரலில் பேசினால், கேட்பவர்களுக்கு சத்தியமாய் வெலவெலத்துப்போகும்... அப்படியொரு தோற்றம், கண்டிப்பு, கம்பீரம்.

கழுகுக் கண்களில் அகப்படாத விஷயமே இருக்காது.

"யாருடீ அது, பாவாடைய அப்படி பொரளப்பொரள, தரையப் பெருக்கற தினுசுல கட்டிண்டு போறது? எவடீ அது, பூணூல் மாதிரி மேலாக்கைப் போட்டுண்டு வெக்கமில்லாம நிக்கறது?" என்பார் கூடத்தில் ஊஞ்சலில் உட்கார்ந்தபடியே, தெருவில் போவோர் வருவோர்களை அழைத்து.

"நன்னாயிருக்குடீ நீ வாசல்ல கோலம் போட்டிருக்கற அழகு! நேத்து சாயரட்சை கோவிலுக்குப் போறப்ப பாத்தேன்... மாவ அள்ளிக்கொட்டி கந்தரகோலமா நீ கோலம் போட்டிருக்கற லட்சணத்த! ஆம்படையான் வெயில்லயும், மழைலயும் நின்னு சம்பாதிக்கற பணத்தையெல்லாம், இப்படியே வாறிவிட்டுடுவே போலருக்கே!" என்பார், மூணாவது வீட்டுப் பெண்மணியை நிற்கவைத்து.

"எதுக்குடீ குட்டிகளா, இந்த ஓட்டம் ஓடறேள்? பூமி அதிர ஓடினா, பூமாதேவி வலி தாங்காம இந்த எடத்தவிட்டுப் போயிடுவா! பொம்மனாட்டியா லட்சணமா பதவிசா நடக்க பேசக் கத்துக்கோங்கோடீ!" என்பார், தன் வீட்டு, எதிர்வீட்டுக் குழந்தைகள் என்கிற பாரபட்சமின்றி அனைவரிடமும்.

"சாமிநாதன் பொண்ணு மேடையேறி கச்சேரி பண்ணப்போறாளாமே! இதுக்கு அந்த வெக்கங்கெட்டவனும் சரின்னுட்டானா? சிவசிவா... கலி முத்திடுத்துடீ... இல்லேன்னா, சமையக்கட்டோட இருக்கவேண்டிய பொம்மனாட்டிய

மேடையேத்தத் துணிவானோடீ?" என்பார், யார் வீட்டிலோ நடக்கும் நிகழ்ச்சியை எதிர்த்து.

மொத்ததில், வாய் அதிகம், வேண்டாத நாட்டாண்மை, அடுத்தவர் விவகாரத்தில் தலையீடு எல்லாம் இருந்தாலும், கூடவே உபகார குணமும் ஏகத்துக்கு அமைந்திருந்ததில், இருந்தவரைக்கும் குறை பெரிசாய்த் தெரியாமல், ஊருக்குள் உயர்ந்தவராகவே வாழமுடிந்தது.

யார் வீட்டிலாவது கல்யாணமா, பிள்ளைப்பேறா? கவலை வேண்டாம்... அப்பளம் இட்டு, பட்சணம் தயாரிப்பதிலிருந்து, சகலத்துக்கும் இழுத்துப் போட்டுக்கொண்டு பட்டியல் போடுவதே கமலாம்பாள்தான். பிள்ளைத்தாய்ச்சி பெண்ணுக்கு பத்தியம் போடவேண்டுமா, மருந்து இடித்துத் தயார் பண்ண வேண்டுமா? 'என்ன செய்வேன்?' என்று கையைப் பிசையவே தேவையில்லை. கமலாம்பாள் வீட்டிலிருந்து அத்தனையும் கேட்காமலேயே வந்துவிடும்.

சுபகாரியம் என்றில்லை... துக்க சமாச்சாரம் என்றாலும், முதலில் உதவ கைநீட்டுவது கமலாம்பாள்தான்.

"உடம்பு, மனசு, செயல், பணம்னு எல்லாத்தாலயும் முடிஞ்சவரைக்கும் அடுத்தவாளுக்கு உபகாரம் பண்றது, மனுஷாளா பொறந்தவாளோட கடமைடீ!" என்பார் வாய்க்கு வாய்.

தோற்றத்திலும் சரி, குணத்திலும் சரி... கமலாம்பாள் அலாதி ரகம். இந்தக் காலத்தில் அப்படிப்பட்ட மனிதர்களைப் பார்ப்பது அபூர்வமே!

பாட்டி இருந்தவரையில், நெஞ்சில் புதைந்திருந்த ஆசையை வெளியிட்டு நிறைவேற்றிக்கொள்ள பாரதி துணியவில்லைதான். ஆனால், இப்போது நிலைமை வேறு. பாட்டி இல்லை...

அப்பா நாராயணனும் புரிந்துகொண்டு சம்மதிக்கலாமோ என்கிற நம்பிக்கையில், தன்னை வந்து சிபாரிசு செய்யும்படி அடிபோடுகிறாள்.

தவிர, பாரதி எதிர்பார்ப்பதைப்போல நாராயணனும் சராசரி தந்தையிலிருந்து பல விதங்களில் மாறுபட்டவர்தான், மறுப்பதற்கில்லை.

பெற்றவர்களுக்கு தான் ஒற்றைப்பிள்ளை என்பதையும் மறந்து, சுதந்திரப் போராட்டத்தில் மனப்பூர்வமாய் ஈடுபட்டவர். ஆண்வாரிசைப் பெருமையாக எண்ணிய அந்தக் காலத்தில், வரிசையாய் மூன்றும் பெண்களாகப் பிறந்ததை எண்ணி துளிக்கூடக் கலங்காததோடு, தான் வெகுவாகப் போற்றிய மகாகவி பாரதியார், அன்னை கஸ்தூரிபா, கமலா நேரு ஆகியோர்களின் பெயர்களைப் பெண்களுக்குச் சூட்டி மகிழ்ந்தவர்.

அடுத்தவர்களுக்கு உதவ முன்வருவதில், கமலாம்பாளுக்குச் சரியான பிள்ளை என்று ஆதிநாள்களிலேயே பேர் வாங்கியவர். தெய்வபக்தி நிறைந்தவர். உழைக்க அஞ்சாதவர்.

சின்னதாக, எந்தப் பிரமாத மூலதனமும் இல்லாமல் துவங்கப்பட்ட 'நாராயணன் அண்ட் கோ', இன்று சென்னை நகரில் முக்கிய சிவில் என்ஜினியரிங் ஸ்தாபனங்களில் ஒன்றாகத் திகழ்வதற்கும், மைலாப்பூரில் சொந்த வீடு, போர்டிகோவில் வண்டி, சமையலுக்கும் தோட்டத்துக்கும் ஆள் என்கிற அந்தஸ்தைத் தொடுவதற்கும், நாராயணனின் அயராத உழைப்பு ஒரு முக்கியக் காரணம் என்று தயங்காமல் சொல்லலாம்.

ஆசாரம், கட்டுப்பாடு ஆகியவற்றோடு, பெண்களை பெண்மை நிறைந்தவர்களாக வளர்க்கும் அதே சமயத்தில், அவர்கள் தன்னம்பிக்கையோடும், சுயமரியாதையோடும் வாழப் பழகவேண்டும் என்பதில் அசைக்கமுடியாத நம்பிக்கை உள்ளவர்.

இதன் காரணமாகத்தான், பெண்களை ஏ.சி.சி., என்.சி.சி. போன்ற இயக்கங்களில் தீவிரப் பங்கெடுக்கத் தூண்டினார்.

"என்னது! ஆம்பள மாதிரி கால்சராயும், சட்டையும் என் பேத்தி போட்டுக்கப்போறாளா? உனக்கு புத்தி பேதலிச்சுப்போச்சாடா நாணா?" என்று அம்மா உரக்க ஆட்சேபித்துப் புலம்பியபோது,

"புரியாமப் பேசாதேம்மா... பொம்மனாட்டிக் குழந்தைகள், படிக்கற பள்ளிக்கூடத்துல இருக்கற என்.சி.சி-ல சேர்றதால எந்தத் தப்பும் நடந்துடாது! பேண்டும் சர்ட்டும் போட்டுண்டா என்ன? ஒண்ணும் ஆயிடாது! என்.சி.சி-ல இருக்கறது, மனசுக்கும் உடம்புக்கும் நல்ல எக்சசைஸ்... தாய்நாட்டப்பத்தி தெரிஞ்சுக்கறதுக்கும், தேசபக்தியோட வளர்றதுக்கும் நிச்சயமா என்.சி.சி. உதவும்!" என்று பேசி அடக்கினார்.

இதைப்போலவே, நண்பரின் பெண் திருமணமாகி வெண்ணாற்றங்கரை என்கிற ஊரிலிருந்த மாமியார் வீட்டுக்குச் சென்றபோது, பின்னால் சலசலத்த வெண்ணாற்றில் குளிக்கப்போய், நீச்சல் தெரியாத காரணத்தால் மாண்டுபோனது நடந்தபின், தன் பெண்களுக்கு நீச்சல் கற்றுத் தரவேண்டுமென்று தீர்மானித்தார்.

அந்த நாள்களில், சென்னை நகரில் மொத்தம் மூன்று நீச்சல்குளங்கள்தான்... மெரினாவில், ஒய்.எம்.சி.ஏவில், கன்னிமாரா ஹோட்டலில்... மூன்றுமே, ஆண்களும் பெண்களும் சேர்ந்து குளிக்கும் இடங்கள்.

என்ன செய்யலாம்? நாராயணன் யோசித்தார். நண்பர் மூலமாக ஒய்எம்சிஏ. நிர்வாகிகளைச் சந்தித்து, விவரத்தை விளக்கினார். "பல குடும்பத்துப் பெண்கள், ஆண்களோடு சேர்ந்து குளிக்கக் கூச்சப்படுகிறார்கள். இதனாலேயே, பலருக்கு விருப்பம் இருந்தும் நீச்சல் கற்பது சாத்தியமில்லாமல் போகிறது. இந்தக் கஷ்டம் புரிந்து, வாரத்துக்கு இரண்டு நாள்கள் காலையில் ஆறிலிருந்து எட்டுவரை, பெண்களுக்கு மட்டும் என்று நீங்கள் நேரத்தை ஒதுக்கினால், பல குடும்பத்துப் பெண்கள் மனநிறைவோடு நீச்சல் பழக முன்வருவார்கள்."

பேசியவிதத்தில் பேசியதற்கு, கைமேல் பலன். மறுவாரத்திலிருந்தே நிர்வாகிகள் தனி நேரத்தை ஒதுக்க முன்வர, இன்று நாராயணனின் மூன்று பெண்கள் மட்டுமல்ல, இன்னும் பல நண்பர்களது பெண்களும் நீச்சலில் மீன்குஞ்சுகள்தான்!

"அம்மா... நாம்பாட்டுக்குப் பேசிண்டேயிருக்கேன், நீ தனக்குத்தானே சிரிச்சுண்டேயிருந்தா என்ன அர்த்தம்?"

கோபம் தலைதூக்க பாரதி சற்றே உயர்ந்த குரலில் கேட்க, அன்னபூரணி கையை நீட்டி, மகளின் கலைந்திருந்த தலைமுடியை வாஞ்சையுடன் கோதிவிட்டார். நீளமான மூச்சை இழுத்து வெளியிட்டு, சின்னக்குரலில் பேசியபோது, என்றோ தோன்றி என்றோ மறந்து போய்விட்ட கனவு கண்களில் மெல்லியதாய் வெளிச்சம் போட்டது.

“ஹூம்... எனக்கா இஷ்டமில்லியான்னு கேக்கறே? நா குழந்தை இருந்தப்போ, இப்ப நீ ஆசைப்படற தினுசுல நானும் ஆசைப்பட்டிருக்கேன். ஆனா, வாயத் திறந்து யார்கிட்டயும் எதையும் வெளிப்படுத்தினதில்ல. அது அந்தக் காலம்! அம்மாவும் பொண்ணும், நானும் நீயும் இப்படி உக்காந்து பேசற மாதிரியெல்லாம் செய்யறத நினைச்சுக்கூடப் பாக்கமுடியாத காலம்! அதனால, முளைக்காமயே என் ஆசையெல்லாம் அழுகிப் போயிட்டதுதான் நிஜம்! சரிசரி, இப்ப அந்தப் பேச்சு எதுக்கு! அப்பாகிட்ட பேசணும், அதானே? சரி, பேசறேன்... ஆனா உன் விருப்பத்துக்கு அவர் ஒத்துப்பார்னு எனக்கென்னமோ தோணலை!”

ஆயாமல் வைத்திருந்த பீன்ஸ் காய்களை ஒவ்வொன்றாக எடுத்து ஆய்ந்தபடியே, பாரதி அம்மாவின் கூற்றைத் தலையசைத்து மறுத்தாள்.

“அப்பா வித்தியாசமானவர்ம்மா... இது உனக்கே தெரியும். தான் சரி, தப்புனு நம்பற தினுசுல சில ‘டூஸ் அண்ட் டோண்ட்’ஸ் வெச்சிருக்கார்... ஒத்துக்கறேன். ரொம்ப கண்டிப்பானவர், கட்டுப்பாடுகளைத் தன்கிட்ட மட்டுமில்லாம, அடுத்தவர்கிட்டயும் எதிர்பாக்கற மனுஷர். ரைட்! ஆனா, அப்பா ஊர் உலகத்துல இருக்கற எல்லா சாதாரண அப்பா மாதிரியானவர் இல்லேங்கறத, அவரைத் தெரிஞ்ச எல்லாருமே ஒத்துப்பா... பொம்மனாட்டிக் குழந்தைகள் சில கட்டுப்பாடு, பாதுகாப்போட வளரணும்னு நினைக்கறவர்தான்... ‘கோ எஜுகேஷன்’ ஸ்கூலுக்கு எங்களை அனுப்பறதில்ல, சாயங்காலமானா தனியா வெளிய போக சம்மதிக்கறதில்லேங்கறதெல்லாம் உண்டுதான்... ஆனாலும்மா, பொம்பள துணிச்சலோட, தன்னம்பிக்கையோட

இருக்கறது அவசியம்னு என்னை என்.சி.சி-ல சேரத் தூண்டலியா? நீச்சல் கத்துக்கறது நல்லதுன்னு, அதுக்கு ஏற்பாடு பண்ணலியா? இப்படி அடுக்கிண்டே போலாமேம்மா... உனக்கு நா ஞாபகப்படுத்தணுமா? எனக்கென்னமோ, நீ சொல்றபடி சொன்னா அப்பா ஒத்துப்பார்னே தோண்றதும்மா... ப்ளீஸ்..."

அழுத்தம் திருத்தமாக பாரதி வாதாட, அன்னபூரணி புன்னகைத்தார்.

"சரியான அப்பாக்கோண்டுவாச்சே நீ... அப்பாவ விட்டுக்குடுத்துடுவியா! அதிருக்கட்டும்... நா கேட்ட கேள்விக்கு பதில் சொல்லலியே... அப்பா வேணாம்னு சொல்லிட்டா?"

பாரதி புருவங்கள் முடிச்சுப்போட அரைநிமிஷம் யோசித்தாள். கழுத்துச் செயினை எடுத்து, கடித்து, அம்மா திட்டுவாள் என்பது நினைவுக்கு வர, கடிப்பதை நிறுத்தி மேலாக்கினுள் சங்கிலியைத் தள்ளின பிறகு, நிதானமாகப் பேசினாள்.

"அங்க சேர அப்பா சம்மதிக்கலேன்னா, அட்லீஸ்ட் கிளாஸுக்குப் போய் நா கத்துக்கவாவது அவர் ஒத்துக்கணும்... ரெண்டு வருஷமா இந்த ஆசை துளித்துளியா எனக்குள்ள ஜாஸ்தியாகி, இப்ப ரொம்ப அதிகமா, நினைச்சுட்டா கைகாலையெல்லாம் பரபரக்கவெக்கற ஒரு தவிப்பாட்டம் ஆயிடுத்து! நா என்ன சொல்றேன்னு உனக்குப் புரியறதில்ல? ப்ளீஸ்ம்மா..."

சட்டென்று பாரதியின் கண்கள் கலங்க, குனிந்து அவள் கையை ஆதங்கத்துடன் அன்னபூரணி பற்றிக்கொண்டார்.

"அட அசடே! இதுக்குப்போய் வருத்தப்படுவாளா! என்னால முடிஞ்சவரைக்கும் அப்பாகிட்ட பேசிப்பாக்கறேன்... நீ கண்ணைத் தொடச்சுண்டு, ஏதாவது வேலையிருந்தா பாரு... இல்ல, எழுந்து குளிக்கப் போ..."

அம்மாவின் பேச்சு இதநாழிகை இல்லாத நம்பிக்கையைத் தர, பாரதி மெள்ள எழுந்து வாசலைப் பார்க்கப் போனாள்.

கூடத்தில் பேப்பரும் கையுமாக அமர்ந்திருந்த நாராயணன், இவளைக் கண்டதும் வம்புக்கு இழுத்தார்.

“விடிஞ்சதும் விடியாததுமா, அம்மாவோட என்ன கான்ஃபரன்ஸ்?” பாரதி சிரித்து மழுப்பப் பார்த்தாள்.

“ஒண்ணுமில்லப்பா... சும்மா கொஞ்ச நாழி பீன்ஸ் ஆய்ஞ்சு குடுத்துட்டு வந்தேன்...” ஞாயிற்றுக்கிழமை என்பதால் கூடத்திலேயே அமர்ந்து கமலாவுடன் கேரம் ஆடிக்கொண்டிருந்த கஸ்தூரி, தலையை நிமிர்த்தாமல், சிவப்புக் காய்க்குக் குறி வைத்தபடியே பேசினாள்.

“ஹை... ஹை... டபாய்க்கறாப்பா! கொஞ்ச நேரமாவே அம்மாகிட்ட ஏதோ குசுகுசுன்னு பேசிண்டிருந்தா... நா பாத்தேன்! பீன்ஸும் ஆயல, ஒண்ணுமில்ல!”

“ஆமா... இவ பெரிய சி.ஐ.டி., உண்மையக் கண்டுபிடிச்சு சொல்றதுக்கு! ஏய் கஸ்தூரி, வீணா என் வழிக்கு வந்து வம்ப விலைக்கு வாங்காதேன்னு எத்தனை தடவை சொல்லியிருக்கேன்? பாருங்கோப்பா...”

அங்கேயே நின்றால் அப்பா மேலும் ஏதாவது கேட்க முனைந்தால் தனியாக மாட்டிக்கொள்வோமே என்கிற பயம் எழ, “நா குளிக்கப்போறேன்...” என்று மெதுவாகக் கூறிவிட்டு, அவசரமாய் உள்ளறைக்குச் சென்றாள் பாரதி.

சொன்ன வார்த்தையைக் காப்பாற்றும் உத்தேசத்தோடு, அன்று மாலையே பாரதி அருகில் ஆர்வத்தோடு நிற்க, நாராயணனிடம் அன்னபூரணி பேச்சைத் துவங்கினார்.

கணவரின் குணம் அறிந்தவளாய், சுற்றி வளைக்காமல் நேரடியாய் விஷயத்துக்கு வந்தார்.

“பாரதி காலேஜ்ல சேர்றதப்பத்தி உங்ககிட்ட பேசணும்...”

இன்கம்டாக்ஸ் பற்றின புஸ்தகத்திலிருந்து பார்வையை உயர்த்தி, மனைவி மகளை ஏறிட்டுப் புன்னகைத்தார் நாராயணன்.

“எந்தக் காலேஜ்ல சேத்துப்பாங்கற பயமே உனக்கு வேண்டாம்... எம்பொண்ணு அத்தனை சப்ஜெக்ட்லயும்

எண்பதுக்கு மேல... தங்கத் தாம்பாளத்துல அட்மிஷன் கார்டை வெச்சு, ஆளாளுக்குக் கூப்பிடப்போறா! நீ வேணா பாரேன்..."

நாராயணன் தன் ஜோக்கைத் தானே ரசிக்கிற மாதிரி உரக்கச் சிரிக்க, அன்னபூரணி பாரதியை ஒருதரம் ஏறிட்டுவிட்டு, நாவால் உதட்டை ஈரப்படுத்திக்கொண்டு பேசினார்.

"வந்து... காலேஜ் எதுலயும் சேர பாரதிக்கு இஷ்டமில்ல..." கேட்டதை நம்பமாட்டாமல் நாராயணன் கண்ணகல உரக்க வினவினார், "அப்பறம்?"

"க... கலாக்ஷேத்ரால சேந்து டான்ஸ் கத்துண்டு, டிப்ளமோ பண்ணணும்னு..." சொல்ல வந்ததை முடிக்காமல் அன்னபூரணி நிறுத்த, சில நொடிகள் சும்மா இருந்துவிட்டு, "என்ன ஆசை இது திடீர்னு அன்னம்?" என்றார் நாராயணன், கனத்த குரலில்.

"திடீர்னு இல்ல... ரெண்டு வருஷமாவே டான்ஸ் கத்துக்கணும்னு இவ ஆசைப்படறது எனக்குத் தெரியும். அம்மாவுக்குப் பிடிக்காதுன்னு நா எடமே குடுக்கல... இப்ப..."

"இப்ப?"

நாராயணன் எடுத்துக்கொடுக்க, அன்னபூரணி மேற்கொண்டு என்ன பேசுவதென்று புரியாத மாதிரி மௌனித்தார்.

கண்ணாடியைக் கழற்றி மேஜைமேல் போட்ட நாராயணன், எழுந்து கைகளைப் பின்னால் கோர்த்தபடி இப்படியும், அப்படியும் நடந்தார்... நின்று பாரதியை ஏறிட்டுத் தீர்மானமாகப் பேசினார்.

"ஸாரிம்மா... உன் விருப்பத்துக்கு நா சம்மதிக்கப்போறதில்ல! கலாக்ஷேத்ரால சேர்றதோ, டான்ஸ் கத்துக்கறதோ பிடிக்காம நா வேண்டாம்னு சொல்லல... காலம் இருக்கற இருப்புல, பொண்களுக்கு அகடமிக் குவாலிஃபிகேஷன் அவசியம்னு நா நம்பறேன். அத மொதல்ல முடிச்சுடு, அப்பறமா மத்ததப் பாத்துக்கலாம். தன்னம்பிக்கையோட வாழ்க்கைல எதிர்ப்படற பிரச்சினைகளை சமாளிக்க, படிப்பு நல்ல அஸ்திவாரமா உதவும். அதனால, காலேஜ்ல சேந்து டிகிரி வாங்கறது என்னைப்

பொறுத்தவரை முக்கியம். நா சொல்றத உங்க ரெண்டு பேராலுமே புரிஞ்சுக்க முடியும்னு நினைக்கறேன்...”

வார்த்தை வார்த்தையாக, ஆனால் தெளிவான உறுதியோடு அவர் பேசின பிறகு, இனி வாதாடுவதில் அர்த்தமேயில்லை என்பது புரிய, கலங்க முற்பட்ட பாரதியின் கையை ‘பதட்டப்படாதே, நிதானமா இரு’ என்கிற பாவனையில் அழுந்தப் பிடித்த அன்னபூரணி கெஞ்சலாய்க் கேட்டார்.

“நீங்க எதையுமே யோசனை பண்ணி, மத்தவாளுக்கு எது சரியோ அதத்தான் சொல்லுவேள்னு தெரியும். அதனால உங்க முடிவ இவள ஏத்துக்க வெக்கறது என் பொறுப்பு. ஆனா... வந்து... குழந்தையோட விருப்பத்தையும் நாம நினைச்சுப்பாக்கணும் இல்லியா? டான்ஸ் கத்துக்கணும்ங்கற ஆசை இவளுக்குக் கழுத்து மட்டுக்கு இருக்கு... அதனால...”

“அதனால?”

“வந்து... பக்கத்துத் தெருவுல டான்ஸ் மாஸ்டர் ராஜமாணிக்கம் நடத்தற கிளாஸுக்குப் போய் இவ டான்ஸ் கத்துக்கவாவது நீங்க கட்டாயம் சம்மதிக்கணும்...”

படபடவென்று பேசியவளையும் மகளையும், கண்கள் இடுங்க நாராயணன் வெறித்தார்.

பின், “ஸாரிம்மா, இதுக்கும் என்னால ஒத்துக்க முடியாது. இருட்டினப்பறம் தனியாப்போய், கும்பல்ல ஒருத்தியா நீ டான்ஸ் கத்துக்கறதுல எனக்கு விருப்பமில்ல...” என்றவர், கொஞ்சம் தாமதித்து, ஒரு சஸ்பென்ஸ் பார்வையோடு, “வேணுன்னா, மாஸ்டரை வீட்டுக்கு வரவழைச்சு, பொறுப்பா கத்துக்கோ... எனக்கு ஆட்சேபணை இல்ல!” என்றபோது, மெது மெதுவாகக் குறும்புப் புன்னகை ஒன்று அவர் உதடுகளில் பரவவே செய்தது.

———

4

'யாரென்று ராகவனை எண்ணினீர் அம்மா -
இதை அறிந்ததும் சொன்னீரோ? அறியீரோ?'

ராம நாடகத்தில் மாயமான் உருக்கொண்ட மாரீசனைத் தொடர்ந்து ராமன் செல்ல, அடிபட்ட ராட்சஸன் வேண்டுமென்றே 'லக்ஷ்மணா' என்று அலறியபடி சாய, அந்தக் கதறலைக் கேட்ட சீதாதேவி வாஸ்தவத்திலேயே ராமச்சந்திரமூர்த்தி தம்பியை உதவிக்கு அழைக்கிறார் என்ற பதட்டத்தில் மைத்துனனை ஏச, பரிதவிப்புடன் அண்ணனின் பராக்ரமங்களை இளையவர் அண்ணிக்கு நினைவூட்டும் இடம்.

'யாரென்று ராகவனை...' என்கிற பல்லவியை ஆசிரியர் சுழற்றிச்சுழற்றி நிரவல் செய்து பாட, ஒரே வரிக்கு வெவ்வேறு விதமாய் ஸ்வானுபாவத்துடன் பாரதி அபிநயிக்க முற்பட்டாள்.

இடக்கையில் கோதண்டமும், வலக்கையில் தரையில் ஊன்றிய அம்புமாய், விரிந்த மார்பும், உயர்ந்த புஜங்களும், புன்னகை ததும்பும் முகமுமாய்க் காட்சியளித்த கோதண்டராமர் கணத்தில் மறைந்து, தாயின் விருப்பத்தையும், தந்தையின் ஆணையையும் சிரமேற்று, காட்டுக்குச் செல்லும் தசரதராமனாகி, பின்னர் மனைவிக்காகப் பொன்மானைத் துரத்திக்கொண்டு ஓடிய சீதாராமனாக மாற, இரண்டே வரிகளில் ராமாயணத்தின் முற்பகுதியை அற்புதமாக மகள் பாவத்தாலும், அபிநயத்தாலும் சித்தரிப்பதை ஒருபக்கமாய் அமர்ந்தபடி பார்த்துக்கொண்டிருந்த

அன்னபூரணிக்கு சந்தோஷத்தில் நெஞ்சு விம்மியது. கண்ணோரத்தில் நீர்ப்பூக்கள் பளபளக்க முற்பட்டன.

'ஏற்காத வார்த்தை இது - வசையோ, அடுக்குமோ - அம்மா
போரில் எண்டிசை அதிபரும் அண்டின படையுடன்
மண்டினாலும் என் அண்ணன் சுண்டுவிரல் போதாதோ?'

ராமபிரானுக்கு ஆபத்தா? அந்த ராமச்சந்திரமூர்த்தியின் பராக்ரமத்தில் சந்தேகமா? எட்டுத்திசை அதிபர்களும் ரத, கஜ, துரக, பதாதிகளுடன் வந்தாலும், அத்தனை பேர்களின் பலமும் என் அண்ணனின் சுட்டுவிரலுக்குச் சமமாகுமா?

முதலில், என்ன இப்படிப் பேசிவிட்டீர்களே என்கிற பதைப்பு... தொடர்ந்து, இப்படிப் பேசியது நீங்கள்தானா என்கிற வியப்பு... இறுதியாக, என் அண்ணன் எத்தனை வீராதி வீரர் தெரியுமா என்கிற பெருமிதம்...

கண்சிமிட்டும் நாழிகையில் பாரதி பதறி வியந்து, கர்வநடை நடக்க, அன்னபூரணி நெகிழ்ந்தார். சிலிர்த்தார்.

'ஆதிருத்ரன் வில் ஒருவர் ஓடிக்கப்போமோ? அதை
அறிந்தும் பெண் ஒருத்தியாலே நின்சித்தம் நோகுமோ -
பேதையாம் என்னையும் சோதிக்கலாமோ?
நல்ல வேதண்டம் என்ன பெரும் கோதண்டம்தனை அண்ணன்
காதண்டம் வளைக்கும் முன் மூதண்டம் பிளக்குமே...'

ஜனகனின் சபையில் ஜானகியின் சுயம்வரம். ஆனானப்பட்டவர்கள் வந்து வில்லை உடைக்க முடியாமல் திணறுகிறார்கள். கோசலை மைந்தன் அனாயாசமாய் சிவதனுசைத் தூக்கி, நாண் ஏற்றி, வில்லை இரண்டாக உடைக்க, பிராட்டி அண்ணலுக்கு மாலையிட்டு அவர் உடைமையாகிறார்...

சுயம்வர மண்டபத்தையும், நாணம் ததும்பி நிற்கும் அண்ணனையும், வில்லை அசைக்க முடியாமல் தோற்றுப்போகும்

மன்னர்களின் அவமானங்களையும், ராமபிரானின் கம்பீரத்தையும், அலட்சியமாக சிவதனுசை முறிப்பதையும், சபையோர்களின் 'ஆஹா'காரத்தையும், தேவியின் புளகாங்கிதத்தையும் நேர்த்தியாக அபிநயித்து, ஒருசில நிமிஷங்களில் சீதாபிராட்டியின் திருமணத்தைப் பாங்குற பாரதி கண்முன் கொணர்ந்து நிறுத்த, 'என் கண்ணே' என்று வாய்விட்டு அரற்றத் தோன்றிய சந்தோஷத்தைச் சிரமப்பட்டு அன்னபூரணி அடக்கிக்கொண்டார்.

எங்கிருந்து வந்து புகுந்துகொண்டது இந்தப் பெண்ணுக்குள் இப்படியொரு தெய்வீக வித்தை! ஆசிரியரே மெய்மறந்து போகும் தினுசில், அதென்ன முகபாவம், அபிநயம்! பரதம் கற்கத் துவங்கி இன்னும் மூன்று ஆண்டுகள்கூடப் பூர்த்தியாகவில்லை... அதற்குள், கைதேர்ந்த நடனமணியிடம் மட்டுமே காணப்படும் அங்க அசைவுகள், அபார சுயலயிப்பு!

வழக்கமாய் ராஜமாணிக்கம் லேசில் எவரையும் பாராட்டிவிடும் மாஸ்டர் இல்லை என்பதோடு, முதல் ஒரு வருஷம் அடவுகளை மட்டுமே திரும்பத்திரும்ப சொல்லிக்கொடுத்து உரமேற்றும் கடினமான ஆசான் என்பது ஊருக்கே தெரியும்தான்.

ஆனால், பாரதி விஷயத்தில் அவர் எள் என்பதற்கு முன் இவள் எண்ணெயாகத் தன்னைத் தயார் பண்ணிக்கொண்டு, எட்டாம் மாசம் முடிவதற்குள் கற்றுத்தந்த அடவுகள் அத்தனையும் கச்சிதமாய் மூன்று காலங்களில் ஆடிக்காட்ட, அலாரிப்பு, ஜதீஸ்வரத்தைத் தொடர்ந்து சரியாகப் பயிலத் துவங்கி ஒன்றரை வருஷத்துக்கெல்லாம், 'சதங்கை அரங்கேற்றத்தை' ராஜமாணிக்கம் நிறைவோடு நடத்தியது நிஜம்.

நெருங்கின உறவினர்கள் பத்துப்பேரை அழைத்து, ஒரு சுபதினத்தில் பூஜையில் வைத்த சலங்கைகளை கால்களில் கட்டி பாரதி ஆடியபோது, அவளுடைய நாட்டியத்தைக் கண்டவர்கள் மெய்மறந்துதான் போனார்கள்.

சதங்கை அரங்கேற்றத்தைத் தொடர்ந்து ராகமாலிகை வர்ணம், பதங்கள்... பத்து நாள்களுக்கு முன்பு, கனடா ராக தில்லானாகூடப் பாடமாகிவிட்டது. இன்னும்...

“இன்னிக்கு ஆட்டம் போறும்மா... தட்டிக் கும்பிட்டுக்க...” மாஸ்டர், “தை தித்தை...” என்று சொல்லி தட்டுக்குச்சியால் தட்ட, பாரதி இரண்டு கைகளையும் மார்புக்கு நேராக கடகாமுக முத்திரையில் பிடித்து, கால்களைத் தட்டி, முழு மண்டியில் உட்கார்ந்து பூமியைக் கைகளால் தொட்டுக் கண்களில் ஒற்றிக்கொண்டு அன்றைய பயிற்சியை முடித்தாள்.

தட்டுக்குச்சியைக் கீழே வைத்த ராஜமாணிக்கம், அன்னபூரணி பக்கம் திரும்பினார். ‘எப்படி என் மாணவியின் ஆட்டம்!’ என்று அந்தப் பார்வை கர்வத்தோடு கேட்பது புரிய, அன்னபூரணி மகிழ்ச்சியாகப் புன்னகைத்தார்.

சமையல்கட்டுக்குச் சென்று, சமையல்கார அம்மாள் தயாராகக் கலந்து வைத்திருந்த காபியை ஆசிரியரிடம் கொணர்ந்து நீட்டினாள் பாரதி. அதை வாங்கி நுரைபொங்க ஆற்றியபடியே ராஜமாணிக்கம் பேசினார்.

“பத்து நாளாவே அம்மாகிட்ட பேசணும்னு நினைப்பு... ஆனா, ஒவ்வொரு கிளாஸும் போதும் யாரோ வேத்து மனுஷங்க கூட இருந்ததால, பேசமுடியல...”

சொல்லுங்கள் என்கிற அர்த்தத்தில் அன்னபூரணி அவரைப் பார்க்க, ஒரு வாய் காபியை விழுங்கியவர், தொடர்ந்தார்.

“வேற ஒண்ணுமில்ல... பாடம் துவங்கி ரெண்டரை வருஷம் ஆயாச்சு... பாப்பாவும் எல்லா அயிட்டங்களையும் பிளாட்டிங் பேப்பராட்டம் புடிச்சுக்குது! தில்லானாகூட பாட மாயிடுச்சு, பாத்தீங்கல்ல? நாலு பதம், ஒரு ஜாவளி எல்லாம் பர்ஃபெக்டா ஆகுது! இன்னும், குறவஞ்சியோ, இல்ல ஒங்களுக்கு விருப்பம்னா ஆண்டாள் நாட்டியமோ கத்துக்குடுக்க வேண்டியதுதான் பாக்கி... ஒரு ‘மார்க்கம்’ பயிற்சி ஆயிடுச்சுன்னா, ரங்கப்பிரவேசம் செஞ்சிடலாம்னு பரத சாஸ்திரமே சொல்லுது...”

“மார்க்கம் கத்துண்டா, ரங்கபிரவேசம் செய்யலாமா? அப்படீன்னா?” லேசான குழப்பத்துடன் அன்னபூரணி வினவ, ராஜமாணிக்கம் வாயைத் துண்டால் துடைத்துக்கொண்டு உரக்க சிரித்தார்.

“அது எங்க பரிபாஷைம்மா... பரத சாஸ்திரத்துல அலாரிப்புலேருந்து தில்லானா வரைக்கும் உள்ள நடனங்களை ஒரு ‘மார்க்கம்’னு பரதமுனிவர் குறிப்பிட்டுச் சொல்றாரு... அதாவது, ஒரு ஃபுல் கோர்ஸ்னு வெச்சுக்கங்களேன்! ரங்கபிரவேசம்னா, வேற ஒண்ணுமில்ல... அரங்கேத்தத்தான் அப்படிச் சொல்வோம்...”

“ஓ!” என்ற அன்னபூரணி, என்ன பதில் கூறுவதென்று புரியாமல் மௌனித்தார். சதங்கை அரங்கேற்றத்தன்று நாட்டியத்தைக் கண்டுகளித்த உறவினர்கள் ஆஹா, ஊஹூ என்று புகழ்ந்ததும், ‘பாரதி நாடு புகழும் நடனமணியாக வரப்போகிறாள்’ என்று ஜோஸ்யம் கூறிவிட்டுப் போனதும், அன்றிரவு தனிமை கிடைத்தபோது நாராயணன் ‘நம்ம பாரதி ஆத்ம திருப்திக்காகக் கத்துண்டு ஆடறாங்கறது புரியாம, ஆளாளுக்கு என்னென்னமோ பேசிட்டுப்போறா இல்ல?’ என்று புருவங்களைச் சுருக்கியவாறு பேசியதும் நினைவுக்கு வர, ஏனோ அடிவயிற்றில் கவலை முடிச்சுப்போட்டது.

இன்றுவரை அரங்கேற்றம்பற்றிக் கணவரிடம் அன்னபூரணி பேசியதில்லை என்பதுதான் உண்மை. பெண் அபாரமாக ஆடுவதும், அவளுக்குள் அரங்கேற்ற ஆசை முட்டுவதும் புரிந்தும்கூட, வலியச் சென்று புருஷனிடம் பேச்செடுக்காததற்குக் காரணம், பயம்... ‘என்னது? அரங்கேத்தமா? பளிச்சுனு டிரெஸ் பண்ணிண்டு, பத்து ஆம்பளை பாத்து ரசிக்க என் பொண்ணு மேடையேறி ஆடறதா? இம்பாஸிபிள்!’ என்று அடிக்குரலில் பேசி, தீர்மானமாக மறுத்து விடுவாரோ என்கிற பயம். நதிக்கரைக்கு வந்த பிறகு, அதை எவ்வாறு கடப்பதென்று யோசித்துக் கொள்ளலாம் என்கிற சமாதானம்.

கடைசியில், அந்த நாள் வந்துவிட்டதா? “என்னம்மா... அரங்கேத்தம்னு சொன்னதுமே, மகளை மேடை விளக்கு வெளிச்சத்துல கற்பனை பண்ண ஆரம்பிச்சிட்டீங்களா?” கிண்டலோடு ராஜமாணிக்கம் வினவ, சமாளிக்கும் ரீதியில் அன்னபூரணி புன்னகைத்தார்.

“பாப்பாவ எதிர்ல உக்காரவெச்சுகிட்டே சொல்றதுல எனக்கொண்ணும் தயக்கமில்ல... உண்மையத்தானே சொல்லப்போறேன்! எப்படியும் ஊரறிய ஒருநாள் சொல்லப்போறத, இப்பவே உங்களண்ட சொல்லிடறேன், கேட்டுக்கங்க... மொதமொதல்ல பாடத்தை பாரதிக்கு ஆரம்பிச்சப்போ, இந்தளவுக்கு சூட்டிகையா, பரதக்கலைல ஈடுபாடு உள்ளவளா அவ இருப்பான்னு நா நினைக்கலதான்... ஆனா, பத்து அடவுங்க முடியறதுக்குள்ள, ஓஹோ, இது சாதாரண ஸ்டூடண்ட் இல்லேன்னு புரிஞ்சுபோச்சு! இன்னிக்குப் புது அடவு சொல்லிக் குடுத்துட்டுப் போனா, அடுத்த கிளாஸுக்குள்ளார மூணு காலத்துலயும் கச்சிதமா ஆடிக் காட்டும்! காலேஜ்ல பரிட்சை இருந்தாக்கூட, கிளாஸ நிறுத்தாது... அதும்பாட்டுக்கு அது, இதும்பாட்டுக்கு இது! நானும் எத்தனையோ பசங்களுக்குப் பாடமெடுக்கறேன்தான்... ஆனாலும், ஒரே மாசத்துக்குள்ள ராகமாலிகை வர்ணத்த பர்ஃபெக்டா பாடம் யாரும் பண்ணினதில்ல! நிஜம்மா சொல்றேன், வழுவூராருக்கு குமாரி கமலா கிடைச்ச மாதிரி, எனக்கு பாரதி அமைஞ்சிருக்குன்னே நா நினைக்கறேன்!”

முகத்துக்கு எதிரிலேயே இத்தனை உயர்வாய் ஆசிரியர் பாராட்டிவிட்ட பரவசத்தில், கண்கள் கலங்க பாரதி கூச்சத்தோடு தலையைக் குனிந்துகொள்ள, நெகிழ்ச்சியோடு அன்னபூரணி சொன்னார்.

“நீங்க உயர்வா இவ ஆட்டத்தப்பத்திப் பேசறதக் கேக்கறப்போ, ரொம்ப நிறைவா இருக்கு, சார்... எல்லாத்துக்கும் உங்க சிறப்பான டியூஷன்தான் காரணம். நீங்க சிரத்தையா கத்துத்தரேள், அவ ஆடறா...”

பையிலிருந்த வெற்றிலைப் பொட்டலத்தை எடுத்துப் பாக்கை வாயில் போட்டுக்கொண்ட ராஜமாணிக்கம், இல்லையென்று மறுத்தார்.

“சொல்லித்தந்தா மட்டும் பத்தாதும்மா... பிடிச்சுக்கற புத்தி வேணும்! எத்தனையோ பணக்கார வீட்டுக் கொழந்தைகளுக்கு

நா சொல்லித்தரேன்தான்... ஆனா, ஏனோதானோன்னு அதுங்க ஆடறப்போ, தட்டுக்குச்சியால முழங்கால்ல ஓங்கி போடலாமான்னு ஆத்திரம்தான் வரும்! போன மியூசிக் சீஸன்ல சுப்புடு சார் என்கிட்ட, 'வரவர சுத்தபத்தமா அரைமண்டில உக்காந்து ஆடற பரதநாட்டியமே குறைஞ்சிட்டு வருது'ன்னு வருத்தப்பட்டுக்கிட்டப்போ, பொறுக்கமாட்டாம, 'அடுத்த வருஷம் என் சிஷ்யப்பொண்ணு ஒருத்திக்கு அரங்கேத்தம் பண்ணுவேன், அந்த ஆட்டத்தப் பாத்தீங்கன்னா, சத்தியமா நீங்க மனசு குளுந்துபோவீங்க'ன்னு சொன்னேன்! ஆமாம்மா... வசிஷ்டர் வாயால பிரும்ம ரிஷின்னு பேர் வாங்கணும்... சுப்புடு சார்கிட்ட அரங்கேத்தத்துலயே நம்ப பாரதி பாராட்டுப் பெறணும்... அதான் என் ஆசை! அதுக்கு அவளுக்குத் தகுதியிருக்கு! தேதி, சபாவ தீர்மானம் பண்ணிட்டம்னா, டெல்லிக்கு எழுதி, சுப்புடு சாரைத் தலைமைதாங்க எப்படியும் வரவழைச்சிடணும்..."

கண்களில் பெருமை வெளிச்சம்போட, நீளநீளமாய் ராஜமாணிக்கம் பேசியதும், வாஸ்தவமாகவே அன்னபூரணி அரண்டுதான் போனார், இந்த மனிதருள் இத்தனை நம்பிக்கையா என்று.

அதனால்தான், அன்றிரவே துணிச்சலை வரவழைத்துக்கொண்டு, கணவரிடம் இது குறித்துப் பேசினார்.

டான்ஸ் மாஸ்டரின் விருப்பத்தையும், மகளின் ஆட்டத் திறமையையும் எடுத்துச்சொல்லி, "அரங்கேத்தம் பண்றதுதான் நியாயமான முடிவுன்னு நானும் நினைக்கறேன்..." என்று அன்னபூரணி சின்னக்குரலில் கூறி முடித்துச் சில நிமிஷங்கள் சென்றும், நாராயணன் எதுவுமே பேசாமல் கண்களை மூடியபடி அமர்ந்திருந்தார்.

பின், கண்ணாடியைக் கழற்றி வேஷ்டியில் துடைத்து மறுபடியும் அணிந்துகொண்டார். விரல்களால் மேஜைமேல் தாளம் போட்டவாறு யோசித்தார். தனக்குத்தானே ஒரு முடிவுக்கு வந்துவிட்ட பிறகு, தெளிவாகப் பேசினார்.

“ஆல்ரைட்... மாஸ்டர் ஆசைப்படறார்ங்கறதோட, பாரதி பிரமாதமான ஈடுபாடோட ஆடறதையும் நினைச்சுப்பாக்கறப்போ, அரங்கேத்தம் செய்றதுல எந்தத் தப்புமில்லேன்னே எனக்கும் தோணறது... ஆனா, ஒண்ணு... கவனமா கேட்டுக்கோ... அரங்கேத்தம் ஆனப்பறம், டான்ஸ் ஆடி வியாபார ரீதில பணம் சம்பாதிக்க மாஸ்டரோ பாரதியோ, இல்ல நீயோ நினைச்சா, அதுக்கு மட்டும் நா கட்டாயம் ஒத்துக்கவே மாட்டேன்! பரதநாட்டியம் ஒரு தெய்வீகக் கலைன்னு பெரியவா சொல்லுவா... சாட்சாத் பரமேஸ்வரன்கிட்டேயிருந்து தோணினது... அதனால, பயபக்தி கெடாம அரங்கேத்தம் பண்ணி, விஷயம் தெரிஞ்ச நாலுபேர் பாரதி சுத்தபத்தமா ஆடறான்னு ஆமோதிக்கறதும், விஷய ஞானம் உள்ளவா ரசிக்கறதும் போறும்! அதுக்கும் மேல இந்த சபால, அந்தக் கல்யாணத்துல, புரோக்ராம் வெச்சுக்கலாமாங்கற பேச்சே கூடாது! என்ன, சரிதானா?”

கறாரான நிபந்தனைகளுடன் பச்சை விளக்கு எரிய, அடுத்த மூன்று மாசங்களும் தலைகால் புரியாத சந்தோஷத்துடன் அன்னபூரணி அரங்கேற்ற ஏற்பாடுகளைக் கவனித்தார்.

வீட்டில் வாத்தியங்களுடன் தினமும் ஒத்திகை நடந்தது ஒருபக்கம் என்றால், உடைகள் தைத்து, நகைகள் வாங்கி, ஆசிரியருக்கு அளிக்கவேண்டிய சன்மானங்களைத் தயார்செய்து, அழைப்பிதழ்களை அச்சடித்து அனுப்புவது போன்ற இதர ஏற்பாடுகள் இன்னொரு பக்கம்.

ராஜமாணிக்கத்துக்கு மனம்போல மாங்கல்யம்... சுப்புடு சார் டெல்லியிலிருந்து பிரத்யேகமாய் தலைமை தாங்கவென வந்ததுமல்லாமல், “பாரதியின் நடனம் அப்பழுக்கில்லாமல் இருக்கிறது. சிரத்தையோடு உழைத்தால், நாட்டின் முன்னணி நடனமணியாகத் திகழ்வது நிச்சயம்!” என்று மனப்பூர்வமாக வாழ்த்திவிட்டுப் போனார்.

அடுத்து வந்த மாசங்களில் இரண்டு நிதியுதவிக் கச்சேரிகளும், கிருஷ்ணகான சபையின் நாட்டிய விழாவிலும்

பாரதியின் நடனக் கச்சேரி நடைபெற்றதும், எழுதப்பட்ட நடன விமர்சனங்கள் ஓஹோவென்று அமைந்துவிட, தன் கண்டிப்பைத் தளர்த்திக்கொண்டு சில சபாக்களில் நடனமாட நாராயணன் ஒப்புதல் அளித்தார்.

ஆனால், மகளின் நாட்டியமாடும் திறமையை எல்லோரும் நன்கு உணரும் வகையில் கச்சேரிகளை அனுமதிப்பதன் மூலம் கணவர் துளித்துளியாக மாறிவருகிறார் என்று அன்னபூரணி யாருக்கும் தெரியாமல் குதூகலித்ததை அதிக நாள்கள் நீடிக்கவிடாமல், ரொம்ப சீக்கிரமே அந்தச் சம்பவம் நடந்தது.

———

5

ரொம்ப நேரமாய் சலனம் எதுவும் தென்படாமல் இருந்த பொந்துக்குள் கறுப்பாய் ஏதோ அசைந்ததைத் தொடர்ந்து, தலை மட்டும் வெளியே தயக்கத்தோடு நீண்டது.

பச்சைத் தலை, மிளகாய்ப் பழ நிறத்தில் அலகு, சின்னக் கறுப்புக் குன்றிமணியாய் கண்.

இப்படியும் அப்படியும் தலையைத் திருப்பிப் பார்த்துவிட்டு, 'க்கீ...கீர்...' என்று அது ஒலியெழுப்பியதும், இரண்டாவது தலை ஒன்று வெளியில் நீண்டது.

முதல் குஞ்சுக்கு இருந்த துணிச்சல் இரண்டாவதற்கு இல்லை. எட்டிப்பார்த்துவிட்டு பயந்துபோனது, மறுபடி பொந்துக்குள் மறைந்துகொள்ள, முதலாவது, 'என்ன கோழைத்தனம் இது' என்கிற தினுசில் 'க்கி...க்கீ...' என்று குரல் எழுப்பிவிட்டு, தன் சூரத்தனத்தை நிரூபிக்கிற மாதிரி அலகால் பொந்தின் விளிம்பைக் கவ்வி, மரப்பட்டையை உடைக்கப் பார்த்தது.

பொந்தில் குஞ்சுகள் இருப்பதை முதல் நாள் பாரதி எதேச்சையாய் கவனித்திருந்தாள். மதியவேளையில் அவை வெளியே தலைகாட்டக்கூடும் என்கிற எதிர்பார்ப்பில், அப்பாவின் பைனாகுலரைக் கையில் வைத்தபடி நின்றிருந்தது வீணாகவில்லை.

தூரதிருஷ்டிக் கண்ணாடிகளைக் கண்களில் பொருத்திப் பார்த்தபோது, நாற்பதடியில் இருந்த மரமும், கிளிக்குஞ்சுகளும், எட்டித் தொட்டுவிடுகிற தூரத்திற்கு வந்தன.

அலகால் மரப்பட்டையை உரிக்கப்பார்த்த குஞ்சின் கழுத்தில், கயிறு கட்டின மாதிரி கறுப்பு வளையம்...

கழுத்தில் கறுப்பு வளையம் இருந்தால் அது ஆண்கிளி என்று ஏதோ புஸ்தகத்தில் படித்திருந்தது நினைவுக்கு வந்தது.

அந்தப் பவழ மூக்கும், துருதுருவென்ற செயலும், அதன் விஷமபுத்தியை வெளிச்சம் போட்டுக் காட்ட, தாவிச்சென்று கிளிக்குஞ்சைக் கையிலேந்தி, 'டே கண்ணா' என்று கொஞ்ச வேண்டும்போல இருந்தது.

பொந்தின் ஓரத்தைக் கடித்து ஒடிக்க அந்தக் குஞ்சு படாதபாடு பட்டுக்கொண்டிருக்கையில், திடுமென எங்கிருந்தோ அணில்கள் இரண்டு ஒன்றையொன்று துரத்திக்கொண்டு 'கக்கக்கக்' என்று உச்சஸ்தாயியில் கத்தியவாறு பொந்தை அடுத்திருந்த மரக்கிளையில் ஓட, என்னவோ ஏதோவென்று பயந்துபோன கிளிக்குஞ்சு பொந்தினுள் அவசரமாய் மறைந்தது.

அப்படியே நின்று, மீண்டும் கிளிக்குஞ்சு வெளியில் வருமென்று காத்து அலுத்துப்போனபின், பாரதி பைனாகுலரை மரத்தின் இதர பகுதிகளுக்குத் திருப்பினாள்.

மொட்டைமாடியில் துளி வெயில் விழாமல் ராட்சஸ குடை மாதிரி கவிழ்ந்திருந்த அந்தத் தூங்குமூஞ்சி மரத்தின் இலைகளுக்குச் சரியாய் பூத்திருந்த மலர்கள் கவனத்தை ஈர்த்ததும், ஒரு பூவின் மேல் பார்வையை நிலைக்கச்செய்து ஊன்றிப்பார்த்தாள்.

உள்ளங்கை அளவில் வட்டமான பூ... ரோஜா நிறம். நூற்றுக்கணக்கில் அசைந்த மகரந்தக் காம்புகள்... சன்னமாக 'லேஸ்' போல... இல்லை... மன்னர்களுக்கு வீசும் சாமரம் போல... இல்லையில்லை, விஷ்ணு சக்கரத்தின் கதிர்வீச்சுக்கள் போல...

பைனாகுலரைத் தழைத்துவிட்டு, மொட்டைமாடியில் விழுந்திருந்த பூ ஒன்றைக் கையிலெடுத்து பாரதி பார்த்தாள்.

ஆமாம்... விஷ்ணுச்சக்கரம் மாதிரி அழகான பூதான். இத்தனை அற்புதமான பூக்களைப் பூக்கும் மரத்திற்குப்போய்,

தூங்குமூஞ்சி மரம் என்று பேர் வைக்க எப்படி மனசு வந்ததோ! உடனடியாக, 'இனிமேல் யாரும் இந்த மரத்தைத் தூங்குமூஞ்சி மரம் என்று அழைக்கக் கூடாது, விஷ்ணுச்சக்கர மரம் என்றே குறிப்பிட வேண்டும்!' என்று உத்தரவு போட முடிந்தால் எத்தனை நன்றாக இருக்கும்!

'என்னிடம் மட்டும் அதிகாரம் இருந்தால்...'

தொடர்ந்து ஆணையை மனசுக்குள் நிறைவேற்ற முடியாமல் கீழிருந்து உரக்க தங்கையின் குரல் எழ, பாரதி சுவரை நெருங்கி எட்டிப்பார்த்தாள்.

கமலாவும் அவள் சினேகிதிகளும்தான்...

மதிய வெயிலைப் பொருட்படுத்தாமல் பாண்டி ஆட்டம் ஜரூராய் நடந்து கொண்டிருந்தது. மூன்றாவது வீட்டு ரமா தலையை அண்ணாந்து, இரண்டு கால்களையும் பரத்தி அந்தந்த கட்டங்களில் வைத்து, "ரைட்டா?" என்று கேட்க, மற்றவர்கள் "ரைட்" என்று மேலே அவள் செல்ல அனுமதித்துக் கொண்டிருந்தார்கள்.

"ரைட்டா?"

"ரைட்."

"ரைட்டா?"

"ரைட்."

"ரைட்டா?"

"ஆ... தப்பு, தப்பு... கோட்ட மிதிச்சுட்டே!"

கடைசிக் கட்டத்தில் வகையாய்க் கோட்டை மிதித்து ரமா மாட்டிக்கொள்ள, அவள் கைச்சில்லைப் பறித்துக்கொண்டு கமலா விளையாட முற்பட்டாள்.

இந்த மாசி மாசம் வந்தால் கமலாவுக்கு வயசு பதினாறு முடிகிறது... ஆனாலும், இன்றைக்கும் தன்னைவிட சின்னதுகளோடுதான் அவளுக்கு ஆட்டம் பாட்டம், சகவாசம் எல்லாம்!

'ஆம்பிளையாப் பொறந்திருக்க வேண்டியவ, தப்பிப்போய் பொம்மனாட்டியா பொறந்துட்டா!' என்று அம்மா அடிக்கடி புலம்புவாள். அத்தனை வால்! ஒரு நிமிஷம் ஓரிடத்தில் உட்காராது! 'தெருப் பையன்களோடு கில்லித்தண்டு, கிரிக்கெட் ஆடுவதில் துவங்கி, இப்படி மதியவேளைகளில் தெருவில் சிறுசுகளைக் கூட்டி வைத்துக்கொண்டு பாண்டி, ஐஸ்பை விளையாடுவது வரை, எதுவுமே தள்ளுபடி கிடையாது.'

இரண்டாமவள் கஸ்தூரி, இவளை மாதிரி இல்லை. கொஞ்சம் சீரியஸ் டைப். படிப்பில் எத்தனைக்கெத்தனை கெட்டிக்காரியோ, அத்தனை தேர்ச்சி வாய்ப்பாட்டிலும் உண்டு. குரல்வளத்தோடு ஆர்வமும் இயற்கையாகவே அமைந்துவிட்டதில், வாரத்துக்கு இரண்டு கிளாஸ் பி. ராஜமையரிடம் சென்று கற்குமளவு கர்நாடக சங்கீதத்தில் பாண்டித்தியம் வளர்ந்திருப்பதைக் குறித்து எல்லோருக்குமே, முக்கியமாய் அப்பாவுக்குப் பெருமை அதிகம் என்பது ஒப்புக்கொள்ளப்பட்ட சமாச்சாரம். அதுவும்...

"நா பழம் எடுக்கப்போறேன், கவனிச்சுக்கோங்கோ..." உரக்கக் கத்தி சில்லை கமலா எறிந்ததும், மீண்டும் கவனத்தைத் தங்கையிடம் பாரதி திருப்பினாள்.

முதல் கட்டத்தில் துவங்கினவள் ஒரே முயற்சியில் அத்தனை கட்டங்களையும் தாண்டி, பழமும் எடுத்துவிட்டதைப் பார்த்தபோது, மனசுக்குள் 'சரியான எமன்!' என்கிற பாராட்டு எழுந்தது. கூடவே, இவள் ஏன் தன்னை மாதிரியோ அல்லது கஸ்தூரி போலவோ எந்தக் கலைகளிலும் ஈடுபாடு உள்ளவளாக இல்லை என்கிற கேள்வியும் எழ, பாரதி அலுப்புடன் 'ப்ச்' என்று சத்தமில்லாமல் உதட்டைச் சுளித்து சூள்கொட்டினாள்.

டான்சில் ஆர்வம் இருந்தாலென்ன, இல்லை ஓஹோவென்று ஆடக்கூடிய திறமையும் இருந்தால்தான் என்ன!

பத்துப் பன்னிரண்டு கச்சேரிகள் கொடுத்தும், ஆனானப்பட்ட சுப்புடு சாரிடம் பாராட்டுப் பெற்றும், என்ன பிரயோஜனம்! மூன்று

மாசங்கள் ஆகிவிட்டன, சலங்கையைக் கால்களில் கட்டி... மாஸ்டர் வந்து தட்டுக்குச்சியைத் தட்டி ஜதி சொல்லி ஆடி.

ஹூம்...

ஆதங்கம் அதிகமானதில் நீளமாகப் பெருமூச்சொன்று வெளிப்பட்டது. பாரதி திரும்பி, சரிந்து, கைப்பிடிச்சுவரில் சாய்ந்தபடி உட்கார்ந்தாள். எல்லாம் அந்த சினிமாத் தயாரிப்பாளர் என்று சொல்லிக்கொண்டு வந்த மனிதரால் வந்த வினை. இவரெல்லாம் நாட்டியக் கச்சேரியை வந்து பார்க்கவில்லையென்று யார் அழுதார்கள்? பெரிசாகப் பாராட்டுவதாக நினைத்துக்கொண்டு நேராக அப்பாவிடமே வந்து வேண்டாத பேச்சுக்களைப் பேசியதன் விளைவு, மூன்று மாசங்களாய் டான்ஸ் கிளாஸுக்கு மூட்டை கட்டியாகிவிட்டது.

அந்த நபர் பேர் சூரியகாந்தனாம்...

காலை எட்டுமணி இருக்கும்... வேளைகெட்ட வேளையில் சில்க் ஜிப்பாவும், கூலிங்கிளாஸும், காவிப் பற்களும், கையில் சிகரெட் பெட்டியுமாய் டாக்சியில் வந்து இறங்கினவர், என்னமாய் தடாலடி அடித்துப் பேசினார்!

பேப்பரும் கையுமாய் உட்கார்ந்திருந்த நாராயணனை நெருங்கி, "நமஸ்காரமண்டி..." என்றவர், ரொம்பத் தெரிந்தவர் மாதிரி தன்னைத்தானே அறிமுகம் செய்துகொண்டு ஏதேதோ பேசிவிட்டு, அசட்டுச்சிரிப்பு மாறாமல் தொடர்ந்தார்.

"நேத்து உங்க மக டான்ஸ் கச்சேரிக்கு வந்திருந்தேன்... அபார ஆட்டம்! என்ன உடல் கட்டு, என்ன அழகு... அசந்துட்டேன்! ராத்திரியே ஐதராபாத்துல இருக்கற என் பார்ட்னருக்கு போன் போட்டு, 'நமக்கு ஹீரோயின் கிடைச்சிட்டா!'னு சொல்லிட்டேன்! மொதமொதலா நாங்க எடுக்கப்போற படத்துல ஹீரோயின் ஒரு டான்ஸர்... புதுமுகம் வேணும்னு டைரக்டர் நினைச்சாரு... உங்க மகள நேத்து பாத்ததுமே, இதான் நம்ம ஹீரோயின்னு தீர்மானம் பண்ணிட்டேன்! படத்துல மொத்தம் ஆறு டான்ஸ்...

தேவேந்திரன் சபைல ஊர்வசி ஆடற மாதிரி அந்த டிரெஸ்ல ஒரு டான்ஸ்... ஆதிவாசி டிரெஸ்ல ஒரு டான்ஸ்... நாகரிகமா டைட்ஸ் போட்டுகிட்டு ஒரு மார்டன் டான்ஸ்! அப்பறம்... நீங்க எதப்பத்தியும் கவலப்படாதீங்க... அசத்திடுவோம்! நம்ப பாப்பாவோட அழகுக்கும், வாளிப்புக்கும்..."

உள்ளறையில் நின்றவாறு அந்த மனிதரின் பேச்சுக்களைக் கேட்ட அன்னபூரணிக்கும், பாரதிக்குமே குமட்டிக்கொண்டு வந்ததென்றால், நாராயணனுக்கு மூக்குக்குமேல் கோபம் ஏறி உட்கார்ந்துகொண்டதில் ஆச்சர்யமென்ன! ஆனாலும், சும்மா சொல்லக்கூடாது... வந்திருந்த நபரிடம் எதையும் காட்டிக்கொள்ளாமல், எழுந்து நின்று கைகளைக் கூப்பினார்.

"மன்னிக்கணும்... நீங்க விலாசம் தவறி வந்துட்டேள்னு நினைக்கறேன்... போயிட்டு வரேளா?"

கனத்த குரலில் அவர் பேசிய தோரணையும், நின்ற விதமும், 'மரியாதை கெடும் முன்னர் சென்றுவிடுங்கள்' என்கிற மிரட்டலை, வந்தவருக்குத் துல்லியமாய்ப் புரியவைத்திருக்க வேண்டும்.

அசட்டுச்சிரிப்புடன் அவர் எழுந்துபோக, நாராயணன் உள்ளே வந்தார். மனைவியையும், மகளையும் கண்கள் இடுங்க ஏறிட்டுப் பார்த்தார்.

இடுப்பில் கைகளை வைத்துக்கொண்டு, பற்களைக் கடித்தபடி உறுமினார். "இப்ப திருப்தியா? இந்த மாதிரி எவனாவது விவஸ்தையில்லாம பேசிட எடம்குடுத்துடுவோமோனு நா பயந்தது சரியாப்போச்சு! நாட்டியத்தப்பத்தி ஒரு வார்த்தை இல்ல... ஆனா, வாளிப்பாம், அழகாம்... நான்சென்ஸ்! ஸ்விம்மிங் காஸ்ட்யூம்ல ஒரு டான்ஸ்னு சொல்லலை, அதான் பாக்கி! போறும், அன்னம்... இப்படி ஒருத்தன் வந்து பேசறது இதுவே மொதலாவும், கடைசியாவும் இருக்கட்டும்... ஆடினவரைக்கும் போறும்! நாளைக்குக் கல்யாணம் பண்ணிண்டு ஒருத்தராத்துக்குப் போவேண்டிய பொண்ணு இவ... அத நினைப்புல வெச்சுக்காம

இருந்துட்டு, அப்பறமா தலைல கைய வெச்சுண்டு அழறதுல அர்த்தமில்ல! இனஃப் ஈஸ் இனஃப்! என்ன, புரியறதா?”

புரியாமல் என்ன! அன்று மாலையே பாரதி மாஸ்டர் வீட்டுக்குச் சென்றாள்.

நல்லவேளையாக அடுத்த மாசம் வந்த யூனிவர்சிடி பரிட்சை சரியான காரணமாகக் கைகொடுத்தது.

“படிக்க எக்கச்சக்கமா பாடம் இருக்கு சார்... ஃபைனல் எக்ஸாம்ஸ் இல்லியா? அதனால, பரிட்சையெல்லாம் முடியறவரைக்கும் கச்சேரியோ, பாடமோ வேண்டாம்னு அப்பாவும் அம்மாவும் அபிப்ராயப்படறா...”

பரிட்சைகள் முடிந்து இரண்டு மாசங்களாகி, முடிவுகளும் வெளியாகிவிட்டன. ஆனால், திரும்ப டான்ஸ் கிளாஸ் மட்டும் இன்னமும் ஆரம்பிக்கப்படவேயில்லை.

மதியவேளைகளில் அறைக்கதவை சாத்திக்கொண்டு, கச்சேரி ஒன்றில் டேப் ரெகார்டரில் எடுத்த பாட்டைப் போட்டுவிட்டு, வேர்க்க விறுவிறுக்க ஒருமணிநேரம் போல தனக்குத்தானே ஆடிக்கொள்வதோடு சரி.

அப்பாவின் முன்னால் நின்று, ‘மாஸ்டரை வரச்சொல்லலாமா?’ என்று கேட்கவேண்டும் என்கிற நினைப்பே உடம்பை உதறிப்போடவைக்கிறது. அப்புறம், மாஸ்டர் வந்து பாடம் எடுப்பதாவது, கச்சேரி கொடுப்பதாவது? எங்கே!

அட, கச்சேரி கொடுக்கவேண்டாம்... மாஸ்டர் வந்து தட்டுக்குச்சியைத் தட்டி, கனத்த குரலில் ஜதி சொல்லி ஆடுவதற்காவது சம்மதிக்கக் கூடாதா? என்னதான் டேப்பைப் போட்டுக்கொண்டு ஆடினாலும், ராஜமாணிக்கம் சார், ‘அரைமண்டி பத்தாது... உக்காரு... கைய எறக்கு... இன்னும் உடம்பை வளை...’ என்று அதிகாரமாய்த் திருத்திக்கொண்டே ஆடுவதற்கு ஈடாகுமா?

யாரோ என்னவோ விவரம் புரியாமல் பேசிவிட்டுப் போனதற்கு, அப்பா ஏன் அத்தனை அடிபட்டுப்போக வேண்டும்?

பொது இடத்தில் ஆடினால் நாலுபேர் நாலு விதமாகத்தான் பேசுவார்கள், விமர்சிப்பார்கள். இந்தக் காதால் கேட்டு, அந்தக் காதால் வெளியே விடாமல், அந்த அர்த்தமற்ற பேச்சினால் புண்பட்டுப்போனால் எப்படி!

'சினிமாவில் நடிக்க விருப்பமில்லை' என்று சொல்லி அனுப்பிவிட்டால் ஆயிற்று. அதை விட்டுவிட்டு, நாட்டியமே கூடாது என்றால்?

ஏக்கம் கோபமாக மாற, சட்டென்று கண்கள் கலங்க முற்பட்டன. கால்களை முட்டுக்கொடுத்து முகத்தை அவற்றில் பதித்து, மூக்கை உறிஞ்சியபோது, "இங்கயா இருக்க நீ?" என்று கேட்டுக்கொண்டே அன்னபூரணி மொட்டைமாடியில் நுழைந்தார். "எங்கடா ஆளையே காணுமேன்னு பாத்தா, என்ன பண்றே இந்த வெயில் வீணாகாம?"

அருகில் வந்தவர், பெண்ணின் கண்கள் கலங்கியிருப்பதைக் கவனித்துவிட்டு, லேசான பதட்டத்துடன், "என்ன பாரதி?" என்றார்.

"ஒண்ணுமில்ல..."

"தலைய வலிக்கறதா? உடம்புக்கு முடியலியா? எதுவானாலும் இப்படி வெயில்ல வந்து உக்காந்துண்டா ஜாஸ்தியாகாதா? என்ன பொண்ணுடீம்மா நீ! மொதல்ல எழுந்திரு..."

பாரதி எரிச்சலுடன், "போம்மா..." என்றாள். "டான்ஸ் கிளாஸ் ஆரம்பிக்கறதப்பத்தி அப்பாகிட்ட பேசப்போறியா, இல்லியா?"

அன்னபூரணி இல்லையென்று தலையசைத்தார்.

"ஏன்?"

"புரியாத மாதிரி கேக்காதே பாரதி... அப்பாதான் அன்னிக்கே தெளிவா சொல்லிட்டாரோன்னோ?"

சரக்கென்று தலையை நிமிர்த்தி பாரதி கத்தினாள். "ஊரை நினைச்சே வாழ முடியுமாம்மா? நாம உசத்தியா ஏதாவது

பண்ணாலும் அது பேசும், தப்பா செஞ்சாலும் பேசும்... நம்ப மனசுக்கு எது சரின்னு தோண்றதோ, அதத் தொடர்ந்து செய்யறத விட்டுட்டு, நாலுபேர் என்ன சொல்லுவாளோன்னு பயந்து பயந்து நடக்கறது அநியாயம் இல்லியாம்மா?”

அன்னபூரணி, ‘அட அசடே’ என்கிற அர்த்தத்துடன் சிரித்தார்.

“உங்கப்பா ஊருக்கு பயந்துண்டு உன்னை ஆடவேண்டாம்னு சொல்லலை பாரதி... அவருக்கே ஆதிலேருந்தே ஸ்டேஜ்ல, நாலுபேர் பாக்க ஆடறது சம்மதம் இல்லதானே? நமக்காகப் பொறுத்துண்டார்... இந்த மாதிரி ஒரு ஆள் ஏடாகூடமா பேசினதும், அவருக்குப் பொறுக்கமுடியாம, வேண்டாம், நிறுத்துனுட்டார்! அதுல என்ன தப்பு?”

“எவனோ எதுவோ பேசினா, அதுக்கு நா எனக்குப் பிடிச்சத விலையா குடுத்து தண்டனை அனுபவிக்கணுமாம்மா? டான்ஸ் ஆடாம என் கை கால் உடம்பெல்லாம் பரபரக்கறது, உனக்குக் கூடவாம்மா புரியல?”

அன்னபூரணி குனிந்து மகளின் முகவாயைப் பற்றித் தன் பக்கம் திருப்பி, கரிசனத்துடன் பேசினார்.

“நன்னாவே புரியறது... ஆனா, அப்பாவோட முடிவும் நியாயமா இருக்கே பாரதி! உன்னப் பெத்தவா நாங்க... உன் எதிர்காலத்தப்பத்தி நாங்க யோசிச்சுப்பாக்காம இருக்க முடியுமா? ம்? ஆடாம நீ ஏன் இருக்கணும்? அதான் தினம் மத்தியானம் டேப்பப் போட்டுண்டு ஆடறியே!”

பாரதி அம்மாவின் கையைத் தள்ளிவிட்டாள்.

“அப்படி ஆடறதுல எனக்குத் திருப்தி வரலைம்மா... எவ்வளவு சிரத்தையோட நா ஆடறேன்னு உனக்குத் தெரியுமே... சாத்தின அறைக்குள்ள ஆடினாப்போறும்னு நினைக்கறியா?”

அன்னபூரணி உடனே பதில் கூறாமல் மௌனித்தார். ஒருவித இயலாமையுடன் புன்னகைத்துச் சமாளிக்கப் பார்த்தார். யோசனை பண்ணிக்கொண்டே நிதானமாய் பேசினார்.

"அப்பாவ மீறிண்டு இது விஷயமா என்னால ஒண்ணும் பண்ணமுடியாது பாரதி. அவர் எது சொன்னாலும், அது உன் நன்மைக்குத்தான். அதை மட்டும் நினைப்புல வெச்சுக்கோ! ஒண்ணு சொல்றேன் கேக்கறியா? நீ நல்ல மாஸ்டர்கிட்ட மூணு வருஷம் போல டான்ஸ் கத்துண்டாச்சு... விஷயம் தெரிஞ்சவா பாராட்டற தினுசுல பத்துப் பதினைஞ்சு கச்சேரியும் குடுத்தாச்சு... நம்பள மாதிரி குடும்பத்தச் சேர்ந்த பொண்கள் நிறையபேருக்குக் கிடைக்காத வாய்ப்பு, உன்வரைக்கும் இத்தனையாவது கிடைச்சிருக்கு... அதை நினைச்சு நீ சந்தோஷப் பட்டுக்கணும்னே நா நினைக்கறேன்! ஆச்சு, இன்னும் ஒண்ணு ரெண்டு மாசத்துல உனக்குக் கல்யாணம் பண்ணிடணும்னு உங்கப்பா தீவிரமா இருக்கார். நல்ல வரனா குதிர்ந்து கல்யாணமாகி, காலாகாலத்துல உனக்கு ஒரு பொண்ணும் பொறந்துட்டா, அப்பறமா உன் ஆசையெல்லாம் அவ மூலமா நிறைவேத்திக்க வேண்டியதுதானே! ஏழாம் வயசுல டான்ஸ் கத்துக்குடுக்க ஆரம்பிச்சு, பத்தாவது வயசுல அரங்கேத்தம் பண்ணு... இந்தியா மட்டுமில்லாம, உலகம் பூரா கச்சேரி பண்ற அளவுக்கு அவளைக் கொண்டு வாயேன்... யார் தடுக்கப்போறா! ம்? என்னால என் பொண்ணுக்குச் செய்ய முடிஞ்சது இவ்வளவுதான்... உன் பொண்ணுக்கு உன்னால முடிஞ்சத நீ பண்ணு... நானும் பாத்து சந்தோஷப்படறேன்! அத விட்டுட்டு என்னம்மா நீ... சதா இப்படி மறுகிண்டு..."

அம்மா பேசப்பேச, அட இப்படியொரு வழிகூட இருக்கிறதா நம்மைத் திருப்திப் பண்ணிக்கொள்ள, நம் லட்சியத்தைப் பூர்த்திசெய்ய என்கிற எண்ணம் முதன்முதலாய் தோன்ற, பாரதி நிதானித்தாள். தொடர்ந்து, அவகாசம் கிடைத்தபோதெல்லாம் முகம் தெரியாத சின்னப்பெண் ஒருத்தியை மேடையேற்றி அபாரமாக பரதம் ஆடச் செய்து அந்தக் கற்பனை தந்த சந்தோஷத்தில் திளைக்க முற்பட...

இந்த விருப்பம் வெறும் கனவாக நிற்க வேண்டியதில்லை, நனவாவது சாத்தியம்தான் என்பதுபோல, சீக்கிரமே திருமணப் பேச்சும் ரொம்பத் தீவிரப்பட ஆரம்பித்தது.

——

6

பேர் - ரமணி.

வயசு - இருபத்தியேழு.

படிப்பு - சி.ஏ.

வேலை - பம்பாயில் தனியார் நிறுவனத்தில்.

சம்பளம் - எல்லாமாகக் கிட்டத்தட்ட தொள்ளாயிரம்.

குடும்பம் - பெற்றவர்களுக்கு ஒரே பிள்ளை, நாத்தனார் கீத்தனார் என்கிற பிடுங்கல் கிடையாது. அப்பா மகாலிங்கம், தஞ்சாவூரில் பரம்பரை மிராசுதார்.

தெரிந்தவர் மூலமாய் ஜாதகம் கைக்கு வந்து, 'வெகு பொருத்தம்' என்று ஜோஸ்யர் சொல்ல, இரண்டு நாள்களுக்கு முன் நேரில் சந்திப்பதுதான் மரியாதை என்று நாராயணன் தஞ்சைக்குச் சென்று வரும் வரை, மேற்சொன்ன விவரங்கள் மட்டுமே பாரதிக்குத் தெரியும்.

ஆனால், சற்றும் எதிர்பாராத வகையில் விடுமுறையில் ஊருக்கு வந்திருந்த ரமணியைச் சந்தித்ததோடு, மகாலிங்கம் தம்பதியினரின் பண்பான உபசரிப்பிலும், அவர்களது வீடு அந்தஸ்தான வாழ்க்கை இத்தியாதிகளாலும் கவரப்பட்ட நாராயணன், திரும்பி வந்து வாய் ஓயாமல் தஞ்சாவூர் வரனைப்பற்றிப் பேசப்பேச, பாரதியினுள் கற்பனை நீரூற்றாகக் கிளம்பியது.

"நிறைகுடம் தளும்பாதுன்னு கேள்விப்பட்டிருக்கேன் அன்னம்... இப்பத்தான் அதோட அர்த்தம் முழுமையா புரிஞ்சுது! மகாலிங்கம் -

பார்வதி... என்ன பேர்ப்பொருத்தம் பாத்துக்கோ! பேர்ல மட்டுமில்ல, பாக்கறதுக்கும் ரெண்டு பேரும் சாட்சாத் அந்த பார்வதி பரமேஸ்வரன் மாதிரியே இருக்கா! என்ன பதவிசு... என்ன அடக்கம்! வீடு அரண்மனை மாதிரி 'ஹோ'ன்னு இருக்கு! சாப்டுட்டு கையலம்ப கொல்லைப்பக்கம் போனப்போ கவனிச்சேன், கொட்டில்கொள்ளாம நாலைஞ்சு மாடு! அம்பாரமா வைக்கப்போர்... கண்ணுக்கெட்டினவரைக்கும் தென்னை, மா, எலுமிச்ச மரங்கள்! எங்கப்பாரு லக்ஷ்மி கடாக்ஷமா இருக்கு! ராமு அத்தான் சொன்னான்தான்... 'டே, இந்த சம்பந்தத்தை விட்டுடாதே... புளியங்கொம்பு'ன்னு... ஆனாலும், குணத்துலயும் அந்தஸ்துலயும் இத்தனை உசந்த எடமா இருப்பான்னு நா வாஸ்தவமா எதிர்பாக்கல! அந்தப் பையன் ரமணியச் சொல்லு... அத்தனை செல்வத்துக்கும் ஏக அதிபதி... சிஏ. படிப்பு... கண்ணுக்கு ராஜாவாட்டம் இருக்கான்... இத்தனையும் ஒண்ணா சேர்ந்தும், துளி கர்வம் இல்லியே அன்னம்! இந்தக் காலத்துல இப்படியொரு புள்ளையான்னு நம்பமாட்டாம இருக்கு! இந்த எடம் மட்டும் குதிரணும்னா, நம்ப பாரதி போன ஜென்மத்துல பகவானுக்குப் பாலும் தேனுமா குளிரக்குளிர அபிஷேகம் பண்ணியிருக்கணும்... அப்பத்தான் இத்தனை ஒசத்தியா புருஷன் வாய்க்க முடியும்! எனக்கு சந்தேகமேயில்ல... நா அடிச்சு சொல்லுவேன்!"

தஞ்சாவூர்க்காரர்களின் தோட்டம், வீடு, அந்தஸ்தைப்பற்றி, பெரியவர்களின் உயர்வான குணம் பற்றி, முக்கியமாய் ரமணியின் கம்பீரம் கலந்த புத்திசாலிப்பேச்சு, நடத்தைபற்றி அப்பா விவரித்ததை வைத்துக்கொண்டு தனிமையிலும், உறங்கப்போகும் முன்னரும் கண்களை மூடிக்கொண்டு அத்தனைக்கும் மனசுக்குள் உருவம் கொடுத்துப் பார்க்க பாரதி முயன்றாள்.

சினிமாக்களில் வரும் தினுசில் பெரிய கம்பி கேட்டும், மதில்சுவரும், உயரமாய் வளர்ந்த மரங்களும் கொண்ட பண்ணையார் பங்களா மாதிரியான வீடு...

பெரிசு பெரிசாய் கூடங்கள், வளைந்து செல்லும் மர மாடிப்படி, சுவர்களில் மாட்டப்பட்ட அந்தக்காலப் படங்கள்,

அறை வாசல்களில் தொங்கின மணிகளாலான திரைச்சீலைகள், ஜரிகை வேஷ்டியும், கனத்த கண்ணாடியும் அணிந்து ஊஞ்சலில் உட்கார்ந்திருக்கும் மகாலிங்கம்... அருகில் வெற்றிலைப் பெட்டி. ஊஞ்சலின் வேலைப்பாடு மிகுந்த பித்தளைச் சங்கிலியைப் பிடித்தபடி, இரட்டை பேட்டு ஜரிகை போட்ட பட்டுப்புடவையும், மூக்கின் இரண்டு பக்கமும் ஜொலிக்கும் வைரபேசரிகளும், பிச்சோடாவில் வீட்டில் பூத்த ஜாதிப்பூக்களை அடர்த்தியாய் கட்டின வேணியுமாய் பார்வதி...

மாடிப்படி ஏறிப்போனால், படுக்கையறை. உயரமான அந்தக்காலத் தேக்குமரக் கட்டில். மொட்டைமாடி, தென்னங்கீற்றுக்களூடே தெரியும் நிலா.

இத்தனையும் சுத்தபத்தமாய் கற்பனை பண்ணமுடிந்தவளால், ஏனோ ரமணியை மட்டும் அத்தனை கச்சிதமாய் உருவாக்க முடியவில்லை என்பது நிஜம்.

கண்ணுக்கு ராஜா மாதிரி இருக்கிறார் என்பது மட்டும்தான் தெரியும். மற்றபடி, உயரமா, குள்ளமா, குண்டா, ஒல்லியா, மீசை உண்டா, கிடையாதா, கண்ணாடி அணிபவரா, அணியாதவரா...? இன்னும்...

மண்ணாங்கட்டி! ஒரு விவரமும் தெரியாத நிலையில், ஆளை எப்படிக் கற்பனை பண்ணுவது!

பாரதிக்குள் எரிச்சல் மண்டியது.

இத்தனை வக்கணையாய் மற்ற விஷயங்களைப்பற்றி விசாரித்துக் கொண்டும், அவர்கள் பார்ப்பதற்காக பாரதியின் படத்தைக் கொடுத்துவிட்டும் வந்திருக்கும் அப்பா, 'பிள்ளையின் படம் ஒன்று தாருங்கள், என் மனைவிக்குக் காட்டவேண்டும்' என்று கேட்டு வாங்கி வந்திருந்தால் எத்தனை நன்றாக இருந்திருக்கும்!

ஆள் கறுப்பா, சிவப்பா, வாட்டசாட்டமா, இல்லை நோஞ்சான் ரகமா என்பதுகூடத் தெரியாமல், என்ன அவஸ்தை இது!

சட்டென்று பாரதிக்கு கண்ணதாசனின் பாட்டொன்று நினைவுக்கு வந்தது.

ராதைக்கேற்ற கண்ணனோ
சீதைக்கேற்ற ராமனோ
கோதைக்கேற்ற கோவலன் யாரோ? - அழகுக்
கோட்டைக்கேற்ற காவலன் யாரோ?
.....
தேக்குமரத்தைப்போல உருண்டு திரண்டிருப்பானோ?
மூக்கும் முழியும் பார்க்கப் பார்க்க மோகத்தைத் தருமோ?
முன்னழகைக் கண்டவுடன் மூச்சு நின்றிடுமோ?

சினிமாவில் மணமகனைக் காணாமல், அவர் யாரென்று தெரியாமல் தவிக்கும் கதாநாயகியை சினேகிதி நூறு விதமாய் கேள்வி கேட்டுச் சீண்டிய காட்சி நினைவுக்கு வந்தபோது, அவள் நிலையிலேயே தானும் இருப்பது புரிந்தது. வெட்கம் கலந்த புன்னகை உதடுகளை ஆக்ரமிக்க, ரமணி எப்படியிருப்பாரென்று கற்பனை செய்துபார்க்க எழுந்த ஆவலை பாரதி கஷ்டப்பட்டு அடக்கிக்கொண்டாள்.

சரி, உருவத்தை வர்ணிப்பது முடியாதென்றால், பெயர்ப்பொருத்தம் சரியா என்று பார்க்கலாமாவென்று எதற்கும் அடங்காத மனசு குதிக்க, பாரதியின் கவனம் மாறியது.

எம். ரமணி...

ரமணி மகாலிங்கம்...

பெயர் நன்றாகத்தான் இருக்கிறது.

மிசஸ் ரமணி...

மிசஸ் ஆர். பாரதி...

மிசஸ் பாரதி ரமணி...

எந்தப் பேர் தேவலை? எது கேட்க நன்றாக இருக்கிறது?

எழுத எது சுலபமாகவும், அதே சமயத்தில் கவர்ச்சியாகவும் இருக்கும்?

சரசரவென்று எழுந்த ஆர்வத்தைத் தணிக்க இயலாமல், அறைக்குச் சென்று தனியாக அமர்ந்தாள். கதைப் புஸ்தகத்தில் வெற்றுத்தாள் ஒன்றை வைத்து, யாரும் பார்க்கவில்லை என்பதை உறுதி பண்ணிக்கொண்டு, 'மிசஸ் ரமணி', 'பாரதி ரமணி' என்று கையெழுத்துப் போட்டுப் பார்த்த நிமிஷத்தில், சடக்கென்று ஞானோதயம் வந்த மாதிரி உடம்பு உதறிப்போட நிமிர்ந்தாள்.

என்ன அசட்டுத்தனம் இது!

வெள்ளிக்கிழமைதான் பெண்பார்க்கவே வரப்போகிறார்கள்...

இன்னும் ஒருவரையொருவர் பார்த்துக்கொள்ளக்கூட இல்லை... எங்களுக்குப் பிடிக்க வேண்டும், மற்ற விஷயங்கள் படிந்து வரவேண்டும், பெரியவர்கள் இந்த சம்பந்தத்தை ஏற்க வேண்டும்... இன்னும், இன்னும்...

சே! அதற்குள் என்ன வேண்டாத கற்பனை இது!

ஒருவேளை, அவருக்கு என்னையோ, இல்லை, எனக்கு அவரையோ பிடிக்காமல் போகலாம் என்பதை நினைவில் வைத்துக்கொண்டு நிதானத்தோடு இருக்காமல், என்ன பைத்தியக்காரத்தனம் இதெல்லாம்!

"சந்தையில மாடு வாங்கற மாதிரி பொண்களை நிக்கவெச்சு பாடச் சொல்றதுலயும், நடக்கச் சொல்றதுலயும் எங்களுக்கெல்லாம் நம்பிக்கையில்ல. உங்காத்துப் பொண்ணோட போட்டோவப் பாத்தோம், எங்க எல்லாருக்குமே புடிச்சிருக்கு. அதான், வெள்ளிக்கிழமை குடும்பமா பொண்பாக்க வரத்துக்கு ஒத்துண்டுட்டோம். வீடுவீடாப் போயி பொண்களப் பாத்துட்டு, பஜ்ஜி சொஜ்ஜி தின்னுட்டு வர்றதுல எங்களுக்கு உடன்பாடில்ல, எங்க புள்ளைக்கும் விருப்பமில்ல. நாங்க மொதமொதல்ல பொண்பாக்கணும்னு வரப்போறதே உங்காத்துக்குதான்... பகவான் கிருபைல, இதுவே நிச்சயமாயிடுத்துன்னா, எங்களவிட சந்தோஷப்படறவா யாரும் இருக்கமுடியாது!" என்று மனைவி, மகனைப் பக்கத்தில் வைத்துக்கொண்டு மகாலிங்கம் சொன்னதை

அம்மாவிடம் திரும்பிச் சொல்லி, “அந்தக் குடும்பத்துல எல்லாருமே நாகரிகம் தெரிஞ்சவாளா இருக்கா அன்னம்... பொண்ணுக்கும் புள்ளைக்கும் புடிச்சு, இந்த சம்பந்தம் குதிர்ந்தா, நாம மகா அதிர்ஷ்டக்காராதான்!” என்று குரல் தழுதழுக்க அப்பா சொன்ன வார்த்தைகள் கொடுத்த தைரியத்தில்தானா இப்படிப்பட்ட கற்பனைகள் எழுகின்றன?

காரணம் எதுவாக இருப்பினும், எதுவும் நிச்சயமாகும் முன், வேண்டாத கற்பனையில் ஈடுபடுவது கூடாது. மானசீகமாகக் காதல் வயப்பட வேண்டியது, அப்புறம் பிடிக்கவில்லையென்று ஆகிவிட்டால், உலகமே அஸ்தமித்துவிட்ட தினுசில், ‘உலகே மாயம், வாழ்வே மாயம்’ என்று மனசுக்குள் வெதும்பவேண்டியது!

தர்க்கரீதியாக விளக்கம் எழுந்ததும், பாரதி புஸ்தகத்தை மூடிவைத்தாள்.

சரி, கற்பனை வேண்டாம்... ரொமாண்டிக்காக எந்த ரீதியிலும் சிந்திப்பதும் வேண்டாம். ஆனால், பிராக்டிகலாக யோசித்துப்பார்ப்பதில் தவறில்லையே!

நாட்டியம் என்றால் எனக்கு உயிர். நாட்டியத்தில் ஆர்வம் இருந்து, என்னை தொடர்ந்து ஆடவும், மேடைக் கச்சேரிகள் செய்யவும் அனுமதித்தால், எவ்வளவு நன்றாக இருக்கும்!

தஞ்சாவூர்க்காரர்களுக்கு எதிலுமே ரசனை அதிகம் என்றும், காவேரிக்கரையில் வளர்ந்தவர்களுக்குப் பாட்டும், நடனமும் ரத்தத்தில் கலந்திருக்கும் என்றும் சொல்வார்களே!

அப்படியென்றால், இவர்களுக்கும் பரதநாட்டியத்தில் ஈடுபாடு இல்லாமலாபோகும்?

இருக்கும்... கட்டாயம் இருக்கும். தவிர...

இருப்புக்கொள்ளாமல் தனக்குத்தானே குருட்டு யோசனை செய்து கேட்டுக்கொண்ட இத்தனை கேள்விகளுக்கும், சந்தேகங்களுக்கும், அந்த வெள்ளிக்கிழமை தப்பாமல் பதில்கள் கிடைக்கவே செய்தன.

ரமணி நல்ல உயரம்தான். சிவப்பும்கூட. மீசை கிடையாது, ஆனால் கண்ணாடி உண்டு.

“பிள்ளைக்கும் பெண்ணுக்கும் பிடிச்சாச்சு... இனிமே எதைப்பத்தியும் கவலைப்படாதீங்கோ... சுபஸ்யசீக்கிரம்! நாலு முகூர்த்த நாள் குறிச்சு அனுப்புங்கோ... எங்களுக்கு சௌகர்யப்படறதத் தெரிவிக்கறேன். மத்தபடி வரதட்சணை, சீர்செனத்தினு எதைப்பத்தியும் பேச வேண்டிய அவசியமே கிடையாது. இத்தன வருஷமா உங்க பொண்ணா வளந்த குழந்தை, எங்காத்துக்குப் பொண்ணா வரப்போறா... அவ்ளோதான்! பொண்குழந்தை இல்லாத எங்காத்துக்கு, மகாலட்சுமி மாதிரி பொண்ணை நீங்க அனுப்பறதுக்கு, ஆயுசுபர்யந்தம் நாங்கதான் கடமைப்படப்போறோம்... அதனால, வேண்டாதத நினைச்சுக் கவலைப்படாம, உங்களுக்குத் தெரிஞ்சத, முடிஞ்சத செய்யற ஏற்பாட்ட சந்தோஷமா கவனியுங்கோ! என்ன பார்வதி, நா சொன்னது சரிதானே?”

மகாலிங்கம் பேசிய ஒவ்வொரு வார்த்தையும் அட்சர லட்சம் பெறும். அந்தக் குடும்பத்தின் பண்பை எடுத்துக்காட்ட, இதைவிடச் சிறந்த உதாரணம் தேவையா என்ன!

பார்ப்பதற்கு ஆள் எப்படி என்றும் தெரிந்துவிட்டது, குடும்பத்தாரின் உயர்ந்த குணமும் புரிந்துவிட்டது. கூடவே, காவேரிக்கரை காலைவாரி விட்டுவிட்டதையும் புரிந்துகொள்ள முடிந்தது.

பாட்டு, நாட்டியத்தை அவ்வப்போது கேட்டு, பார்த்து ரசிக்குமளவுக்கு ரசனை உண்டே தவிர, தாலி கட்டிய மனைவியை மேடையேறி ஆடச் சொல்லிப் பார்த்து மகிழ்கிற அளவுக்கு இல்லை என்பது, அடுத்து வெளிப்பட்ட பேச்சுக்களிலிருந்து உள்ளங்கை நெல்லிக்கனியானது!

உள்ளறையில் சம்பந்திப் பெண்மணிகள் ஒன்றாக அமர்ந்து பாரதியின் திறமைகளைப் பற்றிப் பேசிக்கொண்டிருக்கையில், பார்வதியிடம் டான்ஸ் ஆல்பத்தை அன்னபூரணி கொண்டு நீட்டினார்.

ஒவ்வொரு படமாக ஆர்வமாகப் பார்த்து, சுப்புடு சாரின் விமர்சனத்தை சந்தோஷத்துடன் பார்வதி படித்தபோது, மகள் தவிப்போடு இருப்பதை உணர்ந்தவளாய் அன்னபூரணி தயக்கத்தோடு, “மாப்பிள்ளையும் மத்தவாளும் பாரதியோட டான்ஸப் பாக்கணும்னு நினைச்சா, இவ அப்பாவை விட்டு கச்சேரிக்கு ஏற்பாடு பண்ணச் சொல்லட்டுமா?” என்று சின்னக் குரலில் கேட்க, படித்துக்கொண்டிருந்த விமர்சனத்தைத் தழைத்த பார்வதி புன்னகை மாறாமல், ஆனால் தயங்காமல் உடனே பதில் கூறினார்.

“பாரதி டான்ஸைக் கட்டாயம் எங்களுக்குப் பாக்கணும்தான்... ஆனா, அதுக்காக பப்ளிக்கா கச்சேரி ஏற்பாடு பண்ணவேண்டியதில்ல, மாமி... ஆத்து மட்டுக்கு ஆடிக்காட்டினா போறும்! எப்படியும், நகை நட்டு புடவை வாங்கன்னு நாங்க இனிமே அடிக்கடி முகூர்த்தத்துக்கு முன்னால மெட்ராஸுக்கு வருவோம்... அப்படி ஒருதரம் வர்றப்போ டான்ஸ் ஆட ஏற்பாடு பண்ணிட்டேள்னா, பம்பாய்லேந்து ரமணியையும் வரச்சொல்லி, எல்லாரும் ஒண்ணாவே பாத்துடலாம்...”

அவ்வளவுதான். இதற்குமேல் இது விஷயமாகப் பேச யாரும் துணியவில்லை.

ஆனால், சொன்னபடி அடுத்த மாசமே, வீட்டோடு பாரதியின் நடனக் கச்சேரிக்கு ஏற்பாடு பண்ணப்பட்டதென்னவோ உண்மை. ஒன்றரை மணிநேரக் கச்சேரி. ராஜமாணிக்கம் மாஸ்டர், தன் குழுவினரோடு அமர்ந்து நட்டுவாங்கம் செய்ய, அலாரிப்பு, சப்தம், வர்ணம், கிருஷ்ணா நீ பேகனே பாரோ, வருகலாமோ ஐயா, ஆண்டாள் நடனங்களை சிரத்தையோடு பாரதி ஆடினாள். இதுவே அவள் ஆடும் கடைசி நடனக்கச்சேரி என்பதை வெளிப்படையாக யாரும் சொல்லாவிடினும், ஆண்டாளை ஆடி சபைக்கு நமஸ்காரம் செய்தபோது, பாரதியின் கண்களில் ததும்பிய நீர் கன்னங்களில் கோடு போட்டுக்கொண்டு இறங்கியது.

வந்திருந்த பிள்ளை வீட்டார், பொதுவாக ‘ரொம்ப நன்னா ஆடறா’ என்று சொல்லிப் பாராட்டிய கையோடு இரவு உணவிற்காக

அனைவரும் சென்ற நிமிஷத்தில், சற்றும் எதிர்பாராத வகையில் தனியாக ரமணியோடு இருக்க பாரதிக்கு சந்தர்ப்பம் கிட்டியது. தன்னுடைய உயர்வான ஆட்டத்தைப்பற்றி அவர் நிச்சயம் பாராட்டிப் பேசுவார் என்கிற எதிர்பார்ப்பில் நெஞ்சு படபடக்க பாரதி நின்றது வீணாகாமல், அருகில் வந்து கிசுகிசுப்பாய் ரமணி சொன்னான், "பாரதி, நீ எவ்ளோ அழகாயிருக்கே தெரியுமா? இத்தனை அழகும் எனக்குச் சொந்தம்னு நினைச்சா பெருமையா இருக்கு... ஐ'ம் ரியலி லக்கி!"

ரமணி உத்தமமானவர், நல்லவர், கெட்டிக்காரர், அருமையான மனிதர், அவரைக் கணவராக அடையக் கொடுத்துதான் வைத்திருக்கவேண்டும் என்கிற சந்தோஷம் நெஞ்சை அடைத்துக்கொண்டிருந்தாலும், நடனத்தை இனி தொடர்வது சாத்தியமேயில்லை என்பதை ரமணியின் அந்தப் பேச்சு துல்லியமாய் உணர்த்திவிட, திருமணத்தன்று கழுத்தில் தாலி ஏறிய சில நிமிஷங்களுக்குள் அவளை வாழ்த்த ராஜமாணிக்கம் சார் அருகில் வந்தபோது, கண்களில் நீர் மல்க, உணர்ச்சிவயப்பட்டு பாரதி சொன்னாள், "இன்னிலேருந்து சரியா எட்டு வருஷம், நீங்க பாத்துண்டேயிருங்கோ சார்... என் பொண்ணை உங்ககிட்ட கத்துக்கவெச்சு, இவள மாதிரி அற்புதமா பரதநாட்டியம் ஆட யாராலயும் முடியாதுன்னு பேர்வாங்க வெக்கறேனா இல்லியான்னு பாருங்கோ சார்!"

——

7

கண்கள் மசமசத்தன.

அடிவயிற்றிலிருந்து இனம்புரியாத அவஸ்தை நண்டுபோல எட்டுக் கால்களுடன் நகர்ந்து மேலே வந்து தொண்டைக்குழியில் பிறாண்டியது.

நாவால் உதட்டை ஈரம் பண்ணிக்கொண்டு, கண்கள் கலங்கிவிட்டதால் மங்கலாய்த் தெரிந்த புகைப்படத்தை பாரதி உற்று நோக்கினாள்.

நடுவில் அவள். வலப்பக்கம் ரமணி, இடப்பக்கம் சற்றுத் தள்ளி ராஜமாணிக்கம் மாஸ்டர். கல்யாண ரிசப்ஷனில் எடுக்கப்பட்ட படம்.

"இன்னிலேருந்து சரியா எட்டு வருஷம், நீங்க பாத்துண்டேயிருங்கோ சார்... என் பொண்ணை உங்ககிட்ட கத்துக்கவெச்சு, இவள மாதிரி அற்புதமா பரதநாட்டியம் ஆட யாராலயும் முடியாதுன்னு பேர்வாங்க வெக்கறேனா இல்லியான்னு பாருங்கோ சார்!"

ஆள்காட்டி, கட்டை விரல்களால் கண்களைக் கசக்கி விட்டுக்கொண்டவள், இரண்டு தரம் இமைகளைச் சிமிட்டி, திரண்டிருந்த நீர்த்திரையை அகற்றினாள். சற்றே முன்னால் குனிந்து, போட்டோவில் தெரிந்த தன் உருவத்தை அழுத்தமாகப் பார்த்தாள்.

இடுப்பில் டிஷ்யூ புடவையும், கழுத்தில் மல்லிகை மாலையுமாய் நின்றிருந்தவளின் கண்களில், எதிர்காலத்தைப்

பற்றின கனவுகள் வண்ண வண்ணமாய் வெளிச்சம் போடுவதை இப்போதும் புரிந்துகொள்ள முடிந்தது.

ஏன், ஒவ்வொருமுறை இந்த ஆல்பத்தைப் பார்க்கும்போதும் தவறாமல் விக்ரம், "உன் கண் என்னம்மா அப்படி ஜொலிக்கறது! கண்ணுக்குள்ள ஏதாவது ஸ்பெஷல் ஃப்ளாஷ் வெச்சிருந்தியா என்ன?" என்று வியப்புக் கலந்த குரலில் சீண்டுவதும்...

அவன் இப்படி வினவும் போதெல்லாம், "அட, ஃப்ளாஷும் இல்ல, ஒண்ணுமில்ல... ஐயாவ கல்யாணம் பண்ணிண்ட குஷில அம்மா இருக்காங்க, அதான்!" என்றோ, "சில மனுஷாகிட்ட மிருக குணம் ஏதாவது பிறவிலேருந்தே இருக்கும் விக்கி... ராத்திரி நேரத்துல ரோட்ல போறப்ப, மாடு, ஆடு, நாய் மேல லைட் பட்டதும், கண்ணு மட்டும் பளபளப்பா மின்னுமே, கவனிச்சிருக்கியா? அந்த மாதிரிதான் உங்கம்மா கண்ணும்! மொத நாள் ராத்திரி பாத்ததும் பயந்துகூடப் போயிட்டேன்னா பாத்துக்கோயேன்!" என்றோ, 'மூட்' இருந்தால் மகனோடு சேர்ந்து ரமணியும் விதவிதமாய் அவளைச் சீண்டுவதும் உண்டுதான்.

"ப்ச்..." உதட்டை ஒருபக்கமாக இழுத்துச் சூள்கொட்டின பாரதி, அலுப்புடன் போட்டோ ஆல்பத்தை மூடினாள்.

அவர்களுக்கு என்ன... எதையும் விளையாட்டாகவே எடுத்துக்கொண்டு பேசிவிடுவார்கள். ஆனால், அன்றைக்குக் கனவுகள் ஏகத்துக்கு நெஞ்சில் கூத்தாடியதும், பின்னர் ஜனனத்தைக் காணாத ஆசைகளாக அவை கருகி மண்ணோடு மண்ணாகப் போனதும் எனக்கு மட்டும்தானே தெரியும்!

நீளமாய்ப் பெருமூச்சொன்று வெளியாக, மறுபடியும் தொண்டையை வேதனை நண்டு வலிக்க வலிக்க பிறாண்டியது.

'இன்னிலேந்து சரியா எட்டு வருஷம்... நீங்க பாத்துண்டேயிருங்கோ சார்... என் பொண்ணை...'

எங்கே!

எட்டு போய், பதினாறு போய், இருபது வருஷங்கள்கூட ஓடிவிட்ட பிறகு, அன்று போட்ட சவால் மணலில் கட்டிய வீடாக, காற்றில் உருவாக்கிய மாளிகையாகக் கலைந்து, ஒன்றுமே இல்லாமல் போனதுதானே கடைசியில் நடந்தது!

கல்யாணமான நாலாம் மாசம் அவள் ஓமட்டலும் தலைசுற்றலுமாய்ப் படுக்கத் துவங்கியபோது, இவ்வளவு சீக்கிரம் குழந்தை வேண்டுமா, இன்னும் ஓரிரு வருஷங்கள் ஜாலியாக ஊர்சுற்றி, பொறுப்பில்லாமல் வாழ்க்கையை ரசித்துவிட்டு, பின்னர் பிள்ளைக்குட்டி என்று பெற்றுக்கொண்டால் போதாதா என்கிற நப்பாசை ரமணிக்குள் எழாமலில்லை.

பம்பாயில் தனிக்குடித்தனம் என்பதால், 'பெரியவர்களுக்கு விவரம் தெரியும் முன்னர் ரகசியமாய் விஷயத்தை முடித்துவிடலாமா?' என்று தயங்கியவாறு ரமணி பேச்செடுத்ததும், பாரதி பிடிவாதமாக மறுத்துவிட்டாள்.

சட்டுபுட்டென்று பெண்ணைப் பெற்றுக்கொள்ள வேண்டும்... நினைவு தெரிந்த நாளிலிருந்து அவளுக்கு சாதம், பால் ஊட்டும்போதும், உறங்கக் கதை சொல்லும்போதும்கூட, நாட்டியத்தைப்பற்றிப் பேசிப்பேசி, பரதநாட்டியத்தின் மேல் இயல்பாக ஒரு மோகத்தை ஏற்படுத்திவிட வேண்டும். அப்புறம், ஆறு ஏழு வயசான பிறகு மாஸ்டரிடம் மாணவியாக்கி... அப்புறம், பதினோரு வயசில் அரங்கேற்றம் செய்து... அப்புறம்...

மனசுக்குள் நூறு ஆசைகளுக்குத் தீனிபோட்டு வளர்த்த அதே சமயத்தில், சென்னைக்குத் திரும்பி அங்கேயே சொந்த பிராக்டீஸ் ஆரம்பிப்பதுபற்றி ரமணி சிந்திக்க முற்பட... மெட்ராஸுக்குச் செல்வது தன் எதிர்காலத் திட்டங்களுக்கு உதவி செய்யும் என்கிற சந்தோஷத்தோடு பாரதி கணவரை ஊக்குவித்தாள்.

வயிற்றுப்பிள்ளைக்கு ஏழு மாசம் ஆன கையோடு சென்னைக்கு அவர்கள் குடி பெயர்ந்தார்கள். அந்த விஜயதசமி

அன்று, 'ரமணி அண்டு சன்ஸ்' சார்டர்டு அக்கௌன்டண்ட்ஸ் நிறுவனமும் துவங்கப்பட்டது.

எந்த நேரத்தில் 'ரமணி அண்டு சன்ஸ்' என்று கம்பெனிக்குப் பெயர் சூட்டப்பட்டதோ, அதை நிரூபிக்கும் தினுசில் பத்தாம் மாசம் எட்டரை பவுண்டு குண்டுக் கொழுக்கட்டையாய் 'ஈ.வி. கல்யாணி நர்சிங் ஹோமில்' கௌதம் பிறந்தான்.

பிரசவ வலியிலிருந்து மீளும் முன்னர் குழந்தையின் அழுகுரலோடு, "கங்கிராட்ஸ் பாரதி... ராஜா மாதிரி பிள்ளை பிறந்திருக்கான்!" என்று டாக்டர் சந்தோஷத்தோடு கூறிய நிமிஷத்தில், அது நாழிகை நெஞ்சுள் உயரமாய் ஆட்டம் போட்ட நீரூற்று ஒன்று பட்டென்று பூமிக்குள் அடங்கிவிட்ட மாதிரி, தங்கத் தாம்பாளமாய் ஜொலித்த முழு நிலாவை கருமேகம் ஒன்று மறைத்துவிட்ட மாதிரி, வர்ணஜாலங்களோடு காட்சியளித்த வானவில் சடீரென்று மறைந்துவிட்ட மாதிரி, மனசு குலுங்கி இருண்டுபோனது அவளுக்கு மட்டுமே தெரியும்.

ஆனால், அந்த ஏமாற்றம் சில நிமிஷங்களுக்குத்தான்...

தலைகொள்ளாத முடியும், ரோஜாப்பூ மாதிரியான நிறமும், பஞ்சு போன்ற உடலுமாய் மகனை அருகில் கொண்டுவிட்டபோது, பெண் பிறக்காத துக்கம் மறைந்து, 'அதனாலென்ன... டாக்டர் சொன்னதுபோல இளவசரன் மாதிரி பையன் பிறந்திருப்பதை நினைத்து சந்தோஷிக்காமல் இருப்பது அசட்டுத்தனம்! அடுத்து பிறப்பது கட்டாயம் பெண்ணாகத்தான் இருக்கும். என்ன, நாட்டியம் கற்பிப்பதும், அரங்கேற்றம் செய்வதும் இரண்டு வருஷங்கள் தள்ளிப்போகப் போகின்றன... அவ்வளவுதானே!' என்கிற சமாதானம் மனசில் ஏறி உட்கார்ந்து கொண்டது.

அம்மா அன்னபூரணியைத் தவிர வேறு யாரும், பாரதியினுள் மண்டிக்கிடக்கும் 'பெண் நடன அரங்கேற்றம்' ஆசையை முழுமையாக அறியவில்லை என்பதால், பேரன் பிறந்ததில் அவளது பிறந்தவீடும், முக்கியமாய் புகுந்தவீடும் அல்லோலகல்லோலப் பட்டுத்தான் போயிற்று!

பின்னே? அந்தப்பக்கம் ஒற்றைப் பிள்ளை ரமணி; அவனுக்குப் பிறகு கிட்டத்தட்ட இருபத்தி ஒன்பது வருஷங்கள் கழித்து, அரண்மனை மாதிரியான தஞ்சாவூர் மாளிகையில் ஒரு குழந்தையின் குரல்... அதுவும் ஆண்சிங்கக்குட்டியின் குரல் கேட்கிறது என்றால், சும்மாவா! இதுதான் இப்படியென்றால், பாரதியின் பிறந்தவீட்டில் மூன்றும் பெண்குழந்தைகள்... ஆண் வாரிசு இல்லாத வீட்டில் முதல்முதலாய் பேரன் பிறந்திருப்பது எத்தனை உசத்தி!

இந்தச் சிறப்பு மட்டுமின்றி, சொந்தப் பிராக்டீஸைத் தொடங்கி ஒரு வருஷம் பூர்த்தியாவதற்குள் சடசடவென்று நாலைந்து பெரிய கம்பெனிகளை ஆடிட் செய்யும் வாய்ப்பு வலிய வர, 'ஓஹோ, இந்தப் பேரன் மகா அதிர்ஷ்டக்காரன், வரும்போதே அப்பனுக்கு நல்ல காலத்தையும் கூடவே கொண்டு வந்திருக்கிறான்' என்கிற பேரும் சேர்ந்துகொண்டது!

கௌதமுக்கு முதலாவது ஆண்டு நிறைவு விழாவைக் கொண்டாடின இரண்டாம் மாசம், பாரதி மறுபடியும் கர்ப்பமானாள்.

"இவ்வளவு சுருக்க ரெண்டாவது உண்டாயிட்டா, மூத்தது சவலையாயிடுமோ?" என்று மகாலிங்கமும் பார்வதியும்...

"அடுத்தடுத்து பிள்ளை பெத்தா, பொண்ணோட ஆரோக்கியம் கெட்டுடாதோ?" என்ற அன்னபூரணியும் நாராயணனும்...

"கௌதமுக்கு ஒரு வயசானப்பறம்தான், ராத்திரி கண்முழிச்சுண்டு அவனோட மன்னாடறது கொஞ்சம் கொறைஞ்சிருக்கு... அதுக்குள்ள இன்னொரு கொழந்தையா? மூத்ததுக்கும், அடுத்ததுக்கும் நாலைஞ்சு வருஷமாவது 'கேப்' இருக்கறதுதானே எல்லா விஷயத்துக்கும் நல்லதுன்னு டாக்டர்ஸ் நினைக்கறா..." என்று ரமணியும், அவரவர் கோணத்திலிருந்து கவலைப்பட்டாலும், சேதி அறிந்த நாளிலிருந்து, 'எனக்குப் பெண் பிறக்கப்போகிறாள், நான் இத்தனை வருஷங்களாகக் கண்டுவரும் கனவு பலிக்கப்போகிறது' என்று பாரதி மட்டும் பழையபடி கற்பனை உலகில் மூழ்கிப்போக முற்பட்டாள்.

ஆனால்... பிறந்தது விக்ரம்... அவள் எதிர்பார்த்த தினுசில் பெண் இல்லை.

இந்த முறையும் பிள்ளைக் குழந்தைதான் என்று தெரிந்ததும், முதல்முறையாக அம்மாவை அணைத்துக்கொண்டு அழுததுமல்லாமல், பால்கொடுக்கும் நேரத்தைத் தவிர, அடுத்து வந்த நாள்களில் மகனைக் கையிலெடுத்துக் கொஞ்சக்கூட பாரதிக்குப் பிடிக்காமல்தான் போயிற்று.

ஆனால், பிரசவ வைராக்கியம், ஸ்மசான வைராக்கியம் என்பதுபோல, நாலைந்து நாள்கள் போவதற்குள், கொட்டக்கொட்ட விழிக்கும் அந்தப் பார்வையும், பால் குடிக்கும்போது நிமிர்ந்து 'ங்கா' என்று சிரித்து வம்புக்கு இழுப்பதும், இரவெல்லாம் அழுது அமர்க்களம் பண்ணாமல், எழுப்பி பாலைக் கொடுத்தால் குடித்துவிட்டுக் காலைவரை தூங்கும் சமர்த்தும் மனசை ஈர்க்கத் துவங்கியதும்... பெண்ணாக இல்லாமல் அவன் ஆணாகப் பிறந்துவிட்ட ஏமாற்றத்தை பாரதி துளித்துளியாக மறக்க ஆரம்பித்தாள்.

சும்மா சொல்லக்கூடாது... பாரதியின் விருப்பம்போல ஒன்றுகூட பெண்ணாகப் பிறக்கவில்லை என்பதைத் தவிர, இரண்டு பிள்ளைகளும் லட்டுருண்டைகள்தாம். அழகில், சமர்த்தில், திறமையில், குணத்தில், ஒருவனுக்கு ஒருவன் சோடை போகவில்லை என்பதோடு, வயசு வித்தியாசம் குறைவு என்கிற காரணத்தால், அசல் ராம - லட்சுமணர்களாக இரண்டு குழந்தைகளும் வளைய வந்தபோது, ஊரே மயங்கித்தான் போனது.

நாளாக ஆக, அந்தப் புகழ்ச்சி தந்த மயக்கத்தில் மெதுமெதுவாக பாரதியும், 'பெண் இல்லையே' என்கிற குறையைப் பெரிசு பண்ணாமல் திருப்தியோடு இருக்கப் பழக்கிக்கொண்டாள்.

கூடவே, விக்ரமுக்கு ஐந்து வயசு ஆகும்வரை, 'இன்னொரு குழந்தை இப்போதைக்கு இல்லை' என்கிற தீர்மானத்தோடு ரமணி செயல்பட்டதும், 'இப்போதைக்கு பெண் நடனம்

என்கிற ஆசைக்கு இடமேயில்லை' என்று பாரதி மனசை இறுக்கிக்கொள்ளவும் உதவியது.

நாம் ஒன்று நினைக்க தெய்வம் வேறொன்று நினைக்கும் என்பது பழமொழி... இது பாரதி விஷயத்தில் கச்சிதமாய் பலித்தது.

ஐந்து வருஷங்களுக்குப் பின் தன் கெடுபிடியை ரமணி தளர்த்தின பிறகும், ஏனோ பாரதி அடுத்து கர்ப்பம் தரிக்கவேயில்லை.

ஏமாற்றம் அதிகமாகி, ஒரு சமயம் வேலை விஷயமாய் கணவர் டெல்லிக்குப் போயிருந்த தருணத்தில் தானாக வைத்தியரைச் சென்று பார்த்ததுமன்றி, 'டி அண்ட் சி' செய்து பார்க்கலாமென்று அவர் கூறியதைக் கணவரிடம்கூட, 'பெண்குழந்தைக்காகச் செய்துகொள்கிறேன்' என்று கூற வெட்கப்பட்டுக்கொண்டு, "மென்சிஸ் சரியா இல்ல... அதான்..." என்று சொல்லிச் சமாளித்துவிட்டுச் செய்துகொண்டும்... ம்ஹூம், பலனேதும் இல்லை.

ஐந்து, ஆறு, ஏழு, எட்டு என்று ஒவ்வொன்றாகக் கடந்து பத்து வருஷங்களாகி, மூத்தவனுக்குப் பன்னிரண்டும், தனக்கு முப்பத்தியிரண்டு வயசும் ஆன நிலையில், 'சீச்சி, இந்தப் பழம் புளிக்கும்' கதையாய் 'அப்படியென்ன அதிசயப் பெண் குழந்தை? பெண் இல்லாவிட்டால் குடியா மூழ்கிவிடும்?' என்கிற ஞானோதயம் பிறக்க, மனசைத் தேற்றிக்கொண்டு பெண் ஆசையை ஒருதினுசாய் மூட்டை கட்டிவைத்தாள்.

இதற்குள், நடுநடுவில் ஏகப்பட்ட நல்ல, கெட்ட சம்பவங்கள்.

கஸ்தூரியும் கமலாவும், டிகிரிப்படிப்பை முடித்ததும், காலதாமதமின்றி நாராயணன் தன் கடமையைச் செவ்வனே செய்ததில், நல்ல இடத்தில் இருவருக்கும் திருமணமானதும், குழந்தைகள்கூடப் பிறந்துவிட்டதும், நல்ல காரியங்களில் சில...

நினைத்த நினைப்பில்லாமல் மகாலிங்கத்துக்குச் சிறுநீரகக் கோளாறு வந்து கிட்டத்தட்ட எட்டுமாசம் போல சென்னையில்

வைத்து 'டயாலிஸிஸ்' பண்ணி வைத்தியம் பார்த்தும் பலன் இல்லாமல் போக, பம்பாய் ஜஸ்லோக் ஆஸ்பத்திரிக்குக் கொண்டுபோகலாமா என்கிற முடிவுக்கு வருவதற்குள் திடுதிப்பென்று கோமாவில் ஆழ்ந்தவர், நாலே நாள்களில் இறந்துபோனது, குடும்பத்துக்கு ஒரு பெரிய அதிர்ச்சி.

தும்மல், ஜலதோஷம் என்றுகூட இத்தனை வருஷங்களாய் உட்காராத மனிதருக்கு, மாபாரமாய் சிறுநீரகக் கோளாறு வருவானேன்? ராஜ வைத்தியத்துக்குக் கட்டுப்படாமல், சாவைத் தழுவுவானேன்?

இறக்கும்போது அவருக்கு வயசு அறுபத்தியாறுதான்... சாகிற வயசா! ஒரு திடகாத்திரமான ஆண்பிள்ளையின் வாழ்க்கையில், மத்திய பருவம் அல்லவா அது!

கணவரின் வைத்தியத்துக்காகச் சென்னைக்கு வந்து மகனோடு தங்கியிருந்த பார்வதி, அவர் மரித்த பிறகு மீண்டும் தஞ்சாவூருக்கே சென்று அத்தனாம் பெரிய வீட்டில் தனித்து வாழ முற்பட்டது, ரமணிக்குக் குறையான குறை.

"இங்க தனியா இத்தனை பொறுப்பையும் ஏன் நீ சொமக்கணும்? நிலத்தையும், மத்தததையும் விக்கறதுல உனக்கு இஷ்டமில்லேன்னா சரி, வேண்டாம்... மானேஜர் இருக்கார், பாத்துக்கட்டும். நா மாசம் ஒரு நடை வந்து மேப்பார்வை பாத்துக்கறேன். அத விட்டுட்டு, இங்கதான் இருப்பேன்னு அடம் பண்ணா எப்படிம்மா? உன்னை இங்க தனியா விட்டுட்டு என்னால அங்க நிம்மதியா இருக்கமுடியும்னு நினைக்கறியா?"

கெஞ்சிப் பார்த்தாயிற்று, சண்டை போட்டாயிற்று, வீட்டுப் பெரியவர்களை வைத்து புத்தி சொல்லிப் பார்த்தாயிற்று...

எதற்கும் பார்வதி மசியவில்லை.

"உங்கப்பா வாழ்ந்த வீட்டுல அவர் நினைவோட என் கடைசிக்காலம் வரைக்கும் வாழறதுலதான் எனக்குத் திருப்தி ரமணி... இத ஏன் புரிஞ்சுக்க மாட்டேங்கறே? நா தனியா எங்க

இருக்கேன்? இங்க வேணா மனுஷா, கூப்ட்ட கொரலுக்கு ஆள் எல்லாரும் இருக்கா... முடிஞ்சப்போ நீ வந்து பாத்துண்டு போ, போறும்... இதுக்கு மேல இந்தப் பேச்சு திரும்ப எடுக்காதே, ரமணி!"

தழைந்த குரலில், ஆனால் தீர்மானமாய் பார்வதி பேசிய பிறகு, அதை மாற்றும் முயற்சியில் எவரும் ஈடுபடவில்லை.

மாமனார் இறந்தபோது கௌதமுக்குப் பதினாலு வயசு, இப்போது இருபது. ஆறு வருஷங்கள் ஓடிவிட்டன.

நல்லதோ கெட்டதோ, காலம் யாருக்காக நிற்கிறது!

வருஷா வருஷம் தீபாவளி, பொங்கல், பண்டிகைகளுக்குச் செல்வதோடு, அப்பாவின் திவசத்துக்கும் கட்டாயம் ஊருக்குச் சென்று இரண்டு நாள்கள் தங்கி, இதர காரியங்களையும் கவனித்துவிட்டு வருவது, இந்த ஆறு வருஷங்களாய் வாடிக்கையாகிவிட்டது.

'ரமணி அண்ட் சன்ஸ்' இந்த இருபது வருஷங்களில் பெங்களூர், கொச்சி, கோயமுத்தூர், ஹைதராபாத் என்று நாலு நகரங்களில் கிளைவிட்டுக் கொண்டு ஒரு ஆலமரமாகவே ஆகிவிட்டதில், அதற்குமேல் ஊரில் தங்க இங்கே காத்திருக்கும் வேலைகள் இடம் கொடுப்பதில்லை.

மூத்தவன் கௌதம் தன்னைப்போல சி.ஏ. படித்துவிட்டுத் தன் கம்பெனியில் பார்ட்னராகச் சேரவேண்டும் என்பது ரமணியின் அடிமனசு ஆசை. அது பாரதிக்குத் தெரியும். ஆனால், என்ஜினியரிங் படிக்க விருப்பம் தெரிவித்த மகன், சி.ஏ. சேர்வதில் அதைக் காட்டவில்லையே... அப்புறம்?

விக்ரமுக்குச் சின்ன வயசிலிருந்தே எலெக்ட்ரானிக்ஸ் படித்துவிட்டு, அமெரிக்கா போய்த் தேர்ச்சி பெற்று வரவேண்டும் என்பதுதான் லட்சியம். ஆக, அவனும் அப்பாவின் தொழிலைப் பார்க்கப் போவதில்லை... அதுதானே?

நினைவுகளின் ஓட்டம் சட்டென்று பாரதியின் உதடுகளில் ஒரு புன்னகையை நெளியவிட்டது. பெண் பிறக்காததில் என் கனவு

நிறைவேறவில்லை என்றால், பிள்ளைகள் இருந்தும் ரமணியின் விருப்பமும் கைகூடவில்லை என்பதுதானே உண்மை!

"பெத்துட்டோம்ங்கறதுக்காக நம்ப ஆசைகளைக் குழந்தைகள் நிறைவேத்தி வெக்கணும்னு எதிர்பாக்கறது தப்பு பாரதி... நம்பளோட விருப்பு வெறுப்புகளை அடுத்தவர் மேல திணிக்காம, அவா என்ன விரும்பறான்னு தெரிஞ்சுண்டு அதுபோல நடக்கறதுதான் எல்லாருக்கும் நல்லது!"

கௌதம் 'ஆர்.ஈ.சி'யில் சேர விரும்புவதைத் தெரிவித்த தினம், தனக்குத்தானே சமாதானம் செய்துகொள்ளும் விதமாய் கணவர் பேசிய பேச்சுக்கள் நினைவுக்கு வந்த நொடியில்...

இத்தனை வக்கணையாய் விவேகத்தோடு அடுத்தவர் மன ஓட்டம் என்னவென்று புரிந்து செயல்பட நினைக்கும் மனிதருக்கு, 'உனக்கு டான்ஸ் தொடர்ந்து ஆட விருப்பமா, ஆடாமல் இருப்பது உனக்குக் கஷ்டமாக இருக்குமா?' என்று திருமணமாகும் முன்னரோ, ஆன பிறகோ ஒரு தரம், ஒரே ஒருதரம்கூட கரிசனத்தோடு கேட்கத் தோன்றவில்லையே, ஏன்? என்கிற கேள்வியும் சுடீரென்று சவுக்காய் நெஞ்சில் எழ, பாரதி திடுக்கிட்டாள்.

மீண்டும் கண்கள் கலங்குவதைப் புரிந்துகொண்டு அதைத் தடுக்கும் உத்வேகத்தோடு அவசரமாய் எழுந்து நின்றவள், ஆல்பங்களைப் பழையபடி மேஜை இழுப்பறையில் வைத்தாள்.

கசங்கிவிட்ட புடவையை நீவிவிட்டு, கதவைத் திறந்து "புஷ்பா, எனக்குத் தட்டு வை..." என்று குரல் கொடுத்தாள்.

——

8

மறுபடியும் ஆடிப்பார்க்கலாமா?

முடியுமா?

ஏன் முடியாது!

இத்தனை வருஷங்கள் கழித்து, புடவைக் கொசுவத்தை உயரத் தூக்கிச் செருகிக்கொண்டு, முதுகு நிமிர்ந்து அரைமண்டியில் உட்கார்ந்து ஆட முடியுமா?

அட, கச்சேரியா கொடுக்கப்போகிறேன்... கச்சிதமாய் ஆடமுடியுமா, முடியாதா என்று இத்தனை பயம் பயப்படுவதற்கு!

சும்மா... என் திருப்திக்கு...

வெட்டியாய்ப் பொழுதைக் கழித்து, எதற்கும் உபயோகமில்லாமல் உட்கார்ந்திருக்கும் நாழிகையில், அரைமணி... மிஞ்சிப்போனால் ஒருமணி நேரப் பயிற்சி... அவ்வளவுதானே!

ஒரு மணியா? சேர்ந்த மாதிரி ஒருமணி நேரம் ஆட முடியுமா? அதற்கு உடம்பு வளைந்து கொடுக்குமா?

ஏன் முடியாமல்? அப்படியென்ன வயசாகிவிட்டது எனக்கு? இல்லை, குண்டாகி விட்டேனா, உட்கார்ந்து எழுந்திருக்க முடியாமல்?

படுத்திருந்த பாரதி இருப்புக்கொள்ளாமல் எழுந்து, டிரெஸ்ஸிங் டேபிள் கண்ணாடி முன் நின்று, அதில் பிரதிபலித்த பிம்பத்தை ஊன்றிப் பார்த்தாள்.

வயசும் ஆகவில்லை, எடையும் போடவில்லை. இருபது வருஷங்களுக்கு முன் இருந்த பாரதியைவிட இப்போது முகம் முதிர்ச்சியடைந்தும், இரண்டு பிள்ளைகளைப் பெற்றுப் பாலூட்டி வளர்த்த காரணத்தால் உடம்பு லேசாகப் பூசின மாதிரியும் இருக்கிறது. மற்றபடி, சொல்லும்படியாய் கிழடு தட்டிப்போய், சதை தொங்கி கிங்கி ஆடுகிறதா?

முன்னால் சாய்ந்தவள், முகவாயை மார்போடு அழுத்தி, கழுத்துக்கடியில் சதை பிதுங்குகிறதா என்று சோதித்தாள். கையைப் பக்கவாட்டில் நீட்டி மூட்டுக்குக் கீழே கொத்தாய் பல பெண்களுக்கு சதை திரண்டு பிதுங்கும் தினுசில் தனக்கும் இருக்கிறதா என்று ஏறிட்டுப் பார்த்ததோடு, கையால் தடவியும் பார்த்தாள். ம்ஹூம், இல்லை... தொட்ட இடம் மேடு பள்ளம் இல்லாமல் வழவழவென்றே இருந்தது.

இடுப்பில் கை வைத்து நின்று இப்படியும் அப்படியும் திரும்பி தன்னைத்தானே கவனித்தபோது, சற்றுமுன் எழுந்த சந்தேகம் குறைய, மறுபடியும் 'ஆடிப்பார்த்தால் என்ன?' என்கிற யோசனை எழுந்தது.

தவறா?

தவறு ஒன்றுமில்லை... ஆனாலும்...

என்ன ஆனாலும்? யாரிடமாவது உத்தரவு வாங்கவேண்டுமா, அல்லது இத்தனை வருஷ இடைவெளிக்குப் பிறகு ஆரம்பிப்பது என்பதனால், நாள் நட்சத்திரம் பார்க்க வேண்டுமா?

பாரதி அடி உதட்டைக் கடித்து, கைவிரல்களைச் சொடுக்கினாள்.

யாரிடம் அனுமதி கேட்க வேண்டும்? இரண்டாம் பேருக்குத் தெரிந்தால்தானே இந்தத் தேவையெல்லாம்! மதிய நேரத்தில் தனித்து இருக்கையில் பயிற்சி செய்வதைத் தடுக்க இங்கு யார் இருக்கிறார்கள்? தவிர, ஆட விரும்புவது யாருக்காகவும், எதற்காகவும் அல்ல... என் ஆத்ம திருப்திக்காக...

ஸ்வானுபாவத்துக்காக மட்டுமே! அப்புறம், ஆளாளாகக் கூப்பிட்டு, 'நான் மதிய வேளைகளில் ஆடுகிறேன், தெரியுமா?' என்று டாம்டாம் அடிக்கவேண்டிய அவசியம்தான் என்ன!

ம்ஹூம், இல்லை... அவசியமேயில்லை.

இப்படியும் அப்படியும் யோசனையுடன் நடந்தவள், ஏதோ நினைவுக்கு வந்த தினுசில் நின்றாள்.

ஆமாம்... புஷ்பா வீட்டிலேயே இருக்கிறாளே, அவளுக்குத் தெரிந்துவிடுமே!

'எங்க வீட்டு அம்மாவுக்கு முளைச்சிருக்கற ஆசையப் பாத்தியா? இத்தன வயசுக்கு மேல டான்ஸ் ஆடிப்பாக்கறாங்கன்னா நம்பமுடியுதா?' என்று அக்கம்பக்கத்து வீட்டு வேலைக்காரிகளிடம் கேலியாய்ப் பேச முற்பட்டால் என்ன செய்வது?

யாருக்கும் தெரிய வேண்டாமென்று நினைத்திருப்பது இவள் மூலமாக குப்பனுக்கும் சுப்பனுக்கும்கூடத் தெரிந்து, சாலையில் இறங்கி நடந்தாலே அந்தத் தெருவைச் சேர்ந்தவர்கள் 'என்னாயிற்று உனக்கு?' என்று கேட்கும் விதமாய் நமுட்டாய் சிரித்தால்?

பீச் சாலையில் தான் வாக்கிங்போவது போலவும், மணல் ஓரத்திலும், 'கோஸி' ரெஸ்டாரெண்டட் வாசலிலும் கும்பலாய் உட்கார்ந்திருக்கும் கல்லூரி மாணவர்கள் இவளைக் கண்டதும், 'ஹோ, டான்ஸிங் ஸ்டார் போறாங்க பாரு!' என்றும், 'பெசன்ட் நகரோட வைஜெயந்தி மாலா யாரு தெரியுமா?' என்றும் சீண்டுகிற தினுசில் கற்பனை எழ, பாரதி ஆயாசத்துடன் கட்டில்மேல் அமர்ந்தாள்.

என்னாயிற்று எனக்கு?

ஆடவேண்டும் என்கிற ஆசை எழுந்தது தப்பா? என்னவோ கொலைக் குற்றம் பண்ணத் துணிந்துவிட்ட மாதிரி, என்ன வேண்டாத குறுக்குக் கேள்விகள் இவையெல்லாம்! யாருக்கு நான் பயப்படவேண்டும்? எதற்காக அஞ்சவேண்டும்?

சட்டென்று பாரதிக்கு, பத்து வருஷங்களுக்கு முன் தத்துவஞானி ஜே. கிருஷ்ணமூர்த்தியின் பிரசங்கத்துக்கு ரமணியுடன் சேர்ந்துபோன தினமும், அன்று அவர் பேசின பேச்சுக்களும் ஞாபகத்துக்கு வந்தன.

வசந்த விஹார்... அடையாறு கிரீன்வேஸ் சாலையில் இருக்கும் அமைதியான தோட்டம்.

எதிர்ப்பக்கம் பூராவும் வரிசையாய் அமைச்சர்களின் மாளிகைகள்; அகலமான, துப்புரவான சாலை. சென்னையின் அழகிய, நன்கு பராமரிக்கப்படும் சாலைகளில் கிரீன்வேஸ் ரோடும் ஒன்று. யாரும் மறுக்க முடியாது.

ஒரு காலைப்பொழுது... எட்டுகூட ஆகாத சமயம். கிட்டத்தட்ட ஆயிரம் பேர் கூடியிருந்தாலும், இடம் அமைதியாக இருந்தது. தலைக்கு மேல் பச்சைக் கூடாரம் போட்ட மரங்கள். அவற்றின் இலை இடுக்குகள் வழியாகத் தரை பூராவும் தங்கக் காசுகாசாக விழுந்து சிதறிய சூரியவெளிச்சம்.

ஜே.கே. ஒரு தலைப்பில் அரைமணிபோல பேசிய பிறகு, கேள்வி பதில் நேரம் துவங்கியது.

ஆண் ஒருவர் எழுந்து நின்றார்.

"சுவாமிஜி... எனக்கு வயசு முப்பத்திநாலு. தனியார் கம்பெனியில் மானேஜராக இருக்கிறேன். சின்ன வயசு முதற்கொண்டே ஓவியம் தீட்டுவதில் எனக்கு அபார மோகம் உண்டு. ஓவியக் கலையில் தேர்ச்சி பெற்றுப் பெரிய ஓவியனாக வளரவேண்டும் என்பது என் சிறு பிராய ஆசை. ஆனால் சுவாமிஜி, அந்தக் கலையை வளர்த்துக்கொள்ள எனக்கு சந்தர்ப்பமே அளிக்கப்படவில்லை. 'கவனத்தை வேறு வகையில் திசை திருப்பாமல் பள்ளியில் பாடங்களை நன்றாகப் படித்தால்தான் முன்னேற முடியும்' என்று சதா பெற்றோர் புத்திமதி சொன்னதால், சிரமேற்று சிரத்தையாய் படித்தேன். பின்னர், 'கல்லூரிப் படிப்பும், புரொஃபஷனல் கோர்ஸும் இருந்தால்தான் நன்றாகச் சம்பாதித்து, நிம்மதியாய்

இருக்க முடியும்' என்றார்கள். அவற்றையும் செய்தேன். 'தனியாக வாழ்வது கூடாது, திருமணம் செய்துகொள்' என்றனர். செய்துகொண்டேன். இப்போது எனக்கு இரண்டு குழந்தைகள். பொழுது விடிந்து பொழுது போகும்வரை இயந்திர கதியில் வாழ்க்கை வாழ்வது சலிப்பைத் தருகிறது. உறங்கி, உண்டு, உழைத்து, மீண்டும் உண்டு உறங்கி... இப்படி வாழ்நாள் பூராவும் அடுத்தவர்களுக்காகவே வாழ்ந்து கொண்டிருப்பது சரிதானா? எனக்கென்று வாழ எப்போது நான் துவங்கப்போகிறேன் சுவாமிஜி? சின்ன வயசு முதற்கொண்டே அடிமனசுக் கனவாக ஜொலிக்கும் ஓவிய ஆசையை நிறைவேற்ற முடியாமல்... என்ன வாழ்க்கை இது, சுவாமிஜி? அடுத்தவர்களுக்காக வாழாமல், எனக்காக, எனக்குப் பிடித்தமானவற்றைச் செய்துகொண்டு வாழும் துணிச்சல், எனக்கு எப்போது கிட்டும்?"

தொண்டை அடைக்க, குரல் தழுதழுக்க அன்று அந்த இளைஞன் அப்படியொரு யதார்த்தமான கேள்வியைக் கேட்டதும், என்னவோ அவரவர் மனங்களின் ஏக்கத்தை அவன் அப்படியே பிரதிபலித்து கேட்டுவிட்ட மாதிரி சபையோரில் பலர் திடுக்கிட்டுப்போனது அவர்கள் முகபாவத்திலிருந்து உணர முடிந்தது. சுவாமிஜி என்ன பதில் கூறப்போகிறார் என்கிற எதிர்பார்ப்புடன் கூட்டம் மௌனிக்க, ஜே.கே. ஒருதரம் செருமிக்கொண்டார்.

மேடையில் ஒரு வெள்ளை ரோஜா மலரின் மென்மையுடன் அமர்ந்திருந்தவர், தீட்சண்யம் மிகுந்த கண்களைச் சுழற்றி சுற்றிப் பார்த்துவிட்டு, அந்த இளைஞன்மேல் பார்வையை நிலைக்கச் செய்தார்.

புன்னகையுடன் மென்மையாக வினவினார்.

"இளைஞனே, நீ பசிக்கும்போது சாப்பிடுகிறாயா?"

கேள்வி கேட்ட நபரும், கூட்டத்தாரும், 'என்ன கேள்விக்கு என்ன பதில்?' என்கிற குழப்பத்துடன் ஒருவரையொருவர் ஏறிட்டுக்கொள்ள, சுவாமிஜி மீண்டும் கேட்டார்.

"ஆன்ஸர் மீ, யங் மேன்... டூ யூ ஈட் வென் யூ ஆர் ஹங்க்ரி?" (Answer me young man... do you eat when you are hungry?)

இளைஞன் குழப்பம் விலகாமல், ஆமென்று தலையசைக்க, சுவாமிஜி தொடர்ந்தார்.

"உனக்குத் தூக்கம் வரும்போது உறங்குவாயா?"

"ஆம், சுவாமிஜி..."

புன்னகை மாறாமல் ஜே.கே. பேசினார்.

"தூண்டுதல்கள் உறுதியாக எழும்போது, அவற்றை நாம் நிறைவேற்றிக் கொள்ளும் முயற்சியும் தீவிரமாகிறது. இது இயற்கையின் நியதி. பசி நிஜமானால், சாப்பிட முனைவதும் நிஜம்; தூக்கம் கண்களைச் சுழற்றினால், உறக்கம் தன்னிச்சையாக வருவதும் உண்மை. மேலே எறியப்பட்ட கல், கீழே வருவது பூமியின் ஆகர்ஷன சக்தியால் என்றால், ஆசைகள் பூர்த்தியடைவது அதன் வலுவான தேவைகளால்... எண்ணங்கள் வலுவாக இருக்கயிருக்க, அவற்றை நிறைவேற்றுவதும் சாத்தியமாகிறது! ஆக, ஓவியம் வரையவேண்டும் என்பது நிஜமான விருப்பமாக இருந்தால், பசி, தூக்கத்தை எப்படி ஒத்திப்போட முடியாதோ அப்படி இந்தத் தேவையும் (அர்ஜ் - urge) தானாகத் தன்னை முழுமையாக்கிக் கொண்டிருக்கும்! பசிக்கும்போது சாப்பிட்டு, தூக்கம் வரும்போது இயல்பாக அவற்றைச் செய்யும் நாம், நிறைவேறாத ஆசைகள் என்று வரும்போது மட்டும் அடுத்தவர் மேல் பழிபோடுவது எதற்கு? நாம் பொறுப்பேற்க வேண்டிய விஷயங்களுக்குக்கூட அடுத்தவரைச் சுட்டிக்காட்டுவது சரியான செய்கையா? 'நான் காரணமில்லை, அடுத்தவர்தான்' என்று குறிப்பிட்டுவிட்டு கோழைத்தனமாய் விலகுவது, நமக்கு நாமே செய்துகொள்ளும் சப்பைக்கட்டுச் சமாதானம். தூண்டுதல் உண்மையாக இருந்தால், அது தானாகவே தன்னை நிறைவேற்றிக் கொண்டுவிடும். இஃப் தி அர்ஜ் ஈஸ் ஜெனுவின், தென் இட்

வில் சம்ஹௌ கெட் ஃபுல்ஃபில்ட் (if the urge is genuine, then it will somehow get fulfilled)! எண்ணங்களே செயல்களாகின்றன... ஆக, எண்ணங்கள் உறுதியாக இருக்கயிருக்க, செயல் பூர்த்தியடைவதும் வலுவாகிறது..."

அன்றைக்கு ஜே.கே. பேசி முடித்த பிறகு வீட்டுக்கு வரும் வழியில் ரமணியும் தானும், எத்தனை கச்சிதமாய் மனித சுபாவத்தை விவரித்துவிட்டார் என்கிற மலைப்பில் ஒருவருடன் ஒருவர் பேசக்கூட இல்லாமல் மௌனமாய் பயணித்ததை, இப்போது பாரதி நினைத்துப் பார்த்தாள்.

வாஸ்தவம்தானே! எதற்கும் அடுத்தவர் மேல் பழியைப் போட்டுவிட்டு, 'இது மோசமாக இருப்பதற்கு, இந்தக் காரியம் முடங்கிப்போனதற்கு, இதை என்னால் செய்ய முடியாமல் ஆனதற்கு நான் பொறுப்பில்லை. சமுதாயம், அரசாங்கம் அல்லது அடுத்தவரே காரணம்' என்கிற மனோபாவத்தை வளர்த்துக்கொண்டு விட்டால், 'அப்பாடி, தவறு என்மேல் இல்லை' என்கிற போலி நிம்மதியோடு வாழ முடியும். உண்மைதானே! ஆனால், அது சரியான கண்ணோட்டமா? தனிமனித வளர்ச்சிக்கு இந்த நொண்டிச்சாக்கு குணம் உதவுமா?

அடுத்து வந்த நாள்களில் ஜே.கேயின் கருத்துக்கள் சதா மனசில் உழல, 'இனி கூடுமானவரையில் நான் பொறுப்பேற்க வேண்டிய விஷயங்களுக்காக அடுத்தவரை பலிகடா ஆக்கமாட்டேன்' என்று தீர்மானித்துக்கொண்டதும் அல்லாமல், சமயம் கிடைக்கும் போதெல்லாம் பிள்ளைகளுக்கும் அதை எடுத்துச் சொல்லி, தானும் முடிந்தவரை அதைக் கடைப்பிடிக்க முயன்று வருவதையும் நினைவுபடுத்திக் கொண்டபோது, அத்தனையும் மறந்துவிட்டு இப்போது குழம்பி, தயக்கத்துக்கு அடுத்தவரைக் காரணம் காட்டித் தப்பிக்கப் பார்ப்பது அவமானமாக இருந்தது.

அரை நிமிஷம் தலைகுனிந்து உட்கார்ந்திருந்தவள், நீளமாய் மூச்சை இழுத்து தன்னை ஆஸ்வாசப்படுத்திக்கொண்டு எழுந்து ஜன்னலருகே சென்று, வெளியே பார்த்தாள்.

சரியான மத்தியான வேளை. ஆகாயம், கைப்பிடி அளவு மேகம்கூட இல்லாமல் நிர்மலமாய் இருந்தது.

பக்கத்து ஃப்ளாட்டில் மாடித் தொட்டிக்குத் தண்ணீர் நிரப்பவென மோட்டார் ஓடிக் கொண்டிருப்பது அந்த ஓசையிலிருந்து புரிந்துகொள்ள முடிந்தது. அவள் ஊகம் சரி என்பதுபோல சில நொடிகளில் மாடித் தண்ணீர்த் தொட்டி நிறைந்து, வெளியே நீட்டிக்கொண்டிருந்த பைப் வழியாக நீர் கொட்ட முற்பட்டது.

இந்த ஃப்ளாட்காரரர்கள் எப்போதுமே இப்படித்தான்... மக்களுக்குக் குடிக்கத் தண்ணீர் இல்லாத இந்த சமயத்திலும், டாங்க் நிறைந்ததும் மோட்டாரை பொறுப்புடன் நிறுத்தி பார்த்ததேயில்லை. சில நிமிஷங்களுக்காவது தண்ணீர் கொட்டி தரையெல்லாம் சொதசொதத்துப் போன பிறகே நிறு...

பாரதியின் சிந்தனை தொடருமுன், ஜதையாய் இரண்டு மைனாக்கள் தொட்டியிலிருந்து வெளியே வரும் பைப் மேல் வந்து உட்கார்ந்தன. விளிம்புக்குச் சென்று பைப்பிலிருந்து கொட்டும் ஜலத்தை அலகால் ஏந்தி, நாலு வாய் குடித்துவிட்டு முதலாவது நகர, இரண்டாவது குனிந்து குடிக்க முற்பட்டது.

எமன்களா!

எத்தனை லாவகமாக மொட்டைமாடி பைப்மேல் அமர்ந்துகொண்டு, யாரோ இவற்றுக்காகக் குழாயைத் திறந்துவிட்ட தினுசில் நீரைக் குடிக்கின்றன! பறவைகள் ஆனாலும், தங்களுக்கு வேண்டியதை உணர்ந்து, பயப்படாமல், அதேசமயம் கச்சிதமாய் தேவையைப் பூர்த்தி செய்துகொள்ளும் இவை சமர்த்தில்லாமல் வேறென்ன!

தண்ணீர் குடித்த சந்தோஷத்தோடு மைனாக்கள் பறந்துபோக, பாரதி ஜன்னல் கம்பிகளில் முகத்தைப் பதித்து யோசித்தாள்.

தனக்கு எது வேண்டும், வேண்டாம் என்று இந்தப் பறவைகளுக்குப் புரிந்திருக்கும் அளவில் கூட, எனக்கு சிந்தனையில் தெளிவில்லையே!

மீண்டும் ஆட ஆசையா, இல்லையா?

கண்களை மூடிக்கொண்டு ஆழ்ந்து சிந்தித்தபோது, மனசு 'ஆசை, ஆசை' என்று கூவுவது கேட்டது.

சரி... ஆசை.

அப்புறம் என்ன தயக்கம்? ஆடிப் பார்த்துவிட வேண்டியதுதானே?

யாருக்கும் சொல்ல வேண்டாம், மற்றவருக்குத் தெரியக்கூட வேண்டாம்... தினம் மதியம் காபி சாப்பிட்ட பிறகு இரண்டிலிருந்து மூன்றுவரை ஆடிப் பழகுவதில் என்ன கஷ்டம்?

ம்ஹூம், ஒன்றுமில்லை.

எனக்காக, என் சந்தோஷத்துக்காக...

ஜே.கே. சொன்ன மாதிரி 'அர்ஜ்...' தூண்டுதல்... உண்மையாயிருந்தால், முயற்சியும் இயல்பானதாகவே இருக்கவேண்டும்.

இருக்கிறதா?

ஆம், இருக்கிறது. உண்மையான ஆசைதான், போலி இல்லை. கண்மூடித் திறக்கும் நாழிகையில் தோன்றி மறையும் மின்னல் மாதிரியில்லை இந்த ஏக்கம்.

இது ரொம்ப வருஷத்தியது. சின்ன வயசில் எனக்குள் விதைக்கப்பட்டு, செடியாகி, இன்று மரமாகியிருப்பது.

நாட்டியத்தின் மேல் எனக்குண்டான ஈடுபாடு மனப்பூர்வமானது... யாருக்காகவும் போடும் வேஷமில்லை இது.

குழப்பம் நீங்கி தெளிவு பிறக்க, ஒருவித உற்சாகத்தோடு பாரதி ஸ்டீல் அலமாரியைத் திறந்தாள். அடித்தட்டை மூடிவைத்திருந்த மெல்லிய துணியை அகற்றினாள். உள்ளே இருந்தவற்றை ஒவ்வொன்றாகக் கையில் எடுத்துப் பார்த்தாள்.

பரதநாட்டிய உடைகள்... இரண்டு செட்.

புடவை டிரெஸ் ஒன்று.

பெட்டியில் - தலைசாமான், புல்லாக்கு, நத்து, வங்கி, ஒட்டியாணம், கழுத்து அட்டிகை.

சலங்கை, ஒரு ஜதை.

சிவப்புச் சாய அல்தா பாட்டில்.

கூடவே, டான்ஸ் பாட்டுக்கள் கொண்ட டேப்.

பெண் பிறந்த பிறகு தேவைப்பட்டால் எடுக்கலாமென்று மூடிவைத்திருந்த பொருள்களைக் கையிலெடுத்த போது, சிலிர்த்தது.

அத்தனையும் பழையபடி வைத்து மூடிவிட்டு, டேப்பை மட்டும் எடுத்துக்கொண்டு எழுந்தாள்.

டேப் ரெகார்டரிடம் சென்று டேப்பைப் பொருத்தி, ஸ்விட்சைப் போட்டாள்.

'ஜெயசூதபுரிவாசா
ஜெயமஹா ஞானசபேசா...'

தோடயமங்களப் பாடல் கணீரென்று எழுந்து, சுழன்று சுழன்று அறையை வியாபித்தது. சொடுக்குப் போட்ட மாதிரி உடம்பு உதற, ஒரு துள்ளலுடன் நகர்ந்து அறையின் மையத்தில் நின்றாள்.

இரண்டு கைகளையும் மார்புக்கு நேராக கடகாமுக முத்திரையில் பிடித்து, கால்களைத் தட்டி முழு மண்டியில் உட்கார்ந்து, பூமியைக் கையால் தொட்டு, கண்களில் ஒற்றிக்கொண்டு தட்டிக் கும்பிட்டபோது, அந்த வீடு, சூழ்நிலை எல்லாம் மறந்துபோய், எதிரே மாஸ்டர் உட்கார்ந்து நட்டுவாங்கம் செய்கிற பிரமை உண்டாக, பாரதி கைகளை மேலே தூக்கி கூப்பி, 'தாம்தித்தாம்' என்று அலாரிப்புவை கவனமாய் ஆட ஆரம்பித்தாள்.

——

9

குட்டிக்குட்டியாய் ஒன்றோடு ஒன்று கைகோத்தபடி இந்தக் கோடியிலிருந்து அந்தக் கோடி வரை உட்கார்ந்திருந்த கடைகள், அவற்றில் அம்பாரமாய் கொட்டி வைக்கப்பட்டிருந்த காய் வகைகள், அத்தனையும் சில மணி நேரத்துக்கு முன்னரே பறிக்கப்பட்ட புத்தம்புது பொலிவுடன்...

குளித்துவிட்டு பச்சைத் தோகையுடன் சுத்தமாய் இருந்த காரட் அடுக்குகள்; கூடை கூடையாய் பச்பச்சென்று நிறைந்திருந்த பீன்ஸ், அவரைக்காய் வகைகள்; யாரோ வேலை மெனக்கெட்டு உட்கார்ந்து ஒவ்வொன்றாக வார்னிஷ் செய்து வைத்த தினுசில் அலாதியாய் பளபளத்த குடைமிளகாய், கத்தரிக்காய், தக்காளிக் குவியல்கள்...

'பச்சை நிறம் என்றால் என்னவென்று தெரிய வேண்டுமென்றால், என்னைப் பார், புரிந்துவிடும்' என்று அறைகூவும் சந்தோஷத்தோடு காணப்பட்ட கீரை, மல்லி கட்டுக்கள்...

மஞ்சள் உருண்டைகளாய் கொட்டிக்கிடந்த எலுமிச்சம் பழங்கள், கொம்புகொம்பாய் குருத்து இஞ்சிகள்.

கடைக்குக் கடை தோரணம் கட்டிய ரீதியில் விட்டத்திலிருந்து தரைவரை தொங்கிய பிஞ்சுப் புடலங்காய்கள்...

ஒரு கையால் புடவைக் கொசுவத்தை லேசாகத் தூக்கி, மற்றதில் பிளாஸ்டிக் கூடைகள், கைப்பையைப் பிடித்தபடி மெதுவாகப் பராக்குப் பார்த்தவாறு மார்க்கெட்டின் இந்தப்பக்கத்திலிருந்து

அந்தப்பக்கம் வரை ஒருதரம் நடந்த பாரதி, திரும்பினாள். மீண்டும் வந்த வழியே நடந்து, அந்தந்த கடைகளில் நின்று தேவையான பதார்த்தங்களை வாங்க முற்பட்டாள்.

உஸ்மான் ரோட்டில், பனகல் பார்க்கையொட்டி அமைந்திருக்கும் இந்தக் காய்கறி மார்க்கெட்டுக்கு வருவதென்றால், அவளுக்கு எப்போதுமே அலாதி குஷி. வீட்டுத் தோட்டத்தில் காய்த்த காய்களைப் பறித்து சமைக்கிற உணர்வு, இந்த மார்க்கெட்டுக்கு வந்து இங்கே குவிந்திருக்கும் காய் வகைகளைப் பார்க்கையில் அவளுள் தப்பாமல் எழும். அதென்ன பசுமை, அதென்ன ஃப்ரெஷ்னஸ்... அதுவும், மாலை நான்கு மணிக்கு மேல் போய்விட்டால், படப்பையிலிருந்தும், பூந்தமல்லியிலிருந்தும் வந்து இறங்கும் இளசு காய்களின் பளபளப்பும், ஊட்டமான தோற்றமும், 'என்னை வாங்கு', 'என்னை வாங்கு' என்று குரல் கொடுத்து அழைக்கிற மாதிரியே ஈர்க்கும். அந்த அழகில் மயங்கி, நாலு தினுசு வாங்கலாம் என்கிற தீர்மானத்தில் வருபவள் பத்து வகைகளோடு வீடு திரும்புவது அடிக்கடி நடக்கும் சமாச்சாரம்.

அன்று வெள்ளிக்கிழமை. இவள் மார்க்கெட்டிலிருந்து திரும்புவதற்குள், விக்ரம் சனி ஞாயிறை பெற்றவர்களுடன் கழிக்கவென வீட்டுக்கு வந்திருப்பான் என்பதால், அடுத்து வரும் இரண்டு நாள்களிலும் பிள்ளையின் ரசனைக்கேற்ப தடபுடலாய் சமைக்க மனசுக்குள் மெனு தயாரித்திருந்த விதத்தில் காய்கறிகளை வாங்கிவிட்டோமோ என்று பாரதி யோசனை பண்ணினாள்.

நாளைக் காலைச் சாப்பாட்டுக்கு புலவு, குர்மா. அதற்குப் பட்டாணி, குடமிளகாய், பிஞ்சு பீன்ஸ், கேரட், வெங்காயம், உருளைக்கிழங்கு வாங்கியாயிற்று.

மதிய டிபனுக்கு, சன்னா பட்டூரா. அதற்குக் காய் ஏதும் வேண்டாம்... வீட்டில் கொண்டைக்கடலை, இதர சமாச்சாரங்கள் உள்ளன.

அப்புறம்...

யோசனை மாறாமல் நகர்ந்தவள் நின்றாள்.

போகும்போது இல்லை, அதற்குள் கொண்டுவந்து இறக்கிக் கடைபோட்டு விட்டார்களா?

கூம்பு கூம்பாய் பச்சைச் சோளக் கொண்டைகளை சாக்குகளிலிருந்து எடுத்து அடுக்கிக்கொண்டிருந்த பெண்மணியை பாரதி நெருங்கினாள்.

பால் வடியும் பிஞ்சு சோளம் என்றால், விக்ரமுக்கு ரொம்பப் பிடிக்கும். அவனுக்கு மட்டுமல்ல... ரமணிக்கும் இவளுக்கும்கூட ரொம்பப் பிடித்தமானதுதான்.

தோகையைச் சுத்தமாய் நீக்கிவிட்டு, தணலில் ஒத்தாற்போல சுட்டு, இரண்டாக வெட்டின எலுமிச்சம்பழத்தை காரப்பொடி உப்புக் கலவையில் தோய்த்து, சுட்ட சோளக்கதிர் மேல் தடவி, அந்த உப்பு, உறைப்பு, புளிப்பு உதடுகளில் உறைக்க சுடச்சுடச் சாப்பிட்டால்... ஆஹா! அதன் ருசியே அலாதிதான்!

வட இந்தியாவில் தெருமுனைகளில்கூட இப்படி 'புட்டா' சுட்டுத்தருவது சகஜம். நம்மூரில்தான் இந்த ரசனையெல்லாம் அவ்வளவாகக் கிடையாது. கொடைக்கானலில் ஏரிக்கரையில் நாலைந்து தள்ளுவண்டிக் கடைகளில் சோளத்தை இந்த மாதிரி அருமையாய் சுட்டுக் கொடுப்பார்கள். கை சுடாதிருக்கவேண்டி, தோகை இதழ் ஒன்றை அடியில் பிடித்து, அந்தக் குளிரை ரசித்தவாறு, சோளத்தைக் கடித்துக்கொண்டு நடப்பது தனி அனுபவம்.

இந்தப் பால் வடியும் சோளத்தை வைத்துக்கொண்டு எத்தனை விதமாய் சமைக்கலாம்!

சுட்டுத் தின்னுவது ஒரு ரகம் என்றால், முழுசாய் வேகவைத்துவிட்டு, உப்பு கலந்த மஞ்சள் வெண்ணெயை உருக்கி, வெந்த சோளக்கொண்டை மேல் தடவி, துளி மிளகுத் தூளையும் போட்டுக்கொண்டு சாப்பிட்டால் பிரமாதமாக இருக்குமே! என்ன, வெண்ணெய் என்பதால் கூடுதலாய் கலோரிகள் உடம்பில் ஏறும்... இருந்தாலும், எப்போதாவது ஒருமுறை இப்படி ருசியாய் சாப்பிடுவதில் தவறென்ன!

இந்த வகைகளைத் தவிர, முத்துக்களை கத்தி அல்லது அரிவாள்மணையால் செதுக்கியெடுத்து, உப்பு பச்சை மிளகாயுடன் நறநறவென்று அரைத்து, நறுக்கின வெங்காயம், பச்சைக் கொத்துமல்லி சேர்த்து கெட்டிக்கலவையாக்கி, தேவைப்பட்டால் ஒரு கை மைதாமாவு சேர்த்து, வடைபோலத் தட்டிப்போட்டு எண்ணெயில் பொரித்து, தக்காளி சாஸுடன் சாப்பிடுவது மட்டும் ருசியில் இளைத்ததா என்ன! மாலையில் தேநீருடன் சாப்பிட அமிர்தமாக இருக்குமே!

எண்ணெய், வெண்ணெய் போன்ற எடை கூடும் அயிட்டங்கள் வேண்டாமென்று நினைப்பவர்கள், சூப் வைத்துச் சாப்பிடலாமே! செதுக்கியெடுத்த சோளமுத்துக்களை வேக வைத்து, மிக்சியில் ஒன்றிரண்டாக அரைத்து, ஒரு டேபிள் ஸ்பூன் சோளமாவு அல்லது மைதாவை ஒரு கப் தண்ணீரில் கட்டியில்லாமல் கரைத்துக் கூழ்போலக் கொதிக்க வைத்து, கொஞ்சம் பால் கலந்து 'வொயிட் சாஸ்' தயாரித்துக் கொண்டு, சோளக்கலவையுடன் கலந்து, தேவையான உப்பு, மிளகு, அரை ஸ்பூன் சர்க்கரை சேர்த்தால், அருமையான 'கார்ன் சூப்' ரெடி! சைனீஸ் ரெஸ்டாரெண்டில், இதோடு கொஞ்சம் வேகவைத்த ஜவ்வரிசிக் கூழ், கேரட் துருவல்கள், ஒரு ஸ்பூன் சோயா சாஸ் ஆகியவற்றைச் சேர்த்து, 'சைனீஸ் ஸ்பெஷல் அயிட்டம்' என்று தயாரித்து நீட்டினால், கிண்ணம் ஒன்றிற்கு இருபது ரூபாய் கொடுத்து, 'ஹா, என்ன ருசி!' என்று நாக்கைச் சப்புக் கொட்டிக்கொண்டு சாப்பிட்டுவிட்டு வருவோம்... ஆனால், பத்து நிமிஷம் சிரமப்பட்டு வீட்டிலேயே செய்தால், அதே இருபது ரூபாய்க்கு குறைந்தபட்சம் ஆறுபேர் சூப் சாப்பிடலாமே!

"சோளம் வேணுமாம்மா? புச்சு... இப்பத்தான் படப்பை அய்யரு பண்ணைலேருந்து வந்து எறங்கிகிட்டே இருக்கு... சைஸ் பாத்தியா? அத்தனையும் பால் கொண்டைங்க... ஒரு டஜன் போடவா?"

பெண்மணி நீட்டிய கொண்டையை பாரதி கையில் வாங்கி ஒரு முத்தை நசுக்கிப் பார்த்தாள். பால் வடிந்தது.

"என்ன விலை?"

"ஒண்ணா வாங்கினா மூணு ரூபா... டஜனா எடுத்துகிட்டீன்னா, முப்பது ரூபா..."

"ரெண்டு ரூபான்னு போட்டுக்கக் கூடாதா?"

"கட்டுப்படி ஆவாது தாயீ... ஒரே வெல, டஜனா எடுத்தா முப்பது ரூபா..." பன்னிரண்டு சோளக்கதிர்களைப் பொறுக்கி கூடையில் போட்டுக்கொண்டு பணத்தைக் கொடுத்துவிட்டுத் திரும்பியவள், "வணக்கம்மா..." என்கிற குரல் கேட்டு நிமிர்ந்தாள்.

அட... ராமபத்திரனா!

ரொம்ப வருஷங்களுக்கு முன்னால் அவள் நாட்டியம் ஆடிய நாள்களில், கச்சேரிகளுக்குப் பக்கவாத்தியமாக மிருதங்கம் வாசித்த அந்த ராமபத்திரனா!

"சார்... நீங்க ராமபத்திரன் சார்தானே? எவ்ளோ வருஷமாச்சு சார்..."

அடக்கமாட்டாத ஆச்சர்யத்துடன் பாரதி குரலை உயர்த்த, ராமபத்திரன் கைகளை மார்புக்குக் குறுக்காகக் கட்டி நின்று பவ்யமாகச் சிரித்தார்.

"அஞ்சு நிமிஷம் முன்னாடியே உங்களைப் பாத்துட்டேன்... நீங்கதானான்னு தீர்மானமா புரியலை... பாத்து இருவது வருஷம் ஆகலியா? அப்பறமா கிட்ட வந்து பாத்தேன்... நீங்கதான்னு மனசுக்குப் பட்டுது... எப்படியிருக்கீங்க?"

பாரதி கூடைகளைத் தரையில் வைத்தாள்.

"என்ன சார், இருவது வருஷமா பாக்காட்டா, பழக்கவழக்கமெல்லாம் மாறிடுமா? 'ங்க' எல்லாம் போட்டுப் பேசறளவுக்கு என்னப் பாத்தா அத்தனை வயசானவளாவா தோணறது?"

ராமபத்திரன் சிரிப்பு மாறாமல், இல்லையென்று தலையசைத்தார்.

"நீங்க... ஸாரி, நீ மாறவேயில்லம்மா! அன்னிக்கு இருந்த பாரதியாவேதான் இன்னிக்கும் இருக்கே... அதான், இது

பாரதிதானா, இல்ல அவ பொண்ணாங்கற சந்தேகம் வந்திடுச்சு! எப்படியிருக்கே பாரதி? மெட்ராஸ்லதான் இருக்கறதா ராஜமாணிக்கம் சார் சொன்னார்..."

"பம்பாய விட்டு வந்து ரொம்ப வருஷமாச்சு, சார்... கல்யாணத்துக்கப்பறம் டான்ஸை நிறுத்திட்டதுனால, அப்பறம் உங்களையெல்லாம் பாக்க சந்தர்ப்பமே கிடைக்கல... ராஜமாணிக்கம் மாஸ்டரை மட்டும், ஊருக்கு வந்த புதுசுல ரெண்டு மூணு தரம் பாத்தேன். ரெண்டு குழந்தைகள் பொறந்து, கவனம் மாறி, நேரம் கிடைக்காமப் போனதுல, மாஸ்டரைக்கூட பாத்து வருஷக்கணக்காச்சு! எல்லாரும் எப்படியிருக்கேள்? இன்னும் மாஸ்டருக்குத்தானே நீங்க மிருதங்கம் வாசிக்கறேள்?"

"ஆமாமா... அந்த க்ரூப் இன்னும் அப்படியேதான் இருக்கு... ஆனா, வயலின் வாசிக்கற சுந்தரேசன் தவறிப்போயிட்டாரு தெரியுமில்ல? அவருக்கு பதிலா சந்தானம்னு ஒரு பையன் வாசிக்கறான். மத்தபடி, கல்யாணியம்மா வீணை, நா மிருதங்கம் எல்லாம் அதே ஆளுங்கதான்! அதிருக்கட்டும், போன மாசம் ராஜமாணிக்கம் சார் விபத்துல மாட்டிகிட்ட விவகாரம் தெரியுமில்ல? பேப்பர்ல நியூஸ் வந்திருந்ததே?"

பாரதி உடம்பு உதறிப்போட திடுக்கிட்டாள்.

"வி... விபத்தா... மாஸ்டருக்கா? ஐயோ, தெரியாதே சார்... என்னாச்சு?"

"பாண்டிச்சேரில காயத்ரின்ற பொண்ணோட கச்சேரி முடிஞ்சு நாங்கள்லாம் பஸ்ஸுல பொறப்பட்டோம். சாரும், மங்கை தெரியுமில்ல - சாரோட தங்கச்சி மக, சின்ன வயசுலேயே தத்தெடுத்துகிட்டாரே அந்தப் பொண்ணுதான்... அவதானே இப்பல்லாம் சாருக்கு நட்டுவாங்கத்துலயும் பின்பாட்டுலயும் ஒத்தாசை பண்றா... அவளும் கார்ல வந்தாங்க... வழில லாரி மோதி, மங்கைப் பொண்ணுக்கு ரெண்டு மூணு எடத்துல எலும்பு முறிவு! தெய்வாதீனமா, பின்சீட்டுல படுத்துட்டு வந்த சாருக்கு பெரிசா அடி ஒண்ணுமில்ல! கணுக்கால் எலும்பு மட்டும்

லேசா விரிஞ்சிருக்குது... கட்டுப் போட்டிருந்தாங்க, இப்ப அதை அவுத்துட்டாங்க. ஆனாலும், அதிகமா நடந்தா வலிக்குதுன்னு சார் நேத்துகூடச் சொன்னாரு. மாசக் கடைசில வரிசையா கச்சேரிங்க இருக்கு... சார் ரொம்பத்தான் கஷ்டப்படறாரு பாவம்... என்னமோ போறாத வேளை... அதான் நா சொல்வேன்..."

மங்கையை பாரதிக்கு நன்றாகவே தெரியும். இவளைவிட நாலைந்து வயசு இளையவள். அப்போதே பிரமாதமாய் ஆடுவாள். கல்யாணம் பண்ணிக்கொள்ளாமல், ராஜமாணிக்கம் மாஸ்டருக்கு வலதுகையாகத் திகழ்கிறாள் என்பது தெரிந்த விஷயம்தான்.

"இப்ப மங்கை எப்படியிருக்கா சார்?"

"வலது கால்ல மட்டும் ரெண்டு எடத்துல முறிவு... அதனால இன்னும் எழுந்து நடக்க முடியல... பாவம்! தலைக்கு வந்தது தலைப்பாகையோட போச்சுனு தேத்திக்க வேண்டியதுதான்..."

"மாஸ்டர், சாரங்கபாணி தெரு வீட்டுலதானே இருக்கார்?"

"அதேதான்... சொந்த வீடாச்சே! விட்டுட்டு வேற எங்க போறது?"

"இத்தன வருஷம் கழிச்சு உங்களைப் பாத்தது சந்தோஷமா இருந்தாலும், மாஸ்டரோட ஆக்சிடெண்ட்பத்தி கேக்க ரொம்ப வருத்தமா இருக்கு... இப்பவே போய் மாஸ்டரையும், மங்கையையும் பாக்கணும்போலத் தவிப்பா இருக்கு... அதான் வீடு மாறலியேன்னு கேட்டேன்..."

"அவசியம் போய்ப் பாரு, பாரதி... சந்தோஷமா இருக்கறப்ப, தனியா இருந்துடலாம்... ஆனா, வேதனைய அனுபவிக்கறப்ப, கூட ஒருத்தர் நின்னு கரிசனமா ரெண்டு வார்த்தை பேசினா, ரொம்ப தெம்பாதான் இருக்கும்! உன்னைப் பாத்ததுல எனக்கு ரொம்ப சந்தோஷம்மா..."

கைப்பையைத் திறந்து, அதில் எப்போதும் வைத்திருக்கும் கணவரின் விசிட்டிங் கார்டில் ஒன்றை எடுத்து அவரிடம் நீட்டி,

“ஒருநாள் வீட்டுக்கு வாங்க சார்...” என்று கூறி, கைக்கூப்பி விடைபெற்று, கூடைகளைத் தூக்கிக்கொண்டு வெளியில் வந்தாள் பாரதி.

இவளைக் கண்டதும் டிரைவர் முன்னால் வந்து, கூடைகளை வாங்கி முன்னிருக்கையின் அடியில் சாய்த்து வைத்தான்.

“வீட்டுக்குத்தானேம்மா?”

“ம்ம்?” அரை நிமிஷம் யோசித்த பாரதி, “இல்ல... பனகல் பார்க்கை சுத்திண்டு, வெங்கடநாராயணா ரோட்ல போயி, சாரங்கபாணி தெருவுக்குப் போகணும்... நீ போ, நா வழி சொல்றேன்...” என்றாள்.

ராஜமாணிக்கம், வீட்டுக்கு வந்து அவளுக்குப் பாடம் எடுப்பதுதான் வாடிக்கை என்றாலும், வருஷத்துக்கொரு முறை விஜயதசமி அன்று மாணவிகள் அனைவரும் ஆசிரியர் இல்லத்துக்குச் சென்று குரு காணிக்கை செலுத்திவிட்டு, பத்துப் பேராக அந்தப் பெரிய கூடத்தை நிறைத்துக்கொண்டு, அலாரிப்பு, ஜதீஸ்வரம் என்று மாஸ்டர் குறிப்பிடும் நடனங்களை ஆடுவார்கள்.

“அந்தக் கம்பிக் கிராதி போட்ட வீட்டு முன்னால நிறுத்து...” இறங்கி, வாசக் கதவைத் திறந்தபோது, கோவில் கர்ப்பகிருகத்துக்குள் நுழைவதுபோல மனசு பயபக்தியுடன் சிலிர்த்தது.

பக்கவாட்டுப் படிகளில் ஏறினால், மாடி முழுக்க அடைத்துக்கொண்டு நடனப் பயிற்சிக்காகக் கட்டப்பட்ட பெரிய கூடம், அன்று பார்த்ததுபோலவே இருந்தது.

கிழக்கு நோக்கியவாறு இடதுபாதம் தூக்கி ஆடும் நடராஜர் சிலை, இரண்டு பக்கமும் மூன்றடி உயர நாச்சியார் கோவில் வெங்கலக் குத்துவிளக்குகள்...

விட்டத்திலிருந்து தொங்கிய தொம்பைகள்...

ஊதுவத்தி மணம்...

தெய்வீகச் சூழ்நிலை.□நாலு பெண்கள் ஆடிக்கொண்டிருக்க, எதிரில் தட்டுக்குச்சியுடன் ராஜமாணிக்கம் மாஸ்டர்.

முதலில் இவள் யாரென்று புரியாமல் கண்ணை இடுக்கி ஏறிட்ட ராஜமாணிக்கம், தட்டுக்குச்சியைக் கீழே போட்டுவிட்டு, "வாம்மா..." என்று அழைத்தபோது, அந்தக் குரலில் 'நீ எங்கு வந்தாய்!' என்கிற வியப்போடு, 'அம்மா... இப்போதுதான் வழி தெரிந்ததா?' என்கிற நெகிழ்ச்சியும், 'இத்தனை வருஷங்கள் கழித்தாவது என் நினைப்பு வந்ததே!' என்கிற பரவசமும் கலந்து மண்டுவது துல்லியமாகப் புரிய...

எதுவும் சொல்லத் தோன்றாமல், அப்படியே இரண்டாக மடிந்து குருவை நமஸ்கரித்தாள் பாரதி.

——

10

"ம், அப்பறம்?"

வாய் நிறைய சன்னா பட்டூராவைத் திணித்துக்கொண்டு ரமணி வினவ, விக்ரம் உற்சாகத்துடன் தொடர்ந்தான்.

"அப்பறம் என்னப்பா... சும்மா கதை பண்ணி டபாய்க்க நினைச்சா, நடக்குமா! அதுவும், ஐ.ஐ.டி-ல! நோ சான்ஸ்! விஷயம் தெரிஞ்சவாளா இருந்தா, மேடை போட்டு உக்கார வெப்போம்... இல்லேன்னா, ஒரே கிழிதான்! இந்தாளையும் அப்படித்தான், வாயத் தொறக்கவிடாம பண்ணி, பொட்டலம் கட்டாத குறையா அனுப்பிச்சுட்டோம்! நாங்க செஞ்ச அமக்களத்துக்கு, புத்தி இருந்தா இனிமே இப்படி வெத்துவேட்டா, விஷயஞானமே இல்லாம, வெறுமனே வார்த்தைகளை வெச்சுண்டு ஜாலம் பண்றது தப்புங்கற ஞானோதயம் அந்தாளுக்கு வந்திருக்கணும்!"

தட்டிலிருந்த சன்னா பட்டூராவைத் தின்று முடித்த ரமணி, 'இன்னும் போட்டுக்கோங்கோ' என்று வழக்கமாக உபசரிப்பதுபோல பாரதி செய்வாள் என்கிற எதிர்பார்ப்பில் காத்திருந்து, அவள் அப்படிச் செய்யாமல் ஏதோ யோசனையில் ஆழ்ந்திருப்பதைப் பார்த்துவிட்டு, தானாகவே ஒன்றை எடுத்துத் தட்டில் வைத்துக்கொண்டு, "பாத்துக்கோ, நானா போட்டுக்கறேன்... அப்பறம், சாப்பிட்டது போறாதுன்னு சண்டைக்கு வராதே!" என்றவர், பிள்ளை பக்கம் திரும்பினார்.

"அரைகுறை ஞானத்தோட வந்தவரை கலாட்டா பண்ணி அனுப்பிட்டேள் சரி... அது வழக்கமா ஐ.ஐ.டி-ல நடக்கறதுதான்.

ஆனா, விஷயஞானம் உள்ளவாள மேடை போட்டு கௌரவிப்போம்ங்கறியே, அத என்னால நம்பமுடியல விக்கி... பொதுவா ஐ.ஐ.டி பசங்களுக்கு, தங்களுக்கு எல்லாமே தெரியும்ங்கற நினைப்பு உண்டு... ஓரளவுக்கு, அது நிஜம்தான்! அதிபுத்திசாலிகளா பாத்து செலக்ட் பண்ணி சேக்கறதுல, ஒருத்தரைவிட இன்னொருத்தர் புத்தில, பொது அறிவுல, ஆளைத் தூக்கி சாப்ட்டுடற மாதிரிதான் இருக்கா! அதனாலதான் சொல்றேன்..."

அவரை முடிக்கவிடாமல் விக்ரம் தலையாட்டிக்கொண்டே குறுக்கிட்டான்.

"யூ ஆர் ராங், அப்பா டோட்டல்லி ராங்! ஐ.ஐ.டி ஸ்டூடண்ட்ஸ் பத்தி நிறைய பேர் இப்படித்தான் நினைக்கறா, இது தப்பு... யார்கிட்டயாவது உசத்தியா ஒரு விஷயம் தென்பட்டதுன்னா, அதைப் பாராட்டறதுக்கும், அவாகிட்டயிருந்து கத்துக்கறதுக்கும் நாங்க தயங்கறதேயில்ல! இன்ஃபாக்ட், நேத்து நடந்த இன்னொரு விஷயத்தக் கேக்கறேளா? நேத்து ஃபங்ஷனுக்கு வெளி காலேஜ்லேருந்து ஸ்டூடண்ட்ஸ் வந்திருந்தா... அதுல திருச்சிலேருந்து ராமநாதன்னு ஒருத்தன். லஞ்ச் பிரேக்ல அவனோட சாதாரணமா பேசிண்டிருந்தப்போ, அவன் சொன்ன விஷயத்தையெல்லாம் கேட்டு நாங்கள்லாம் அசந்துட்டோம்! ஓகே, இதுக்கு பதில் சொல்லுங்கோப்பா... பெரியவா எல்லாம் மார்கழி ரொம்ப விசேஷமான மாசம்னு சொல்லிட்டுப் போயிருக்காளே, அது ஏன்னு உங்களால சொல்ல முடியுமா?"

ரமணி புருவங்கள் உயர மகனை ஏறிட்டார்.

"என்ன விக்கி, எங்கேருந்து எங்க தாவறே? நாம என்ன பேசிண்டிருந்தோம்னா..."

"தெரியும்பா... நா தாவலை, சம்பந்தம் இருக்கறதாலத்தான் கேக்கறேன்..."

"என்ன?"

"மார்கழி மாசம் ஏன் விசேஷமானது?"

"ம்ம்?" சில கணங்களுக்கு யோசித்த ரமணி, மனைவியைப் பார்த்து, "நீ சொல்லு பாரதி..." என, அவள் உதட்டைக் கோணி, "ப்ச்..." என்று சூள்கொட்டினாள். தொடர்ந்து, "நேத்திலேந்து உங்க ரெண்டுபேர்கிட்டயும் முக்கியமான விஷயம் ஒண்ணைச் சொல்ல நா துடிச்சிண்டிருக்கேன், அது என்னன்னு கேக்கத் தோணலை... ஆனா, மார்கழி மாசத்தைப்பத்தி கேக்க வந்துட்டேள்..." என்று முனகியதைக் காதில் வாங்காமல், ரமணி தானே பேசினார்.

"மார்கழி விஷ்ணுவுக்குப் ப்ரீதியானது... 'மாதங்களில் நான் மார்கழியாய் இருக்கிறேன்' அப்படீன்னு பகவான் சொல்லியிருக்கார். அதனால, அது உசத்தியானதுன்னு எங்க பாட்டி சொல்லிக் கேட்டிருக்கேன்... அப்பறம்..."

விக்ரம் விரல்களால் சாப்பாட்டு மேஜை மேல் தட்டி, தாளம் போட்டு அவர் கவனத்தைத் திருப்பினான்.

"ஸாரி டாட்... நீங்க சொல்றதெல்லாம் லொட்டு லொசுக்குக் காரணங்கள்! நிஜமா விஷயம் என்னன்னு தெரிஞ்சா, மூக்குல விரலை வெப்பேள்! காத்துல 'ஓஸோன்'னு ஒரு சமாச்சாரம் இருக்குங்கறதும், அதுக்கு மூளையத் தூண்டிவிடற சக்தி உண்டுங்கறதும் உங்களுக்குத் தெரியும்... அந்த ஓஸோன், மார்கழி மாசம்தான் பூமிகிட்ட, தாழ, அதிகமா எறங்கறதாம். அதுவும் எப்போ? ப்ரும்மமுகூர்த்தம்னு சொல்ற விடிகார்த்தால, நாலரைலேருந்து ஆறு மணிக்குள்ள! அந்த சமயத்துல வீட்டுக்குள்ள படுத்துக்கெடக்காம, திறந்த வெளிக்கு மனுஷாள்ளாம் வந்தா, நிறைய ஓஸோனை சுவாசிச்சு, மூளைய சுறுசுறுப்பாக்கிக்க முடியும்! ஆனா, இதை அந்தக்காலப் படிக்காத ஜனங்களை எப்படி ஒத்துக்க வெக்கறது? அவாளுக்கு ஓஸோன்னா புரியுமா, இல்ல 'ஆக்டிவேடிங் தி பிரெய்ன் செல்'னா புரியுமா? அதனால, நம்ப புத்திசாலி பெரியவாள்லாம் கெட்டிக்காரத்தனத்தோட, கடவுள் பேரோட இணைச்சு, விஷ்ணுவுக்கு மார்கழி மாசம் ரொம்பப் பிடிக்கும், அதனால ஆம்பிளைகள் எல்லாம் விடிகார்த்தால எழுந்து ஊர் பூரா பஜனை பண்ணுங்கோ,

பொண்ணுங்கள்லாம் காலங்கார்த்தால எழுந்து சூரியன் உதிக்கறதுக்கு முன்னால வாசல்ல பெரிசா அழகா கோலம் போடுங்கோ, இப்படி செஞ்சா லக்ஷ்மி கடாக்ஷம் உண்டாகும்னு சொல்லிக்குடுத்தா! ஹவ் க்ளெவர்! ஒரே கல்லுல ரெண்டு மாங்கா! சும்மா சொல்லக்கூடாதுப்பா... நம்ப பெரியவாள்லாம் ஏதோ அர்த்தத்தோடதான் பல காரியங்களை செஞ்சிருக்கா... அதெல்லாம் இன்னிக்கு சயன்டிஃபிக்கா நிரூபிக்கப்படறப்ப, ஆச்சர்யமாவும் இருக்கு, பெருமையாவும் இருக்கு!"

ஒரு வாய் தண்ணீர் குடித்த ரமணி, தோளைக் குலுக்கி, சின்னதாய் புன்னகைத்தார்.

"நீ சொல்றதக் கேக்க ரொம்ப சுவாரஸ்யமாதான் இருக்கு... ஆனா, அந்த திருச்சிப் பையனுக்கும், இதுக்கும் என்ன சம்பந்தம் விக்கி? எங்கயோ ஆரம்பிச்சு, எங்கயோ போயிட்டியே?"

"இந்த விஷயத்தச் சொன்னதே அந்த திருச்சி ஸ்டூடண்ட் ராமநாதன்தாம்பா! சும்மா கேஷுவலா பேசிண்டிருந்தப்போ, அவனோட அப்பா இந்த மாதிரி ரிசர்ச் எல்லாம் பண்ணிண்டிருக்கறதா சொல்லி ஒண்ணு ரெண்டை விளக்கினப்போ, நாங்கள்லாம் ரொம்ப திகைச்சுப் போயிட்டோம்பா! உடனே கமிட்டி மெம்பர்ஸ் சேர்ந்து பேசி, ராமநாதனோட அப்பாவ சீக்கிரமே மெட்ராஸுக்கு வரவழைச்சு, அவராட ஆராய்ச்சியப் பத்தியெல்லாம் பேசச் சொல்லணும்ங்கற தீர்மானத்தக்கூட நிறைவேத்திட்டோம்... எப்படி! ஃபென்டாஸ்டிக் இல்ல! சரி... திறமை, அறிவு எங்க இருந்தாலும், அதைத் தெரிஞ்சுக்கறதுல ஐ.ஐ.டி பசங்க முன்னால நிப்பான்னு இப்பவாவது ஒத்துக்கறேளா?"

பேசியவன், அம்மா பக்கம் திரும்பி அவள் கையை எட்டிப் பற்றிக்கொண்டான்.

"மா... அடிக்கடி நீ லெக்சர் அடிப்பியே, 'பெரியவா அர்த்தமில்லாம எதையும் சொல்லலைடா, நாமதான் புரிஞ்சுக்காம பேசறோம்'னு, உக்காந்தா எழுந்தா புத்தி சொல்லுவியே... இப்ப உனக்கு சந்தோஷமா? உன் இளைய மகன், நம் பண்டைக்காலச் சரித்திரத்தை,

நம் மூதாதையர் சொல்லிவிட்டுப்போன பழக்கவழக்கங்களின் விளக்கத்தை விரைவிலேயே கரைத்துக் குடித்து, அவற்றில் எக்ஸ்பர்ட் ஆகி... தேர்ச்சி பெறப்போகிறான் என்பதில் உனக்குப் பெருமைதானே? 'ஈன்றபொழுதின் பெரிதுவக்கும் தன் மகனைச் சான்றோன் எனக் கேட்ட தாய்' என்கிற குறளுக்கேற்ப உன் மார்பகம் பெருமிதத்தில் விம்முகிறதா தாயே?"

படா ஸ்டைலுடன் செந்தமிழில் அவன் வெளுத்துக் கட்டியதும், ரமணி வாய்விட்டுச் சிரிக்க முற்பட்டார்.

எப்போதும்போல 'போடா, அரட்டை!' என்கிற செல்ல அதட்டல் அம்மாவிடமிருந்து பிறக்குமென்று எதிர்பார்த்த விக்ரம், அவள் ஏதும் பேசாமல் தலைகுனிந்து டேபிள் மேல் சொட்டியிருந்த நீர்த்துளிகளை விரலால் இழுத்துக் கோலம் போடுவதைக் கண்டு லேசாகக் குழம்பியவன், அப்பாவை ஏறிட்டு 'என்ன?' என்று கண்களால் கேட்டான்.

'எனக்குத் தெரியவில்லை' என்கிற பாவனையில் பதிலுக்கு ரமணி உதட்டைப் பிதுக்க, விக்ரம் அம்மாவின் கையை உலுக்கி, "ஹேய், மாம்ஸ்..." என்று அழைத்தான்.

"ஏன் எப்படியோ இருக்கேம்மா? சீரியஸா பேசறது போரடிக்கறதா? ஓகே... குட்டி ஜோக் கேக்கறியா? அடுத்தடுத்த வீட்டுல இருக்கற ரெண்டு ஆம்பிளை பேசிண்டிருந்தாளாம்... ஒருத்தனுக்கு அடிக்கடி வெளியூர் போற வேலையாம்... ஒருதரம் கிளம்பறதுக்கு முன்னால ரொம்பப் பெருமையோட அவன், 'நா எப்ப ஊருக்குப் பொறப்பட்டாலும், என் பொண்டாட்டிக்கு முத்தம் குடுத்துட்டுத்தான் கிளம்புவேன்... நீ என்ன செய்வே?'னு கேக்க, அதுக்கு பக்கத்து வீட்டுக்காரன் தயக்கத்தோட பதில் சொன்னானாம், 'அதெல்லாம் நீ பெறப்பட்டுப் போனப்பறம்தாம்பா... 'னு! எப்படி ஜோக்? டக்கர் இல்ல?"

ரமணியும், விக்ரமும் உரக்க சிரிக்க, பாரதி "எனக்குச் சிரிப்பே வரல..." என்றவாறு எழுந்திருக்க முனைய, விக்ரம் தன் பிடியை இறுக்கினான்.

“சிரிப்பு வரலியா? போச்சுடா! என் திறமை என்ன, என் சாமர்த்தியம் என்ன... எல்லாமே அடிபட்டுப்போச்சே! ஆ... என்ன செய்வேன்? உடனடியா இன்னொரு ஜோக் சொல்லி உன்னைச் சிரிக்க வெச்சுட்டுத்தான் மறுவேலை... இல்லேன்னா, என் பேர் விக்ரம் இல்ல! உக்காரும்மா... இதக் கேளு...”

முரட்டுத்தனத்துடன் பாரதியை அமரச் செய்த விக்ரம், மளமளவென்று பேசினான்.

“ரெண்டு ஆம்பிளைகள், செத்தப்பறம் மேல் உலகத்துக்குப் போனாளாம். அங்க பொழுதுபோகாம ஒருத்தரோட ஒருத்தர் பேசிண்டிருக்கறப்போ, மொதல் ஆள் ரெண்டாவது ஆள்கிட்ட, ‘நீ எப்படிப்பா செத்தே?’னு கேக்க, ரெண்டாவது ஆள், ‘நா ஒரு ஃபேக்டரில வேலை பாத்துண்டிருந்தேன். தினம் வீட்டுக்கு வர நடுராத்திரி ஆயிடும். என் பொண்டாட்டி ரொம்ப அழகாயிருப்பா. அவளைப்பத்தி பலபேர் பலானதும் என் காதுபடவே பேசியிருக்காதான்... பொறாமைல பேசறான்னு நானும் விட்டுடுவேன். ஆனா, ஒருநாள் தலைவலி காரணமா பர்மிஷன் வாங்கிண்டு சுருக்கவே வீட்டுக்குத் திரும்பினப்போ, பெட்ரூம் விளக்கு எரிஞ்சுண்டிருந்தது. வாசல்ல ஆம்பிளையோட செருப்பு. எனக்குக் கையும் ஓடல, காலும் ஓடல... கதவத் தட்டி ‘திற’ன்னு கத்தினதும், ஒடனே திறக்காம அஞ்சு நிமிஷம் கழிச்சுதான் என் பொண்டாட்டி கதவத் திறந்தா... எனக்குக் கோவமான கோவம். ‘யாருடீ அவன்? எங்க இருக்கான்? இன்னிக்கு உங்க ரெண்டு பேரையும் ஒழிச்சுக்கட்டிட்டுதான் மறுவேலை!’னு கத்திண்டே ரூம் ரூமா போய்த் தேடினேன்... என்ன தேடியும் ஆளையே காணும்! கடைசில அனாவசியமா ஒரு பாவமும் அறியாத பொண்டாட்டிமேல பழி சொமத்திட்டேனேங்கற குற்ற உணர்ச்சில, அருவாமணைய எடுத்து என் கழுத்தை நானே வெட்டிண்டு செத்துப் போயிட்டேன்!’னு நீளமா சொன்னானாம். அவன் பேசி முடிச்சதும், மொதல் ஆள் தலைல ஓங்கி அடிச்சுண்டு கத்தினானாம், ‘மடையா... இண்டு இடுக்கு விடாம அத்தனை எடத்துலயும் தேடின உனக்கு, ஃப்ரிஜ்ஜைத் திறந்து

பாக்கணும்னு ஏன்டா தோணலை?' லேட்டாக்காம திறந்து பாத்திருந்தா, விறைச்சுப்போயி நா செத்ததைத் தடுத்திருக்கலாம். நீயும் அனாவசியமா தற்கொலை பண்ணிண்டிருக்க வேண்டாம்!"

விக்ரம் முடிக்கு முன்னரே முடிவை ஊகிக்கமுடிய, ரமணி வாய்விட்டுச் சிரிக்க ஆரம்பிக்க, பாரதி கையை உதறிக்கொண்டு எழுந்து நின்றாள்.

"என்னம்மா, இதுக்குக்கூடவா சிரிக்கத் தோணல?"

கண்களை விரித்துக்கொண்டு விக்ரம் கேட்டதற்குப் பதில் கூறாமல் வேகமாய் திரும்பி பாரதி உள்ளே போனதும், சின்னதாய் ரமணி விசிலடித்தார்.

"ஹேய்... உங்கம்மாவுக்கு மூடு சரியில்ல, விக்கி... நிஜம்மாவே சம்திங் ஈஸ் ராங்! கார்த்தால நா ஆபீஸ் போயிருந்தப்போ, ஏதாவது கடமுடா நடந்ததா?"

விக்ரம் நகத்தைக் கடித்தவாறு யோசனையுடன் பதில் கூறினான்.

"ஓ... நோ... எனக்குத் தெரிஞ்சு ஒண்ணுமில்லப்பா... ஆனா, நேத்திலேருந்தே அம்மா எப்படியோ இருக்கற மாதிரிதான் பட்டுது... ஷாப்பிங் போயிட்டு வந்ததுல தலைவலி அதுயிதுன்னு ஏதாவது இருக்கும்னு விட்டுட்டேன். ராத்திரி வி.சி.ஆர் பாத்துட்டு படுத்துண்டு, கார்த்தால லேட்டா எழுந்து பதினோரு மணிக்கு வெளியில போயிட்டு, நீங்க வர்றதுக்குக் கொஞ்ச நாழி முன்னாலதான் நானும் வீட்டுக்கு வந்தேன்... ஸோ, எனக்கு எந்த விவரமும் தெரியாது... போய் என்னன்னு கேட்டுப்பாக்கட்டுமா?"

தலைமுடியை இடக்கையால் கோதி, முகவாயை ரமணி தடவிக்கொண்டார்.

"கமிங் டு திங்க் ஆஃப் இட்... நேத்து ராத்திரி படுத்துக்கறப்போ, இன்னிக்கு சாப்பிடறப்போ, ஏன் கொஞ்ச நாழி முன்னாலகூட 'உங்ககிட்ட ஏதோ பேசணும்'னு அம்மா சொன்னாளே... நாந்தான் வேலை மும்முரத்துல, இப்ப உன்கூட பேசிண்டிருந்ததுல, அவ

சொன்னதைக் கவனிக்கவேயில்ல! கமான்... ரெண்டுபேரும் சேர்ந்தே போய் அம்மாவ சமாதானப்படுத்திட்டு, என்ன விஷயம்னு தெரிஞ்சுக்கலாம்..."

கண்களைச் சிமிட்டிப் பேசிய ரமணி, நாற்காலியைப் பின்னுக்குத் தள்ளி எழுந்திருந்து பேசினில் கைகழுவிக் கொண்டபோது, "மா... எங்க இருக்கே? பெட்ரூம்லயா, கிச்சன்லயா? எங்க இருந்தாலும் எங்க 'அட்டாக்'குக்குத் தயாராயிடு... இதோ வந்துண்டேயிருக்கோம்!" என்று சிரிப்போடு விக்ரம் உரக்கக் குரல் கொடுத்தான்.

———

11

கன்னத்தில் கை...

நிலைகுத்தின பார்வை...

உலகத்திலுள்ள அத்தனை கோபத்திலும் முக்கியெடுத்த முகபாவம்.

அறைக்குள் நுழையாமல் வாசலில் நின்ற ரமணிக்கு, ஜன்னலருகில் மனைவி அமர்ந்திருந்த கோலத்தைப் பார்த்தபோது, சிரிக்கவே தோன்றியது.

இடக்கையால் அருகில் நின்ற மகனைத் தட்டி, 'அங்கே பார்த்தாயா?' என்கிற ரீதியில் கண்களை அசைக்க, அப்பாவின் சீண்டல் மகனையும் தொற்றிக்கொண்டது.

விக்ரம் தொண்டையைக் கனைத்துக்கொண்டான்.

எம்.கே. தியாகராஜ பாகவதர் பாடுகிற தினுசில் உச்சஸ்தாயியில், 'அம்மா, உனக்குக் கோபம் ஆகாதம்மா...' என்று நீட்டிமுழக்கிப் பாட ஆரம்பித்ததும், சரக்கென்று தலையைத் திருப்பின பாரதி கோபத்துடன் அவர்களை முறைக்க, அவசரமாய் ரமணி, "விளையாடாதே விக்கி... அம்மா நிஜம்மாவே கோவத்துல இருக்கற மாதிரிதான் தோண்றது..." என்று சொல்லி அவனை அடக்கினார்.

மெதுவாக நடந்து அறைக்குள் சென்றவர், பாரதியை நெருங்கி அவள் தோளை அணைத்து, "என்னம்மா?" என்றார்.

ம்ஹூம், பதிலேதும் இல்லை.

ரமணி குனிந்தார். "என்ன பாரதி, என்ன விஷயம்? எங்கிட்ட சொல்லக்கூடாதா?"

"ப்ச்..." என்று சூள்கொட்டின பாரதி, மீண்டும் ஜன்னலைப் பார்க்கத் திரும்பி உட்கார்ந்துகொள்ள, "சொல்லும்மா..." என்றார் ரமணி, கெஞ்சலாய், விடாமல்.

அப்பாவைத் தொடர்ந்து, "சொல்லும்மா..." என்று ராகம் இழுத்த விக்ரம், இரண்டு கைகளையும் பரபரவென்று தேய்த்தவாறு அவளைச் சுற்றிக்கொண்டு எதிரில் வந்து நின்றான்.

"அப்பா உன்னை சொல்லுனு கெஞ்சக்கெஞ்ச, நீ படா ஸ்டைலா அமுக்கா இருக்கறதைப் பாக்கறப்போ, எனக்கு ஒரு ஜோக் ஞாபகத்துக்கு வர்றதும்மா... சொல்லட்டா, கேக்கறியா?"

குனிந்து அவள் முகவாயில் விரலைக் கொடுத்து நிமிர்த்திய விக்ரம், அவள் பதிலுக்காகக் காத்திராமல் தொடர்ந்தான்.

"புதுசா கல்யாணமான ஜோடி ஒண்ணு, ஒரு ஸ்டோர்ல ஒண்டிக்குடித்தனமா இருந்தாளாம். கல்யாணமாகி ஜாலியா பத்து நாளைக் கழிச்சப்பறம், அன்னிக்குதான் மொத மொதலா ஆபீஸுக்குக் கிளம்பினானாம். பொண்டாட்டிய விட்டுட்டுப் போக மனசே இல்லியாம். 'புறப்படட்டுமா? கிளம்பட்டுமா?'னு கேட்டுண்டு நின்னுண்டேயிருக்கானாம்... பத்து தரம் கேட்டுட்டு பதினோராம் தரம் 'போகட்டுமா?'னு அவன் மறுபடி கேட்டப்போ, சுத்தி இருக்கற அத்தனை குடித்தனக்காராளும் வெளில வந்து, 'போய்த் தொலையேன்டா!'னு ஒரே சமயத்துல கத்தினாளாம்! ஹஹ்ஹா... ஓ... ஹ்... எப்படி! சிரிப்பு வர்றதோன்னோ? அப்பா விடாம கெஞ்சியும் நீ சொல்லாம இருக்கறதப் பாத்தப்போ, இன்னொரு தரம் அப்பா கேட்டா, சமையக்கட்டுலேருந்து புஷ்பா, வெளில நிக்கற டிரைவர் மாணிக்கம், வேலைக்காரி ராணி எல்லாரும் ஒட்டுமொத்தமா 'சொல்லித் தொலைங்களேம்மா!'னு கத்திடுவாளோன்னு... ஓஹ்..."

மேலே பேசமுடியாமல் சிரிப்பு வெடித்துக்கொண்டு எழ, அம்மாவுக்கு அருகில் தொப்பென்று உட்கார்ந்து அவள் கழுத்தை விக்ரம் கட்டிக்கொண்டான்.

அந்த ஜோக்கும், சிரிப்பும் நிஜமாகவே நெஞ்சைத் தொட்டுவிட, பாரதி கோபத்தை மறந்து வாய்விட்டுச் சிரித்ததும், துள்ளிக்கொண்டு எழுந்து நின்ற விக்ரம் எம்.ஜி.ஆர். பாணியில் கையை நெஞ்சிலிருந்து மேலே உயர்த்தி, “வெற்றி... வெற்றி... என் தாய் சிரித்து விட்டாள்! என்னைப் பத்து மாசம் சுமந்து படாதபாடுபட்டுப் பெற்ற அன்னை, தன் துக்கத்தை மறந்து புன்னகைத்து விட்டாள்! நான் தன்யனானேன்... என்னே நான் செய்த பாக்கியம்! பிறவிப்பயன் எய்தினேன்... இனி...”

மேலேமேலே நிறுத்தாமல் டயலாக் பேசினவனின் வாயை பாரதி எட்டி தன் கையால் பொத்தினாள்.

கெஞ்சலாய்ப் பேசினாள்.

“ப்ளீஸ் விக்கி... சும்மா அறுக்காதயேன்... தாங்கமுடியலை! ஜோக் வாஸ்தவமாவே நன்னாயிருந்தது, அதான் சிரிச்சேன். ஆனா, மனசு உன் கேலியத் தாங்கிக்கற, ரசிக்கற மூட்ல இல்ல... ப்ளீஸ்...”

வாயைப் பொத்தியிருந்த கையை விக்ரம் விலக்கினான்.

“ஓகே, இட்ஸ் எ பார்கெய்ன்! நா அறுக்கல... ஆனா, நீ ஏன் இப்படியிருக்கே, காரணத்தச் சொல்லு!”

“ப்ச்... ஒண்ணுமில்ல...”

எழுந்திருக்க முயன்றவளை விக்ரம் அழுத்தி உட்கார வைத்தான். “மா... இதானே வேண்டாங்கறது!”

பாரதி பிடிவாதமாய் மௌனிக்க, ரமணி மோடாவை அருகில் இழுத்துப் போட்டுக்கொண்டு உட்கார்ந்தபின், “இது உனக்கே நன்னாயிருக்கா?” என்றார்.

“எது?”

“எங்கள இப்படிக் கெஞ்ச வெக்கறதுதான்...”

“சரி, இது நியாயமில்ல... ஆனா, நேத்திலேருந்து உங்ககிட்ட பேசணும்னு நா சொல்றதக் காதுலயே வாங்கிக்காம, டெலிவிஷன்ல நியூஸ் கேட்டதும், ஆபீஸ் ஃபைல் பாத்ததும்,

கார்த்தால எந்தக் கவலையுமில்லாம பேப்பர் படிச்சதும், எம். எஸ். பாட்டக் கேட்டுண்டு ஷேவ் பண்ணிண்டதும் மட்டும் உங்களுக்கு நியாயமா தோண்றதா?"

'நான் சந்தேகப்பட்டது சரியாய்ப் போய்விட்டது, பார்த்தாயா? உன் அம்மா ஏதோ சொல்ல முனைந்ததை நான் கவனிக்காமல் இருந்துவிட்டதில், அவளுக்கு மூக்குக்கு மேல் கோபம். புரிந்ததா?' என்று கேட்கும் பார்வை ஒன்றை பிள்ளையை நோக்கி வீசி, உதட்டைப் பிதுக்கின ரமணி, லேசான அசட்டுச் சிரிப்புடன் மனைவியின் கையைப் பற்றி, "ஸாரிம்மா... நா கவனிக்காம இருந்தது தப்புதான்! இப்ப சொல்லு, என்ன சொல்ல வந்தே?" என, பாரதி அவர் கைப்பிடியிலிருந்து தன் கையை விலக்கினாள்.

"ஒண்ணுமில்ல..." என்றாள் கோபம் தணியாமலேயே.

"ஸாரி சொன்னப்பறம்கூட என்ன பிடிவாதம் இது பாரதி? வேணும்னு அப்படி நா நடந்துப்பேனா? ஏதோ பேப்பர் படிக்கற சுவாரஸ்யத்துல..."

"வேணும்னு வேற அப்படி நடந்துக்கணுமா ரமணி?"

"அடக்கடவுளே! நா என்ன சொல்லவரேன்னா..."

என்றுமில்லாத அதிசயமாய் அம்மா பிடிவாதத்துடன் இருப்பதையும், அப்பா என்ன செய்வதென்று புரியாமல் தவிப்பதும் விளங்க, நிலைமையின் இறுக்கத்தைத் தளர்த்தும் உத்தேசத்தோடு விக்ரம் எழுந்து நின்றான். கைகளைத் தட்டி, அவர்களின் கவனத்தைத் தன்பால் திருப்பினான்.

"லேடி அண்ட் ஜென்டில்மேன்... பத்திரிகை படிக்கற சுவாரஸ்யத்துல பேச்சைக் கவனிக்கலைன்னு சொல்றப்போ, அருமையான ஜோக் ஒண்ணு ஞாபகத்துக்கு வந்து, 'சொல்லு, சொல்லு'ன்னு தொந்தரவு பண்றது... அது என்னன்னா..."

"விக்கி!"

நேரம் காலம் புரியாமல் என்னடா தொந்தரவு பண்ணுகிறாய் என்கிற த்வனியில் ரமணி அதட்ட...

“அவனை ஏன் கோச்சுக்கறேள் ரமணி? என்மேல கோவம்னா, அத அவன்மேல ஏன் காட்டணும்?”

“யார் மேலயும் எனக்கு எந்தக் கோவமும் இல்ல! இப்ப என்ன விஷயம்னு சொல்லப்போறியா, இல்லியா?”

பாரதி நீளமாய் மூச்சை இழுத்து வெளியிட்டாள். நாவால் உதட்டை ஈரப்படுத்திக்கொண்டு யோசித்து வைத்திருந்த தினுசில் வார்த்தைகளைத் தேர்ந்தெடுத்துப் பேசினாள்.

“ஆல்ரைட், சொல்றேன்... நா மறுபடியும் ராஜமாணிக்கம் மாஸ்டரோட கிளாஸுக்குப் போறதா தீர்மானம் பண்ணியிருக்கேன்.”

ஏதோ முக்கியமான விஷயம் பற்றிப் பேசப்போகிறாள் என்று எதிர்பார்த்த ரமணி, “அ...?” என்றார், கேட்டதைப் புரிந்துகொள்ள முடியாமல்.

“ராஜமாணிக்கம் மாஸ்டர்... யாரும்மா அது? தமிழ் சொல்லிக்கொடுக்கற கிளாஸுக்குப் போய் ‘பண்டிதர்’ பட்டம் கிட்டம் வாங்க பிளானாம்மா?”

“இல்ல... ராஜமாணிக்கம் மாஸ்டர் என்னோட டான்ஸ் டீச்சர்.”

சட்டென்று ரமணிக்குப் புரையேறியது.

“யா... யாரு?”

“என் டான்ஸ் மாஸ்டர் ரமணி... நீங்ககூட ரெண்டு மூணுதரம் பாத்திருக்கேளே!”

“எப்போ?”

“கல்யாணமான புதுசுல...”

“போச்சுடா!” என்றான் விக்ரம்.

“விளையாடாதே பாரதி!” என்றார் ரமணி.

“இதுல விளையாட என்ன இருக்கு? சீரியஸாத்தான் சொல்றேன்...”

“என்ன?”

“மறுபடியும் டான்ஸ் கிளாஸுக்கு போப்போறேன்னு...”

அவள் பேச்சை இன்னும் நம்பமுடியாத மாதிரி கண்ணகல ரமணி விழிக்க, முதன்முறையாய்த் தன் விளையாட்டுத்தனத்தை மறந்து விக்ரம் புருவங்கள் உயர, பெற்றவர்களை மாறிமாறி ஏறிட்டான்.

அம்மாவின் அருகில் அமர்ந்து, அவள் கை வளையல்களை முன்னும் பின்னும் தள்ளிவிட்டான். தணிந்த குரலில் கேட்டான்.

“மறுபடியும் டான்ஸ் ஆட ஆரம்பிக்கப்போறேன்னா சொல்றேம்மா?”

“ம்ம்...” பாரதி உற்சாகமாய்த் தலையசைத்தாள். “இன்ஃபாக்ட், சில மாசமாவே ஆத்துல மத்தியான வேளைல டேப்பப் போட்டுட்டு ஆடிண்டுதான் இருக்கேன்... உங்க யாருக்கும் எதுவும் தெரியாது... இப்ப, டான்ஸ் கிளாஸுக்குப் போப்போறேன், அதான் வித்தியாசம்!”

ரமணி, இடக்கையால் தலைமுடியைக் கோதிவிட்டுக் கொண்டார். யோசனையுடன் வினவினார், “இரு... இரு... நீபாட்டுக்கு நீளமா பேசிண்டு போனா எனக்குப் புரியல... கொஞ்ச நாளாவே நீ ஆத்துல ஆடி பிராக்டீஸ் பண்றியா என்ன?”

“ஆமா.”

“என்கிட்ட சொல்லவேயில்லயே பாரதி?”

“நீங்க கேக்கவேயில்லயே ரமணி...”

அவள் குறும்பாகப் பேசினாளா, தீவிரமாகக் குற்றம் சாட்டுகிறாளா என்பது விளங்காமல், அரை நிமிஷம் மௌனித்துவிட்டு ரமணி அடுத்த கேள்வியைக் கேட்டார்.

“ஓகே... அந்த ஆத்துமட்டு பிராக்டீஸ் போறாதுன்னு இனிமே டான்ஸ் மாஸ்டர் நடத்தற கிளாஸுக்கே போய் ஆடறதுன்னு தீர்மானம் பண்ணிட்டியா?”

பாரதி எழுந்து ஜன்னலருகில் சென்று நின்றுகொண்டாள்.

தெருவோடு போன நாய் ஒன்று விளக்குக் கம்பத்தை முகர்ந்து பார்த்துவிட்டு, காலைத் தூக்கி சிறுநீர் கழித்தது. திருப்தியடையாத விதத்தில் திரும்பி விளக்குக் கம்பத்தைச் சுற்றி வந்து, மீண்டும் முகர்ந்து, மீண்டும் சிறுநீர் கழித்துவிட்டு, யாரோ வலுச்சண்டைக்குக் கூப்பிட்டுவிட்ட வேகத்துடன் பின்னங்கால்களால் பரக்பரக்கென்று புழுதி கிளம்ப மண்ணைப் பிறாண்டிவிட்டு, ஓட்டமாய் ஓடியது.

பாரதி திரும்பி, எதிரில் உட்கார்ந்திருந்தவர்களை ஏறிட்டாள்.

"மாஸ்டர் வீட்டுக்கு ஆடறதுக்காக மட்டும் போப்போறதில்ல..."

"அப்பறம்?"

பாரதி பழையபடி பிள்ளைக்கும், கணவனுக்கும் இடையில் வந்து அமர்ந்துகொண்டாள்.

"இப்படி மொட்டைத் தாத்தா குட்டைல விழுந்தார்ங்கற மாதிரி நா பேசினா, உங்களால எதையும் தெளிவா புரிஞ்சுக்க முடியாது... மொதல்லேருந்து சொல்றேன், பொறுமையா கேக்கறேளா? நேத்து மார்கெட்டுக்குப் போனப்போ, அந்த நாள்ல என் டான்ஸ் கச்சேரிக்கு மிருதங்கம் வாசிச்ச ராமபத்திரன் சாரை எதேச்சையா பாத்தேன். அவர்தான் ராஜமாணிக்கம் மாஸ்டருக்கு ஆக்சிடெண்ட் ஆன விவரத்தச் சொன்னார். பதறிண்டு மார்க்கெட்லேருந்தே நேரா மாஸ்டர் வீட்டுக்குப் போனேன். ரொம்ப வருஷம் கழிச்சு என்னைப் பாத்ததுல, மாஸ்டருக்கு சந்தோஷமான சந்தோஷம்! ரொம்ப நேரம் பேசிண்டிருந்தார். 'மங்கைக்கு ஆக்சிடெண்ட்ல கால் உடைஞ்சது இன்னும் சரியாகல... மாசக் கடைசில வரிசையா கச்சேரி இருக்கு... பரதநாட்டியம் பத்தி வீடியோப்படம் எடுக்க வெளிநாட்டுலேருந்து மனுஷா வேற வரா... அந்தக்கால ஜதீஸ்வரம், சப்தம், வர்ணம் எல்லாம் இந்தக்கால ஸ்டூடண்ட்ஸ் யாருக்கும் பூரணமா பாடமில்ல... இப்பத்தான் இந்த அவசியத்துக்காகச் சொல்லிக் குடுத்திருக்கேன். ஆனா, அதைச் சரியா கத்துக்குடுத்து, கடைசி நிமிஷ திருத்தங்களையெல்லாம் பண்ண முடியாதபடி மங்கை படுத்துண்டுட்டா... என்ன பண்ணப்போறேன்னு

புரியலை'னு சொல்லி மாஸ்டர் கண்கலங்கினதைப் பாத்தப்போ, என்னால சும்மாயிருக்க முடியல... 'நா இருக்கேன் சார், கவலைப்படாதீங்கோ'னு சொல்லிட்டு வந்துட்டேன்..."

ரமணி கண்களை இடுக்கிக்கொண்டு அவளை ஊன்றிப் பார்த்தார்.

"புரியல... அந்த மங்கை ஆக்சிடெண்ட் ஆகிப் படுத்ததுக்கும், வெளிநாட்டுலேருந்து வீடியோ எடுக்க ஆள் வர்றதுக்கும், நீ மறுபடி ஆடத் தீர்மானிச்சிருக்கறதுக்கும், என்ன சம்பந்தம் பாரதி?"

"நா சொல்லட்டுமா? அம்மாவ ஆடச்சொல்லி அந்த ஃபாரினர் வீடியோ எடுக்கப்போறார்... அதானேம்மா?"

"இல்ல..."

"அப்பாடி! ஒரு நிமிஷம், ஆமான்னு சொல்லிடுவியோன்னு பயந்துட்டேம்மா! நீ ஆடி, வீடியோ எடுத்து, யாரும்மா பாக்கறது! பாவம் அந்த வெளிநாட்டுக்காரர், விட்டுடும்மா... பொழைச்சுப் போகட்டும்!"

"விக்கி... நீ விளையாடறத நிறுத்தப்போறியா, இல்லியா? ஏற்கனவே உங்கம்மா திடும்னு என்னென்னமோ பேசறாளேன்னு நா குழம்பிப் போயிருக்கேன்... நீ வேற குட்டையக் குழப்பாதடா, ப்ளீஸ்..."

"ஸாரிப்பா! நீ சொல்லும்மா... நா சமத்தா குறுக்க பேசாம இருக்கேன்."

பாரதி கணவரைப் பார்க்க திரும்பி உட்கார்ந்து கொண்டாள்.

"இந்த இருவது வருஷத்துல பாடமெல்லாம் ஏகத்துக்கு மாறியிருக்கு, ரமணி... அந்தக்கால அயிட்டங்களா வேணும்னு வீடியோ எடுக்கறவா கேட்டுண்டதால, மாஸ்டர் சமீபத்துலதான் அதையெல்லாம் ஸ்டூடண்ட்ஸுக்குச் சொல்லிக் குடுத்திருக்கார். இப்ப திருத்தி, சரிபண்ண ஆள் இல்ல. நா அந்தக்கால ஸ்டூடண்ட்... வீடியோ எடுக்கப்போறவா கேக்கற அயிட்டம் எல்லாம் எனக்கு அத்துப்படி. அதனால, ஸ்டூடண்ட்ஸ் சரியா ஆடறாளான்னு பாக்கறதும், தேவைப்பட்டா திருத்தி, பர்ஃபெக்டா ஆட உதவறதும் என் வேலை."

“ஸோ... டீச்சர் வேலை பாக்கப்போறேன்னு சொல்லு!”

“இல்ல, அப்படிச் சொல்றது சரியில்ல... ஒரு பழைய மாணவியா, மாஸ்டருக்கு உதவப்போறேன், அவ்ளோதான்.”

“எத்தனை நாளைக்கு?”

“மாசக்கடைசில ஃபாரினர்ஸ் வரான்னு மாஸ்டர் சொன்னார்...”

“இன்னிக்குத் தேதி பதினாறு... அப்படீன்னா, இன்னும் பதினைஞ்சு நாளைக்கா?”

“ம்.”

“வாரத்துல எத்தனை நாளைக்கு?”

“தினமும்... சாயங்காலம் நாலுலேருந்து ஏழு, எட்டு மணி வரை.”

“அப்படீன்னா, நா ஆபீஸ்லேருந்து வர்றச்சே, இருக்கமாட்டியா?”

சின்னக் குழந்தையின் ஆதங்கத்தோடு ரமணி வினவ, பாரதி ‘இதென்ன கேள்வி?’ என்கிற தினுசில் புன்னகைத்தாள்.

பதில் கூறாமல் எழுந்து நடந்தவளை, “மாம்ஸ்...” என்று அழைத்து விக்ரம் நிறுத்தினான். “இன்னிக்கு நீ ரொம்ப வித்தியாசமா இருக்கேம்மா... சம்திங் ஈஸ் ஸ்ட்ரேன்ஜ் அபவுட் யூ! இந்தம்மா எனக்குப் புதுசு... ஆர் யூ ஓகே, மாம்ஸ்?”

கவலையுடன் மகன் கேட்பது புரிய, பாரதி சிரித்தாள்.

“எனக்கு ஒண்ணுமில்ல விக்கி... நன்னாத்தான் இருக்கேன்... வீணா கவலைப்படாதே!” என்றவள், நான் சொல்ல வேண்டியதைச் சொல்லிவிட்டேன், ஆற அமர யோசனை பண்ணி, ஏன் இந்த முடிவுக்கு வந்தேன் என்பதைப் புரிந்துகொள்வது உங்கள் பொறுப்பு என்கிற மாதிரி அவர்களைத் தனியாக விட்டுவிட்டு, வரவேற்பறைக்குச் சென்று ஏழரை மணி செய்திச் சுருக்கத்தைக் கேட்பதற்காகத் தொலைக்காட்சி முன் உட்கார்ந்தாள்.

——

12

“மொதல்ல தோடயமங்களம், தொடர்ந்து அலாரிப்பு, ஜதீஸ்வரம், சப்தம், வர்ணம்... அதுக்கப்பறம் நாலு பதம், ஜாவளி வகையறா... தில்லானா, கடைசியா குற்றாலக் குறவஞ்சி... ஆகமொத்தம், பத்து உருப்படிங்க... என்ன மங்கை, அந்த வெளிநாட்டுக்காரங்களுக்கு இது போறுமில்ல? நீ என்ன சொல்றே பாரதி?”

கூடத்து ஊஞ்சலில் காலை சப்பணமிட்டு அமர்ந்து, துளிர் வெற்றிலையைத் தொடை வேஷ்டியில் துடைத்து, சுண்ணாம்பு தடவியவாறு, சாய்வு நாற்காலியில் கால்களை நீட்டிப் படுத்திருந்த மங்கையிடமும், பின்னர் தலையைத் திருப்பி, சற்றுத் தள்ளி நாற்காலியில் உட்கார்ந்திருந்த பாரதியிடமும் கேட்க, மங்கை பதில் கூறினாள்.

“அதெல்லாம் சரியாதான் இருக்கு... ஆனா, அமெரிக்காலேருந்து மொதல்ல கடுதாசி போட்டப்பவே அவங்க ஜாவளி, பதங்களை நிறைய ரெகார்டு பண்றதுல ஆர்வமா இருக்கறதா தெரிவிச்சிருந்ததை நாம மறக்கக் கூடாதுப்பா... அதனால, நாலு பதங்கள் இல்ல, ஆறு உருப்படிங்க ஆடினாக்கூட அவங்க சந்தோஷப்படுவாங்களேன்னு நா நினைக்கறேன். ஆமா, என்னென்ன பதங்கள்? தீர்மானம் பண்ணிட்டீங்களா? யாரு எந்த அயிட்டத்த ஆடப் போறாங்க?”

வாயிலிருந்த வெற்றிலையை இரண்டு தரம் மென்று ஒருபக்கமாய் ராஜமாணிக்கம் ஒதுக்கிக்கொண்டார். எச்சில் அதிகமாய் ஊறாததால், பேச்சு ஸ்பஷ்டமாகவே இருந்தது.

"ம்ம்... அதப்பத்தி நானும் யோசனை செஞ்சிட்டுதான் இருக்கேன்... காயத்ரி, தமிழரசி, வள்ளி, நாராயணி இவங்க நாலு பேர் போறும்னே நினைக்கறேன். அலாரிப்பு நாலு பேரையும் சேர்ந்து ஆடச் சொல்லிட்டு, ஜதீஸ்வரத்தை காயத்ரியும், வள்ளிப் பொண்ணும் ஆடட்டும்... வர்ணம் தமிழரசியும், நாராயணியும்..."

"என்ன வர்ணம்னு முடிவு பண்ணிட்டீங்களா?"

"'பச்சை மாமலை போல்' ராகமாலிகை பாசுரத்தை ஆடச்சொன்னா எடுப்பா இருக்காதா? அந்தக் காலத்துல ரொம்ப பேர்வாங்கின உருப்படிதானே அது! என்ன சொல்றே?"

மங்கை கொஞ்சம் முன்னால் சாய்ந்து பாரதியை ஏறிட்டாள்.

"பாரதி அக்கா அந்த வர்ணத்த ஆடினது இப்பவும் என் கண் முன்னாலயே நிக்குதுப்பா..."

ராஜமாணிக்கம் ஒரு கையில் ஊஞ்சலைத் தட்டி ஆமோதித்தார். புகையிலைக் குதப்பல் வெளியே சிந்திவிடாமல் கவனத்துடன் தலையை நிமிர்த்தியவாறு குரலை உயர்த்தினார்.

"அ... அ... நிச்சயம்! காழொளி வண்ணனே கண்ணனே கதழுகிழேன்னு சுருழ்ழி ழாகத்துல பாசுழத்த எழுத்து 'ஊழிலேன் காணி இல்லேன், உழவு மழ்ழொழுவர் இல்லேன், பாழில் நின் பாழமூலம் பழ்ழினேன் பழம மூழ்த்தி'னு சொல்லி அபிநயம் செய்யழப்போ, வாழ்தவமா சொழ்ழேன், மங்கை... பாழதியோட உழுவம் மழஞ்சுபோய், சாட்சாத் அழ்த ஆழ்வாழே பிழத்யட்சமாயிட்ட மாதிழி நா உழுகிப்போயிடுவேன்! பாட வழாது, நட்டுவாங்கம் பண்ண கை ஓடாது... அப்படியே நெகிழ்ந்து..."

வாயில் அடக்கியிருந்த வெற்றிலை காரணமாய் 'ர'வுக்கெல்லாம் 'ழ' போட்டுப் பேசுவதை மற்றவர் புரிந்துகொள்வார்களா, மாட்டார்களா என்கிற கவலையின்றி பேசிய நாழிகையில், உணர்ச்சிவயப்பட்டு விட்டதில் கண்கள் பனித்து, மேலே பேசமுடியாததுபோல ராஜமாணிக்கம் தவிக்க முற்பட்டார்.

செய்யவேண்டிய காரியங்களை ஆலோசிப்பதிலிருந்து, பேச்சு நினைத்த நினைப்பில்லாமல் சென்ற காலத்துக்குத் தாவி, அவளைப் பாராட்டுவதில் வந்து நின்றவுடன், திடுமென எழுந்த பரவசத்தில் பாரதியின் கண்ணோரங்கள் வியர்த்தன. தயக்கத்துடன் பேசினாள்.

“சார்... வந்து... என்ன சார், ஆனாலும் ரொம்ப உசத்தியா எங்கயோ தூக்கிவெச்சுப் பேசறேள்! நீங்க சொல்லிக்குடுத்தபடி ஆடினேன்... அதனால, நா ஏதாவது விசேஷமா பண்ணியிருந்தா, அந்தப் பெருமையெல்லாம் உங்களுக்குத்தான்...”

அவளை முடிக்கவிடாது மங்கை குறுக்கிட்டாள்.

“அப்படிச் சொன்னா நா ஒத்துக்க மாட்டேன் அக்கா... அப்பாவும் ஒத்துக்கமாட்டார்! ப்பா... என்னமா ஆடுவீங்க! கிருஷ்ணா நீ பேகனே ஆடறப்போ, பாலகிருஷ்ணனோட குறும்புகளைக் கண்முன்னால படம்புடிச்சுக் காட்டுவீங்களே... கடைசில, தாய்க்குத் தெரியாம மண்ணைத் தின்னுட்டு, பிடிபட்டு, அடிவாங்கி, வாயத்தொறந்து காட்டினதும் ‘ஜகதோ உத்தாரணா, உடுப்பி ஸ்ரீ கிருஷ்ணா’ன்ற வரில அந்தக் குழந்தை வாய்ல மூணு உலகமும், சர்வ ஜீவராசிகளோட தெரிஞ்சு, யசோதை விதிர்த்துப்போற எடத்தை அபிநயம் பண்ணீங்கன்னா... சத்தியமா சொல்றேங்க்கா, சபையில இருந்தவங்க அத்தனை பேரும் அழுவாங்க... நா பாத்திருக்கேன்! நீங்க மட்டும் நாட்டியமாடறதை விடாம இருந்தீங்கன்னா, இன்னிக்கு ஓஹோன்னு சொல்ற அளவுக்கு எங்கயோ போயிருப்பீங்க! இந்த வார்த்தைய நா சும்மாவானும் சொல்லலைக்கா... அப்பப்ப உங்க ஞாபகம் வர்றப்போ அப்பாவும், நானும் புலம்பிக்கிட்டதுதான்...” என்றவள், ராஜமாணிக்கம் பக்கம் திரும்பினாள். “என்னப்பா, நா ஏதாவது இல்லாததச் சொல்றேனா?”

ராஜமாணிக்கம் நீளமாய் பெருமூச்சை வெளியிட்டு, இல்லையென்று தலையசைத்தார். “இழழம்மா... என் மனஷூல எப்பவோ தோணிட்ட கழுத்தத்தான் நீ இப்ப வெளிய சொல்ழே...

ஹூம்... பழங்கதை பேசி என்ன பிழயோஜனம்... அதுவும் இழுவது வழுஷம் கழிச்சு!"

அரை நிமிஷம் மௌனமாய் நகர்ந்தது. மாவுக்கட்டுப் போட்டிருந்த காலை மெதுவாக நகர்த்தி, சற்று வசதியாய் உட்கார்ந்து மங்கை பேசியபோது, குரல் சன்னமாய் ஒலித்தது.

"இதை இப்ப சொல்றது அதிகப்பிரசங்கித்தனமாகூட இருக்குங்க்கா... அதுக்காக என்னை மன்னிச்சிடுங்க... ஆனா, சொல்லாம இருக்கமுடியல... நீங்க கல்யாணம் கட்டியிருக்கவே கூடாதுக்கா! என்னை மாதிரி... ஐயோ, என்னை விடுங்க, நா சாதாரணம்... பத்மா சுப்ரமணியம், அலர்மேல் வள்ளி மாதிரி, நாட்டியத்துக்கே உங்கள அர்ப்பணிச்சிட்டு இருந்திருக்கணும்னே நா நினைக்கறேன்..."

ராஜமாணிக்கம் முற்றத்துக்குச் சென்று, வாயில் ஊறிய எச்சிலைத் துப்பிவிட்டு வந்து, ஊஞ்சல் கம்பியைப் பிடித்தபடி நின்று பேசினார்.

"அதெல்லாம் நடந்திருக்கக்கூடிய காரியமில்ல மங்கை... ஆசைப்பட்டாலும், அளவோட படணும்... மாப்பிள்ளை வீட்டுல கல்யாணமானப்பறமும் பாரதி டான்ஸ் ஆட சம்மதிச்சிருந்தாங்கன்னாக்கூட, நா சந்தோஷப்பட்டிருப்பேன்! ஏன், இப்ப சுதாராணி ரகுபதி, சித்ரா விஸ்வேஸ்வரன் எல்லாம் தாம்பத்தியத்துல ஈடுபட்டுகிட்டே பிரமாதமா முன்னுக்கு வரலியா? அப்படி பாரதியும் வளந்திருந்தா, அதுவே எனக்கு நிறைவா இருந்திருக்கும்! எங்க! அநியாயமா அற்புதமான திறமை வீணாப்போயிடுச்சு... ஹூம், யாரைக் குத்தம் சொல்லி இப்ப என்ன பிரயோஜனம்!"

பேச்சு தன்னைப் பற்றியே சுழல்வதோடல்லாமல், பழி ரமணிமேல் போய்ச் சேர்வதைப் பொறுக்கமுடியாமல், பாரதி அவசரமாய்க் குறுக்கிட்டாள்.

"நீங்க சொன்ன மாதிரி எப்பவோ நடந்துபோன விஷயங்களைப்பத்தி இப்பப் பேசறதுல என்ன லாபம் சார்?

நா குடுத்து வெச்சது அவ்ளோதான்... வேற என்ன சொல்றது! ஆனா சார், இந்த மட்டுக்காவது இந்த வித்தையக் கத்துக்க முடிஞ்சுதேனு நா வாஸ்தவமா சந்தோஷப்படறேன்... இத நீங்க நம்பணும்... பொண்ணு பொறந்திருந்தா, நடந்திருக்கறதே வேறயா இருந்திருக்கும்... அதுவும் நடக்கல... விடுங்கோ சார்... எல்லாத்துக்கும் குடுத்து வெச்சிருக்க வேண்டாமா?”

புன்னகைத்து, நிலைமையின் இறுக்கத்தைத் தளர்த்த முயன்ற பாரதி, மற்றவர்கள் ஏதும் பேசாமலிருக்க, தானே குரலில் உற்சாகத்தை வரவழைத்துக்கொண்டு தொடர்ந்தாள்.

“எதையோ பேச உக்காந்துட்டு, வேண்டாததையெல்லாம் அரைமணியா பேசி பொழுத வீணடிச்சுட்டோம்! மணி ஆறாகப்போறது... ஸ்டூடண்ட்ஸ் எந்த நிமிஷமும் வந்துடுவா... என்ன அயிட்டம்னு நாம இன்னும் தீர்மானம் பண்ணலியே சார்...”

ராஜமாணிக்கம் மீண்டும் முற்றத்துக்குப் போய் வெற்றிலையைத் துப்பி வாயைக் கொப்பளித்துவிட்டு வந்து, பாரதிக்கு அருகில் நாற்காலியில் உட்கார்ந்தார்.

“அதான் அப்பவே சொல்லிட்டேனே... தோடயமங்களம், அலாரிப்பு, கல்யாணி ஜதீஸ்வரம், மண்டுக சப்தம், ராகமாலிகை வர்ணம், பதங்கள், ஜாவளி, கமாஸ் தில்லானா, குறவஞ்சி...”

“ஜாவளி, பதங்கள் என்னென்னனு தீர்மானம் பண்ணலியே சார்?”

“ம்...”

கண்களை மூடி, விரலால் நாற்காலி கைப்பிடிமேல் தளாம் போட்டவாறு ராஜமாணிக்கம் யோசித்தார்.

“அந்த நாளைய பதங்கள்ல, பாலாம்மா ஆடினது எல்லாமே விசேஷம்தான்... ‘அதுவும் சொல்லுவாள், அவள் அனேகம் சொல்வாள், அவளுக்கென்ன’ நாட்டக்குறிஞ்சி ராக பதமும், ‘யாருக்காகிலும் பயமா?’ பேகடா ராக பதமும் உனக்குப் பாடமா பாரதி?”

பாரதி உற்சாகமாய் ஆமென்று தலையசைத்தாள்.

பாலாம்மா என்று மாஸ்டர் குறிப்பிடுபவரை ஒருதரம் மனசுக்குள் முழுசாய் நிறுத்திப் பார்த்தபோது, சந்தோஷமாக இருந்தது.

பாலா என்று செல்லமாய், தெரிந்தவர் தெரியாதவர் என்று ஒட்டுமொத்தமாகக் கலை ரசிகர் அனைவராலும் அழைக்கப்பட்ட பாலசரஸ்வதி...

பட்டுப்புடவையை சற்றே உயர்த்திக் கட்டி, கழுத்து, மூக்கு, காதுகளில் வைரங்கள் மின்ன, இடுப்பில் ஒட்டியாணம், ஒற்றைப் பின்னல், பெரிய குங்குமப் பொட்டு, மை தீட்டின விழிகள், வெற்றிலையால் சிவந்த உதடுகளுடன் மேடையில் நின்று, 'அதுவும் சொல்லுவாள்' பதத்தை ஆட முற்பட்டால்... ஆஹா... சபை மறந்துபோகும்... மேடை, ஜோடனை, பாலசரஸ்வதியின் வயசு, உருவம் எல்லாம் மறந்துபோகும்... மனசைச் சுண்டியிழுத்து கண்களைக் கட்டிப்போகும் அந்த முகபாவமும் அபிநயமுமே சத்தியமாய் ஜொலிக்கும்.

'ஒன்றுமே இல்லாமல் இருந்தவளுக்கு வந்த அதிர்ஷ்டத்தைப் பாரேன், அற்பனுக்கு வசதி வந்தால் அர்த்த ராத்திரியில் குடை பிடிப்பான் என்பதுபோல இவளுக்கு யோகம் அடித்தாலும் அடித்தது, அதனால் இவள் செய்யும் கூத்து தாள முடியவில்லை. எப்படியிருந்தவள், இன்று என்னமாய் ஆட்டம் போடுகிறாள்!' என்று முகவாயில் கை வைத்து, ஆற்றாமையுடன் பெண் ஒருத்தி வசதி வந்துவிட்ட இன்னொருத்தியைப் பார்த்துப் பொருமுவதைத் தத்ரூபமாய் சித்தரித்துவிட்டு, கடைசியாய், யார் வீட்டிலோ ஒரு வாய் உணவுக்காகக் கெஞ்சிக் கொண்டிருந்தவளுக்கு இன்று மாளிகை, ஆள், அம்பு எல்லாவற்றுடன், 'கறந்து குடிக்க ஒரு கொட்டில் மாடு உண்டாச்சு' என்றும் முத்தாய்ப்பு வைத்து அபிநயிக்கையில்... சபையே கலகலத்துப் போகுமே!

'கா வா வா, கந்தா வா வா' என்கிற சிவன் பாடலுக்கு அபிநயம் பிடிக்கும்போது, 'கூப்பிட்டாயா, பாலா? இதோ

வந்துவிட்டேன்!' என்று பழனி முருகன் சபையின் நட்டநடுவில் வந்துவிடமாட்டானா!

பாலசரஸ்வதி... பாலா... பரதத்துக்கு, அபிநயத்துக்கு, நின்ற இடத்திலிருந்தே கண்களை அசைத்து உதடுகளைச் சுழித்து, பார்க்கும் ஒரு பார்வையில் நவரசங்களுக்கு அர்த்தமும், உயிரும் கொடுத்த மாமேதை பாலாம்மா...

ஆட்டம் மட்டுமில்லை, நாட்டியத்தைப் பற்றின அவரது சிந்தனைகளும் கருத்துக்களும்கூட உயர்வானவைதானே! ஒரு பேட்டியில்...

"என்னம்மா யோசனை? என்ன நினைச்சுகிட்டிருக்கே? என்னடா, இத்தன வருஷம் கழிச்சு வாத்தியார்கிட்ட வந்து மாட்டிகிட்டமேன்னா?"

பாரதி சின்னச் சிரிப்போடு, "சேச்சே..." என்றாள். "பாலாம்மானு நீங்க சொன்னதும், அவரோட நாட்டியத்துல கவனம் போயிடுத்து சார்... என்னமா ஆடுவார்! ஒருதரம் ஒரு பேட்டில, பரதநாட்டியக் கச்சேரிய கோவில் ஒண்ணோட அவர் ஒப்பிட்டுப் பேசியிருந்த கட்டுரையும் நினைவுக்கு வந்துடுத்து சார்... அதான்..."

"பரதநாட்டியத்த ஒரு கோவிலோட ஒப்பிட்டா? அது என்னம்மா புது வியாக்கியானம்?"

"நீங்க படிக்கலயா சார்? அற்புதமான கம்பேரிசன் சார், அது! 'நாட்டியக் கச்சேரிங்கறது ஒரு கோவிலுக்குப் போற அனுபவம் மாதிரி. மொதல் அயிட்டமான அலாரிப்பு ஆடறப்போ, கோபுர வாசல்ல நுழைஞ்சுடறோம். ஜதியும், இனிமையான ஸ்வரமும் சேந்த ஜதீஸ்வரம், வெளிப்பிராகாரத்துக்குச் சமம். சப்தம் ஆடறப்போ, அர்த்த மண்டபத்துக்குள்ள நுழையற உணர்வு வரும். கோவில்ல நடுநாயகமா விளங்கறது கர்ப்பகிருகம்... நாட்டியக் கச்சேரில வர்ணம்! அடுத்து, இதமான ராகங்கள்ல, முகபாவங்களுக்கு முக்கியத்துவம் குடுத்து உணர்ச்சிபூர்வமா ஆடற பதங்கள் எல்லாம், பகவானை வழிபட உபயோகப்படுத்தற மந்திரம், பூ,

ஸ்லோகம் மாதிரி! கடைசியா தில்லானா... இது பகவானுக்குக் காட்டற தீபாராதனைக்குச் சமம்! ஆக, அலாரிப்புலேருந்து, பத்ததியோட தில்லானா வரைக்கும் பக்திசிரத்தையா ஆடறப்போ, ஒரு கோவிலுக்குப் போய் சுவாமிய தரிசனம் பண்ணிட்டு வந்த உணர்வு கட்டாயம் ஒரு ரசிகருக்கு வரணும்!'னு குழந்தைக்குக்கூட புரியற மாதிரி அவர் குடுத்த விளக்கம், என்னால ஆயுசு வரைக்கும் மறக்கமுடியாது, சார்! நீங்க பாலாம்மானு சொன்னதும், இந்த விளக்கம் மறுபடி வார்த்தை வார்த்தையா மனசுக்குள்ள ஓடினதால, அதுலயே லயிச்சுப் போயிட்டேன்..."

ராஜமாணிக்கம் மீண்டும் துளிர் வெற்றிலைகளாக எடுத்துத் துடைத்து, சுண்ணாம்பு தடவ முற்பட்டார்.

"விளக்கம் அபாரமாதான் இருக்கு... அந்தம்மாவுக்குத்தான் இப்படிப்பட்ட உசந்த விஷயங்கள்லாம் தோணும்! அவங்களோட ஒவ்வொரு அணுவுலயும் ரத்தம் எங்க ஓடிச்சு? நாட்டியம்தானே நிறைஞ்சிருந்தது! ஆமா, நா கேட்ட கேள்விக்கு பதிலக் காணுமே... அந்தப் பதங்கள் உனக்குப் பாடமா?"

"எல்லாம் எனக்குப் பாடம்தான் சார்... அப்பப்ப வீட்டுல டேப்பப் போட்டுண்டு ஆடிப் பாக்கறதால, எதுவும் மறக்கல! ஸ்டுடண்ட்ஸுக்கு நா சொல்லித் தந்துடறேன்... நீங்க கவலையே படாதீங்கோ!"

"ரொம்ப சந்தோஷம்! அப்படியே, குற்றாலக் குறவஞ்சியக்கூட திருத்திடணும்... இப்பல்லாம் யார் வசந்தவல்லியோ, ஆண்டாளோ, இல்ல குறவஞ்சியோ ஆடறாங்க? ஏழு உருப்படிங்க ஆடினா, அதுவே பெரிசாயில்ல இருக்கு! உக்காந்து பாக்க ஜனங்களுக்குப் பொறுமையும் இல்ல, குனிஞ்சு நிமிந்து உழைச்சு ஆட குழந்தைகளுக்கு மனசுமில்ல! எல்லார் புத்தியும், டிவி, வி.சி.ஆர் மேலதானே இருக்கு! என்ன நா சொல்றது?"

துணுக்கு ஒன்றைச் சொல்லிவிட்ட குஷியில் ராஜமாணிக்கம் குலுங்கிச் சிரிக்க, பாரதி அடக்கமாய் புன்னகைத்தாள்.

“ஸ்டூடண்ட்ஸ் வந்துடுவா... மாடிக்குப் போலாமா சார்?”

எழுந்து நின்றவளின் கையை மங்கை எட்டிப் பிடித்தாள்.

“உங்க ஆட்டத்த எனக்கும் பாக்கணும்போல இருக்கு... ஆனா, மாடிக்கு வர முடியாது... நாளைக்கு சுருக்க வந்து, இங்க ஒருசில உருப்படிங்க ஆடிக்காட்ட முடியுமாக்கா?”

குழந்தையின் ஆர்வத்துடன் மங்கை வினவ, பாரதி வெட்கத்துடன் அவளை ஏறிட்டாள். “கேலி பண்றியா மங்கை? இருவது வருஷம் கழிச்சு ஆடற ஆட்டம் எப்படியிருக்கும்னு உனக்கு நானா சொல்லணும்! மாஸ்டருக்கு ஒத்தாசையா இருக்க வந்திருக்கறத மட்டும் நினைவுல வெச்சுக்கோ... பழையபடி ஆடுவேன்னு எல்லாம் எதிர்பாக்காதே!”

மங்கை தீவிரமாய் தலையசைத்து மறுத்தாள்.

“நா சும்மாவானும் சொல்லலக்கா... மாடில நேத்து நீங்க அலாரிப்பும் சப்தமும் ஆடினதுபத்தி அப்பா சொல்லக்கொண்டுதான், எனக்கே ஆசை வந்துடுச்சு... ‘இத்தன வருஷம் கழிச்சு ஆடற மாதிரியே இல்ல... முத்திரையும் அடவும் சுத்தபத்தமா இருக்கு!’னு அப்பா பெருமைப்பட்டுகிட்டார் தெரியுமா?”

பாரதி நன்றியுடன் மாஸ்டரையும், மங்கையையும் பார்த்தாள். உதட்டை நாவால் ஈரப்படுத்திக்கொண்டு, வார்த்தைகளைத் தேர்ந்தெடுத்துப் பேசினாள்.

“தேங்க்ஸ் மங்கை... ஆனா, இன்னிக்கும் இந்த வயசுலயும் ஆட்டம் கச்சிதமா இருக்குன்னா, அதுக்கு சார் அன்னிக்குப் போட்ட அஸ்திவாரம்தான் காரணம்! அத யாரும் மறந்துடக்கூடாது! என் பங்குனு சொல்லிக்க எதுவுமில்ல... நிஜமாத்தான் சொல்றேன்... அப்பறம்...”

மேலே என்ன பேசுவதென்று புரியாமல் அவள் நின்றிருந்த நிமிஷத்தில், அந்த சங்கடத்திலிருந்து அவளை மீட்பதுபோல வாச கேட்டைத் திறந்துகொண்டு காயத்ரியும், நாராயணியும் உள்ளே வர, “ஸ்டூடண்ட்ஸ் வந்துட்டா... நா மாடிக்குப் போகட்டுமா

சார்?" என்று கேட்டு, அவர் தலையசைத்த பிறகு அவசரமாய் பாரதி வாசலுக்குச் சென்று, மாடிக்குச் செல்பவர்களுடன் சேர்ந்துகொண்டாள்.

——

13

கிட்டத்தட்ட ஒரு மாசமாய் தலைகால் புரியாத அளவில் தீவிரமாய் ஏதேதோ வேலைகளைச் செய்து கொண்டிருந்துவிட்டு, இரண்டு நாள்களாய் ஒன்றுமே உருப்படியாய் பண்ணாமல் வீட்டிலேயே அசமஞ்சமாய் உட்கார்ந்திருப்பது, காற்றே இல்லாத அறைக்குள் மாட்டிக்கொண்ட அவஸ்தையை எழுப்பினாலும், அதையும் மீறிக்கொண்டு ஒரு நிறைவான உணர்வு நெஞ்சுபூராவும் பரவியிருப்பதையும் அவளால் உணர முடிந்தது.

நிறைவுதான்... ஸாராவையும், மார்க்கையும் சந்திக்கமுடிந்து, முக்கியமாய் ஸாராவோடு பழகி, அவளது சிந்தனையோட்டத்தைப் புரிந்துகொள்ள முயன்று, புதிய திசை நோக்கி புதிய சுவடுகளை அடியெடுத்துவைக்கிற தினுசில் புதிய எண்ணங்களைப் பெற்றதிலிருந்தே, ஒருவிதத் திருப்தி எழுந்திருப்பது நிஜம்தான்.

பதினைந்து நாள்கள் என்று நினைத்தது ஒரு மாசமாக இழுத்துக்கொண்டு போனதும்... மாலையில் இரண்டு அல்லது மூன்று மணிநேரம் மாஸ்டர் வீட்டுக்குச் சென்று மாணவிகளுக்கு நடனம் சொல்லிக்கொடுத்தால் போதும் என்பது நாலைந்து நாள்களுக்குள் மாறி, காலை பத்து மணிக்கு ஆரம்பித்து, அங்கேயே சாப்பிட்டு, மாலை எட்டு மணி அளவில் வீட்டுக்குத் திரும்பினதும்... ரமணியின் லேசான கோபத்தையும், வார இறுதியில் வீட்டுக்கு வந்து, 'என்னம்மா இது!' என்கிற புருவ உயர்த்தலோடு நின்ற மகனையும், 'புரிந்து கொள்ளுங்கள்' என்று கெஞ்சும் சிரிப்போடு சமாளித்துவிட்டு, செய்வதைத் தொடர்ந்து

செய்ததும்... அமெரிக்காவிலிருந்து வந்திருந்தவர்களோடு காஞ்சீபுரத்துக்கும், மகாபலிபுரத்துக்கும் போனதும், சிதம்பரத்திற்கு அழைத்துச் சென்று கோபுரத்தில் செதுக்கியிருந்த நூற்றியெட்டு கரண சிற்பங்களை ரசித்து நின்றதும்...

இதுவரை ஆயுசில் பாரதி அனுபவித்திராத புதுமையான அனுபவங்களே!

எந்த நாட்டைச் சேர்ந்தவராய் இருந்தாலென்ன? அந்த ஸாராவும் மார்க்கும்தான், பண்பிலும், அறிவிலும், மனிதநேயத்திலும் எத்தனை உயர்ந்தவர்களாய் இருந்தனர்!

சின்ன வயசில் கிடைத்த இந்திய நண்பர்கள், பின்னர் இந்தியக் கலாச்சார அறிமுகம் காரணமாய், கோவில்களைக் காணவேண்டும், தமிழ்ப் பண்பாட்டை அனுபவிக்க வேண்டும், முடிந்தால் பரதநாட்டியத்தைப்பற்றி ஒரு டாக்குமெண்டரி தயாரிக்க வேண்டுமென்று பல வருஷங்கள் முன்னரே மூண்டுவிட்ட ஆசையை நிறைவேற்றிக்கொள்ள, தெரிந்தவர் மூலம் ராஜமாணிக்கம் சாரோடு தொடர்புகொண்டு, படத் தயாரிப்பாளரும் கணவருமான மார்க்குடன் வந்திருந்த ஸாராவின் சிந்தனையும் பேச்சும்தான், மற்றவர்களிடமிருந்து எவ்வளவு மாறுபட்டிருந்தன!

இந்த ஒரே மாசத்தில் அவளிடமிருந்து கற்ற விஷயங்கள்தான் எத்தனையெத்தனை! தனக்கு என்ன வேண்டும் என்கிற தெளிவு, அதை நிறைவேற்றக் காட்டும் ஆர்வம், எடுத்துக்கொண்ட காரியத்தில் சிரத்தை, கடினமான உழைப்பு... இன்னும்... ஒருமணி வெயிலைப் பொருட்படுத்தாமல், பிரம்புக்கூடை ஊஞ்சலில் அமர்ந்து, தூரத்தில் அதிகச் சலனமில்லாமல் பரந்திருந்த நீலக்கடலை ஊன்றிப் பார்த்த வண்ணம், ஸாராவின் அறிமுகம் இது நாள்வரை தனக்குள் மூடிக்கிடந்த ஜன்னலைத் திறந்துவிட்டதுதானா இந்த நிறைவுக்குக் காரணம் என்று யோசித்தவள், பார்வையைத் தெருப்பக்கமாய்த் திருப்பியதும், கறுப்பு, நீலம், மஞ்சள் என்று வட்டங்கள் கண்முன் மிதந்து பார்வையை மசமசக்க வைத்தன.

பாரதி கண்களை மூடிக்கொண்டு, ஊஞ்சலில் சரிந்து உட்கார்ந்தாள். வலதுகாலால் தரையை உதைத்து ஊஞ்சலின் வேகத்தை அதிகரித்தாள். சில நிமிஷங்களுக்கு அப்படியே ஆடிக்கொண்டிருந்துவிட்டு, மெதுவாகக் கண்களைத் திறந்து, எந்தவித இலக்குமின்றி விழிகளை அலையவிட்டாள்.

ஊஞ்சலை தாம்புக்கயிறு மூலம் விட்டத்துக் கொக்கியில் மாட்டியிருந்த இடத்திலிருந்து அடையாய் ஒட்டடை தொங்குவதைக் காணமுடிய, விசுக்கென்று கோபம் நெஞ்சில் ஏறியது.

ஒருத்தருக்கு இரண்டு ஆட்கள்! இருந்தும், என்ன பிரயோஜனம்! பித்தளை சாமான்கள் மங்கிப்போய், விட்டத்தில் ஒட்டடை கட்டி, கார்பெட் கீழே மண் சேர்ந்து, ஜன்னல் கண்ணாடிகளில் புழுதி படிந்து... இத்தனைக்கும், இரண்டு ஆட்களுமே சில வருஷங்களாக இருப்பவர்கள்தாம், புதுசு ஒன்றுமில்லை. பாரதியின் கறாரும், கண்டிப்பும், சுறுசுறுப்பும் அறிந்தவர்கள்தாம். உப்புக்காற்றின் சமீபம், வெண்கல பித்தளை சாமான்களின் பளபளப்பை சீக்கிரமே மங்கச் செய்துவிடும் என்பதால், எது எப்படியானாலும், வாரம் ஒருதரம் அவற்றுக்கு பாலிஷ்போடுவது தப்பாமல் அந்த வீட்டில் நடக்கும் சமாச்சாரம். அலுக்காமல் பிரதி திங்களும் எலுமிச்சம்பழத்தை இரண்டாக நறுக்கி, சிலைகள், பூ ஜாடிகள் மேல் அழுந்தத் தேய்த்து, அலம்பி, துடைத்து, பிராஸோ தடவித் துடைத்து விட்டுவிடுவதால், கடையில் கொடுத்து மெஷின் பாலிஷ் செய்த தினுசில் அவளது வரவேற்பறை சாமான்கள் ஜொலிக்கும்.

அதேபோல, பதினைந்து நாள்களுக்கு ஒருமுறை காலை பத்திலிருந்து பன்னிரண்டு வரை வீட்டில் ஒட்டடை அடித்து, பெட்ஷீட்டுகளை மாற்றி, கண்ணாடிகளில் முதலில் சோப்பு தடவி, பின்னர் ஈரமான நியூஸ் பேப்பரால் துடைத்துப் பளபளக்க வைப்பது பல வருஷங்களாக, எந்த வீட்டில் குடியிருந்தாலும், ரொட்டீனாகச் செய்யும் காரியங்களில் ஒன்று.

தான் அருகில் இல்லாவிட்டாலும் ஆட்கள் தாங்களாகவே நினைவில் வைத்துக்கொண்டு இவற்றைச் செய்து முடிக்குமளவுக்குப் பயிற்சி இருந்தும், ஏன் இந்த ஒட்டடை, ஜன்னலில் அழுக்கு?

தலையை மட்டும் உள்பக்கமாய் திருப்பி, “புஷ்பா...” என்று பாரதி குரல்கொடுத்தாள். ஒரு நிமிஷம் காத்துப் பார்த்துவிட்டு, புஷ்பா வராததால், எழுந்து உள்ளே போய் சமையல்கட்டு வாசலில் நின்று எட்டிப்பார்த்தாள்.

சுவரைப் பார்க்க திரும்பிப் படுத்திருந்த புஷ்பா, சுகமான உறக்கத்தில் ஆழ்ந்திருப்பதை, சீராக ஏறியிறங்கிய விலாப்பக்கம் உணர்த்தியது.

‘மத்தியான வேளைல என்ன தூக்கம், கிழவி மாதிரி?’ என்று அதட்ட நினைத்தவள், ஒருசில நொடிகளில் எண்ணத்தை மாற்றிக்கொண்டு திரும்பி நடந்து மீண்டும் பால்கனிக்கே வந்து ஊஞ்சலில் அமர்ந்தாள்.

புஷ்பா இவளிடம் வேலைக்கு வந்துவிட்ட இத்தனை வருஷங்களில், இப்படி மதிய வேளையில் அயர்ந்து தூங்கி இன்றுதான் முதல்முறையாய் பார்க்கிறாள்.

உடம்பு கிடம்பு சரியில்லையா?

ம்? அப்படியும் தோன்றவில்லையே... காலையில் எண்ணெய் தேய்த்துக் குளித்தாள், வழக்கம்போல கலகலப்பாய்த்தானே இருந்தாள்?

அப்புறம்?

அண்ணாந்து சிந்தித்தபோது, மேலே தொங்கின ஒட்டடையும், புஷ்பாவின் பகல் தூக்கமும் சேர்ந்துகொண்டு, ஒண்ணும் ஒண்ணும் இரண்டு என்றன.

ஸோ... அதுவா காரணம்!

ஒரு மாசமாய் நான் வீட்டில் இல்லாமல் போனதில், வேலைகள் புறக்கணிக்கப்பட்டு, சோம்பேறித்தனமாய் தூங்குவது

பழக்கமாகிவிட்டதா! இவை தவிர, எஜமானி வீட்டில் இல்லாததால் கிடைத்த சுதந்திரம் கொடுத்த தைரியத்தில், அரட்டையும் பெருகியிருக்குமோ? கோபத்தோடு சந்தேகமும் சேர்ந்துகொள்ள, மேல் உதட்டில் வியர்த்தது.

பாரதி கஷ்டப்பட்டு தன்னை ஆஸ்வாசப்படுத்திக்கொள்ள முயன்றாள். காரணங்களை வரிசைப்படுத்தி, தனக்குத்தானே சமாதானம் சொல்லிக்கொண்டு நிதானிக்கப் பார்த்தாள்.

யார் வீட்டில் இதெல்லாம் நடக்கவில்லை? கோடீஸ்வரர் வீட்டிலிருந்து, சாதாரண நபர் வீடு வரை வேலைக்காரர்கள் இப்படியப்படி நடந்துகொள்வது சகஜம்தானே! புஷ்பாவும், ராணியும் என்னிடம் பல வருஷங்களாக இருப்பவர்கள்... இரண்டுபேருமே வேலையில் கெட்டி. முக்கியமாய், இருவருக்குமே கை சுத்தம். மறந்துபோனாலும், வைத்த காசு வைத்த இடத்தில் இருக்கும். டம்ளர் பாலை எடுத்துக்கொண்டு விட்டு, தண்ணீர் கலந்து வைப்பதெல்லாம் கிடையாது. ஒரு மாசமாய் நான் வீட்டில் இல்லாமலிருந்ததில், கெடுபிடி குறைந்து, மேலோட்டமாய் வேலை பார்க்கத் துவங்கிவிட்டார்கள்... அதானே? போனால்போகிறது, தெரியாத்தனம் என்று விட்டுப்பிடிக்காமல், எதற்காக அனாவசியமாய் கோபப்படுகிறேன்?

எரிச்சல் எழுந்த வேகத்திலேயே அடங்கிவிட, பாரதி சின்னதாய் புன்னகைத்துக்கொண்டாள். ஒரு மாசத்திற்கு முன்னால் என்றால், இத்தனை சீக்கிரத்தில் கோபம் தணிந்திருக்காது. புஷ்பாவைக் கூப்பிட்டுக் கத்த வைத்திருக்கும். அவள் பதில் பேசினாலோ, முகத்தைத் தூக்கிவைத்துக் கொண்டாலோ, கத்தல் அதிகமாகியிருக்கும். அதோடு நிற்காமல், மாலையில் ரமணி அலுவலகத்திலிருந்து திரும்பியதும், 'ஆனாலும் இந்த ஆளுங்களுக்கு ரொம்பத்தான் எடம்குடுத்துட்டோம். மரியாதையும் இல்லை, பயமும் இல்லை! எல்லாம் நாம பண்ண தப்பு' என்று புலம்பச் செய்திருக்கும், கட்டாயம்.

இன்று அப்படி குதிக்கத் தோன்றவில்லை. மாறாக, காரணத்தை ஆராயலாமோ என்று சிந்திக்க முனைந்திருப்பது பெரிய மாற்றம், மிகப்பெரிய மாற்றம்.

மாறியிருப்பதை மனசு ஒப்புக்கொண்டதும், புன்னகை சிரிப்பாக உருவெடுத்தது. ஊஞ்சலில் சாய்ந்து காலை உதைத்து வேகமாக ஆடுகையில், சற்றுமுன் காற்றில்லாத அறையில் மாட்டிக்கொண்டு மூச்சு முட்டுகிற மாதிரி தோன்றிய அவஸ்தைகூடக் குறைந்துவிட்ட மாதிரி தோன்றியது.

சந்தோஷத்தோடு பார்வையை அலையவிட்டபோது, ரொம்ப உயரத்தில், வெறிச்சிட்டுக்கிடந்த வானம் பின்னணியில் நீண்டிருக்க, பறவை ஒன்று வட்டமடித்துப் பறப்பதைப் பார்க்க முடிந்தது.

கழுகா? பருந்தா?

இறக்கையைத் துளி அசைக்காமல் விமானம் மாதிரி மிதக்கிறதே, இது எப்படி சாத்தியமாகிறது?

விமானத்தில் பைலட் 'ஆட்டோ க்ரூயிஸ்' என்னும் விசையை முடக்கிவிட்டால், விமானம் யாரும் ஓட்டத் தேவையில்லாமல் தன்னிச்சையாகப் பறக்கும் என்பார்களே... அப்படி இந்தப் பறவைக்கும் ஏதாவது விசேஷ சக்தி இருக்குமோ! அதை 'ஆன்' பண்ணிவிட்டு, சீராக ஒரே வட்டத்தில் எந்த விசாரமும் இல்லாமல் ஹாய்யாகப் பறந்து கொண்டிருக்கிறதோ?

தூக்கம் வந்தால் என்ன செய்யும்?

பசித்தால் என்ன பண்ணும்?

கீழே இறங்கி வந்து இரை தேடி, பிடித்து, உண்டுவிட்டு, மறுபடி மேலே போய்விடுமா?

அத்தனை உயரத்தில் விஸ்ராந்தியாய் பறப்பதில் இதற்கு என்ன சந்தோஷம்? அதுவும், தன்னந்தனியாய்? போரடிக்காது?

கேள்விகளில் காணப்பட்ட குழந்தைத்தனம் வாய்விட்டுச் சிரிக்கச்செய்ய, பாரதி எழுந்து உள்ளே போனாள். புஸ்தகங்கள் அடுக்கி வைத்திருந்த அலமாரியிடம் சென்றாள். பறவை எப்படிப் பறக்கின்றது என்கிற கேள்விக்கு விளக்கம் அறிய, 'என்சைக்ளோபீடியா' புஸ்தகத்தைத் தேடினாள். ம்ஹூம்,

காணோம். எங்கே போயிற்று? மேல், கீழ் தட்டுகளில், விக்ரம் அறையில் தேடின நிமிஷத்தில், அவன் அப்புஸ்தகங்களை தன்னோடு ஹாஸ்டலுக்கு எடுத்துப்போய்விட்டது ஞாபகத்துக்கு வந்தது.

“எதுக்கு இந்த புக்ஸ் எல்லாம் மூட்டை கட்டிண்டு போறேனா? நாலெட்ஜ்மா... கலப்படம் இல்லாம, ஏன், எப்படி, எதுக்குனு ஒரு விஷயத்தப்பத்தி அப்பப்ப தெரிஞ்சுக்கறதுக்கு, இந்த புக்ஸ் அவசியம்மா! நாலு ஃப்ரெண்ட்ஸோட இருக்கறப்போ, பேச்சோட பேச்சா ‘ஜான் லாகி பைர்டு’ 1926-ல் மொதமொதல்ல லண்டன் ராயல் இன்ஸ்டிட்யூட்ல டெலிவிஷனை டெமான்ஸ்ட்ரேட் பண்ணிக் காண்பிச்சார்’ங்கற விவரத்தையோ, இல்ல ‘ஒலிம்பிக் கொடில அஞ்சு கண்டங்களைக் காட்ட அஞ்சு வளையங்கள் இருக்கற மாதிரி, நாம செய்யறதும் அர்த்தமுள்ளதா இருக்கணும்’ங்கற சேதியையோ சமயத்துக்குத் தகுந்த மாதிரி சேர்த்துப் பேசினா, ‘மச்சீ... இவனுக்கு இருக்கற ஜென்ரல் நாலெட்ஜைப் பாரேன்!’னு நம்ப மேல அடுத்தவனுக்கு மரியாதை கூடும்! அதுக்கு இந்த மாதிரி புக்ஸை அடிக்கடி படிச்சு விஷயங்களைத் தெரிஞ்சுக்கணும்... புரியறதா?”

புரியாமல் என்ன?

விக்ரம் விளையாட்டாக அவ்வப்போது பேசுவதைத்தானே, ஸாராவும் தீவிரமாகத் தன் கருத்துக்களாக வெளியிட்டாள்.

“வளரவேண்டும் என்கிற ஆர்வம் இருந்தால் மட்டும் போதாது... முயற்சி வேண்டும். கண், காது, இதயம், என்று அனைத்தையும் திறந்து வைத்துக்கொண்டு, யாரிடமிருந்து எதையெல்லாம் கற்று வரலாம் என்கிற ஆர்வத்துடன் இருந்தால்தான், வளர்ச்சி வரும். மனித மனமும், அறிவும் விசாலமடையும்போது, சிந்தனைகளும் குறுகிக் கோணிப்போகாமல் விரிவடைகின்றன. ஆரோக்கியமான சிந்தனைகள் ஆக்கபூர்வமான செயல்களுக்கு வித்தாகின்றன. ஆக, அத்தனைக்கும் அடிப்படை அஸ்திவாரம் மனம். இது சீராக வளர, சுய அலசலும், சுய விமர்சனமும் வெகுவாக உதவும்.

தினமும் இரவு படுக்கப்போகும் முன், இன்று என்னென்ன பேசினேன், செய்தேன் என்ற சுய அலசல் செய்துகொள்வதன் மூலம், என் குறை நிறைகளை நானே உணர்ந்துகொள்கிறேன். பின், குறைகளைக் குறைக்கவும், நிறைகளைக் கூட்டவும், விடாமல் முயற்சிப்பது மனமுதிர்ச்சிக்கும், செழிப்பான வளர்ச்சிக்கும் வழி செய்கிறது...”

சென்னைக்கு வந்த ஒருசில நாள்களுக்குள்ளேயே ஸாராவின் தெளிவான கருத்துக்களைத் தெரிந்துகொள்ளும் வாய்ப்புக்கள் ஏராளமாய் கிட்ட, அவை குளத்தில் எறிந்த கற்களைப்போல பாரதியினுள்ளும் சிந்தனைகளை எழுப்பவே செய்தன.

ஒருவாரம் போவதற்குள் நாட்டிய படப்பிடிப்பு இல்லாத நாள்களில் காஞ்சிபுரத்தில் பரமாச்சாரியாரைத் தரிசிக்கவும், திருவண்ணாமலையில் ரமணாஸ்ரமத்துக்கும், பாண்டிச்சேரியில் அரவிந்தர் ஆஸ்ரமத்துக்கும், சென்னையில் ஜே.கிருஷ்ணமூர்த்தி ஃபவுண்டேஷன் இயங்கிய வசந்த விஹாருக்கும் சென்றுவரத் தலைப்பட்டது, பாரதியைப் பொறுத்தவரை புதிய திசையை நோக்கி நடக்கவைத்த புதிய சுவடுகளே.

அதுவும், எந்தப் பேச்சைப் பேசினாலும், “என் சிந்தனை, பேச்சு அத்தனைக்கும் அடி உரமாவது இந்திய நாட்டுப் பெரியவர்கள் ஏற்கனவே சொல்லி வைத்துவிட்டுப் போயிருக்கும் கருத்துக்கள்தாம். சின்ன வயசில் ஒருசில வருஷங்கள் பாலசரஸ்வதியிடம் நியூயார்க்கில் பரதம் பயின்றதும், வெஸ்லியன் யூனிவர்சிடியில் கர்நாடக சங்கீதம் கற்றதும், ‘இண்டாலஜி’ புரொபசர் இந்தியத் தத்துவத்தை மனசில் பதியும்படி சொல்லித்தந்ததுமே இன்றைய என் தெளிவான போக்குக் காரணம். ஆக, பாராட்டுக்களை எனக்குத் தராதீர்கள், இந்தியத் தத்துவங்களுக்குத் தாருங்கள்...” என்று புன்னகையுடன் ஸாரா பேசப்பேச, அன்றாடம் இரவு வீடு திரும்பியதும், உறக்கம் வராத சமயத்தில் நிதானமாக அந்தப் பேச்சுக்களை பாரதி மீண்டும் மீண்டும் எண்ணிப்பார்ப்பது ஒரு வழக்கமாகவே ஆகிப்போனது.

சுய அலசல், சுயவிமர்சனம், மனவளர்ச்சி, தெளிவான சிந்தனை, நடுநடுவில் அவளே படித்து, கேட்டிருந்த ஜே. கிருஷ்ணமூர்த்தியின் கூற்றுகளும் நினைவில் மின்னாமல் இல்லை.

"ஒரு காரியத்தைச் செய்யவேண்டும் என்கிற ஆர்வம், தூண்டுதல் நிஜமானதாக இருந்தால், பசி, தூக்கம்போல அதையும் எப்படியேனும் நாம் நிறைவேற்றிக்கொள்வது உறுதி..."

உண்மைதான்.

பரதநாட்டியத்தோடு மீண்டும் தொடர்பு வைத்துக்கொள்ள வேண்டும் என்கிற ஆர்வம் சத்தியமானதாய் இருந்ததால்தானே, கடந்த ஒரு மாசமாய் எந்தக் குற்ற உணர்ச்சியின்றி, தயக்கமின்றி, வீட்டை விட்டு வெளியே சென்று மாஸ்டருக்கு உதவியதும், ஸாரா, மார்க்கோடு பழகுவதும் சாத்தியமாயிற்று! அதுவும் ஸாராவின் தெளிவான சிந்தனை, நடவடிக்கைகளால் ஈர்க்கப்பட்டு, அதே ரீதியில்...

"டீ கொண்டு வரட்டுமாம்மா?"

லைப்ரரி ஷெல்ஃப்மேல் சாய்ந்தவாறு, இன்னதுதான் என்றில்லாமல் தோன்றிய கருத்துக்களில் ஆழ்ந்திருந்தவள், திரும்பினாள்.

புஷ்பாதான்.

"என்ன, நல்ல தூக்கம்போல இருக்கு?"

புன்னகை மாறாமல் வினவினாலும், புஷ்பா தவறு செய்துவிட்ட மாதிரி தலையைக் குனிந்துகொண்டாள்.

"இல்லம்மா... வந்து..."

"தூக்கம் வந்தா, தூங்கு... ஆனா, வேலைகளைக் கவனிச்சுட்டுத் தூங்கு..."

விவரம் புரியாமல் புஷ்பா திருதிருக்க, பாரதி மென்மையாய்ப் பேசினாள்.

“ஊஞ்சல் மேல ஒட்டடை, ஜன்னல் கதவு எல்லாம் தூசி... நான்தான் இல்லேன்னாலும், நீயாவது கூட நின்னு கவனிக்கக்கூடாதா புஷ்பா? இப்ப ராணி வந்ததும் எல்லாத்தையும் செஞ்சு முடிச்சிடுங்க... என்ன? சரி, போய் டீ கொண்டு வா... குடிச்சிட்டு நா வெளிய போப்போறேன்...”

எதற்கெடுத்தாலும் கத்தி படபடக்கும் அம்மாவா இப்படி அமைதியாகப் பேசுகிறார் என்கிற வியப்பு அப்பட்டமாக வெளிச்சம் போகும் முகத்தோடு புஷ்பா நகர்வதைப் பார்க்கையில், அடங்கியிருந்த சிரிப்பு மறுபடியும் தலைதூக்க, ஸாரா அவளுக்கு அன்பளிப்பாகக் கொடுத்த ‘டேல் கார்னகி’யின் ‘மனிதர்களை அன்பால் வென்று, சினேகமாய் இருப்பது எப்படி?’ என்கிற புஸ்தகத்தைக் கையிலெடுத்துக்கொண்டு, பாரதி பால்கனியை நோக்கி நடந்தாள்.

——

14

கலாக்ஷேத்ரா...

கலைகளின் இருப்பிடம்...

கலைகள் வாழும் புனிதத் தலம்...

எத்தனை அழகான, பொருத்தமான பெயர்!

நுழைவாயிலை ஒட்டியிருந்த பெசன்ட் அருண்டேல் பள்ளியிலிருந்து, வெள்ளை ஜிப்பா, பைஜாமா சீருடை அணிந்து வெளிப்பட்டு, 'இது அழகான ஸ்தலம் மட்டுமல்ல, மிக வித்தியாசமான இடமும்கூட' என்று உணரவைத்த மாணவர்கள்...

இயற்கை வளம் நிறைந்த வனம் ஒன்றில் புகுந்துவிட்ட மாதிரி, அடர்த்தியான தோகைகளுடன் உயர உயரமாய் நின்ற கொன்றை, வேம்பு, புளிய, ஆலமரங்கள்...

மூன்று மணி வெயிலை மண்டையில் தட்டி குளிரவைத்த கடற்கரைக் காற்று...

கூட்டமாய் பறந்த கிளிகள், மைனாக்கள், தவிட்டுக் குருவிகள், சிட்டுகள்...

இங்குமங்கும் தள்ளித்தள்ளி, கிராமத்து ஜாடையில் ஓடுகள் வேயப்பட்ட சின்னச்சின்ன கட்டடங்கள்...

வளைந்து செல்லும் செம்மண், கப்பிப் பாதை...

ஒற்றையாய், தோளில் ஜோல்னாப் பையும், கதர் குர்தாவுமாய் நடந்துகொண்டிருந்த மனிதர்...

“அதோ அங்க போறாரே, அவர்கிட்ட கொஞ்சம் வண்டிய நிறுத்து...”

வண்டியோட்டி நிறுத்தினான்.

பாரதி கண்ணாடியைத் தழைத்து, முன்னால் சாய்ந்து கேட்டாள். “எக்ஸ்கியூஸ் மீ... தகவல் விசாரிக்கற மாதிரி இங்க என்குவைரி... இல்லேன்னா, ரிசப்ஷன் ஆபீஸ்னு ஏதாவது இருக்கா?”

அந்த மனிதருக்கு அறுபது அறுபத்தைந்து வயசு இருக்கலாம். பார்வையைத் தாழ்த்தி, மூக்கில் சரிந்த கண்ணாடி வழியாக பாரதியை ஏறிட்டு மெல்லியகுரலில் பதில் கூறினார்.

“இப்படியே நேரா போனா, வலதுபக்கம் ‘ஆபீஸ்’னு போர்டு போட்டிருப்பா... அங்க பிரின்சிபால் இருப்பார்... எதுவானாலும் அவர்கிட்ட தெரிஞ்சுக்கலாம்...”

“தேங்க்ஸ்...”

வண்டி புறப்பட்டு, அவர் குறிப்பிட்ட இடத்தை அடைந்தது.

கதவைத் திறந்துகொண்டு இறங்கி, பூமியைக் கால் ஸ்பரிசித்த நொடியில், செருப்பையும் தாண்டிக்கொண்டு, அந்த மண்ணின் வீர்யத்தை உணர முடிந்துவிட்ட தினுசில் பாரதியின் மனசும், உடம்பும் சிலிர்த்தன.

கலாக்ஷேத்ரா...

கலைகளின் இருப்பிடம்...

கலைகள் வாழும் புனிதத்தலம்...

இங்கு வரவேண்டும், கேள்விப்பட்ட அனைத்தையும் கண்குளிரக் காணவேண்டும், முடிந்தால் இந்த அமைப்போடு தொடர்புகொள்ள வேண்டும் என்பதெல்லாம் எத்தனை வருஷங்களுக்கு முன் ஜனித்த ஆசைகள்!

வண்டியின் கதவை மூடி அதன்மேல் சாய்ந்தபடி நின்று பார்வையைச் சுற்றிலும் அலைய விட்டபோது, பள்ளிப்படிப்பு

முடிந்துவிட்ட ஆண்டில், தனது பதினைந்தாவது வயசில், நெஞ்சில் வண்டி ஆசைகளைச் சுமந்துகொண்டு ஒரு காலைப்பொழுதில் தைரியத்தை வரவழைத்துக்கொண்டு முதலில் அம்மாவிடமும், பின்னர் அப்பாவிடமும் பேசிய பேச்சுக்கள், நினைவுப் பெட்டகத்திலிருந்து எழுப்பி யாரோ தூசி போகத் தட்டியனுப்பிய மாதிரி துல்லியமாய் ஞாபகத்தில் மிதந்தன.

"ப்ளீஸ்ம்மா..."

இரண்டாவது முறையாக பாரதி கெஞ்ச, செய்துகொண்டிருந்த காரியத்தை நிறுத்திவிட்டு அன்னபூரணி நிமிர்ந்தாள்.

"என்னத்துக்காக இப்படி காலங்கார்த்தால வேலை பண்ணவிடாம தொணதொணக்கறே பாரதி?"

"அப்பாகிட்ட சொல்லும்மா... ப்ளீஸ்..."

"அது நடக்கற காரியமா எனக்குத் தோணல..."

"ப்ளீஸ்ம்மா... எனக்காக முயற்சி பண்ணக்கூடாதா? என்னோட சின்னவயசு ஆசை உனக்குக்கூடவா புரியல? இல்ல, உனக்கு இதுல இஷ்டம் இல்லியா? சொல்லிடு..."

அன்னபூரணி நீளமாய் மூச்சை இழுத்து வெளியிட்டு, தணிந்த குரலில் பேசியபோது, என்றோ தோன்றி யாரும் அறியாமல் உடனுக்குடன் மறந்துவிட்ட கனவு கண்களில் மெல்லியதாய் வெளிச்சம் போட்டது.

"நானும் குழந்தையா இருந்தப்போ, இப்ப நீ ஆசைப்படற தினுசுல வேணா ஆசைப்பட்டிருக்கேன். ஆனா, வாயத் திறந்து யார்கிட்டயும் எதையும் வெளிப்படுத்தினதில்ல. அது அந்தக் காலம். அதனால முளைக்காமயே என் ஆசையெல்லாம் அழுகிப்போயிட்டதுதான் நிஜம். ஹூம்... இப்ப அந்தப் பேச்சு எதுக்கு? அப்பாகிட்ட பேசணும்... அதானே? பேசறேன்... ஆனா, அவர் ஒத்துப்பார்னு எனக்குத் தோணலை..."

நிஜமான அக்கறையுடன் பேசிய அம்மா, அன்றிரவே இவள் உடன் நிற்க, அப்பா நாராயணனிடம் பேசவே செய்தாள்.

“வந்து... நம்ப பாரதிக்கு காலேஜ் எதுலயும் சேர இஷ்டமில்ல...”

அம்மா சின்னக்குரலில் தெரிவித்த சேதியை நம்ப மாட்டாமல் அப்பா கண்ணகல வினவினார்.

“அப்புறம்?”

“க... கலாக்ஷேத்ரால சேர்ந்து டான்ஸ் கத்துண்டு டிப்ளமோ பண்ணணும்னு...” சொல்ல வந்ததை முடிக்காமல் அம்மா நிறுத்த, சில நொடிகளுக்கு மௌனமாய் இருந்துவிட்டு அப்பா தீர்மானமாய்ப் பேசினார்.

“ஸாரி... இதுக்கு நா சம்மதிக்கப் போறதில்ல... கலாக்ஷேத்ரால சேர்றதோ, டான்ஸ் கத்துக்கறதோ பிடிக்காம நா வேண்டாம்னு சொல்லலை... காலம் இருக்கற இருப்புல, பொண்களுக்கு அகடமிக் குவாலிஃபிகேஷன் அவசியம்னும், வாழ்க்கைல ஒரு பிரச்சினை வந்தா அதைச் சமாளிக்க டிகிரிப் படிப்பு உதவும்னும் நா நினைக்கறேன். அதை முடிச்சுட்டு, அப்பறமா யாரும் எதையும் செய்யட்டும்... எனக்கு ஆட்சேபணை இல்ல!”

அப்பா பேச்சுக்கு என்றைக்கு யார் எதிர்க்கருத்து சொல்லியிருக்கிறார்கள், அன்று கூற!

விஷயம் அதோடு முடிந்தது.

கலாக்ஷேத்ராவில் சேரமுடியாது போனாலும், வீட்டோடு மாஸ்டர் வைத்து நடனம் கற்றதும், ஊர் மெச்சும் நடனமணியாகத் திருமணம் ஆகும்வரை திகழ்ந்ததும் உண்மைதான் என்றாலும், கலாக்ஷேத்ரா மேல்கொண்ட மோகமும், அதன்பால் உண்டாகியிருந்த பக்தியும் துளிக்கூடக் குறையாமல் நீறுபூத்த நெருப்புபோல இத்தனை வருஷங்களாய் உள்ளுக்குள் கனன்று கொண்டிருப்பதை சற்றுமுன் தோன்றிய சிலிர்ப்பு புரியவைக்க, பாரதி நெகிழ்ந்தாள்.

எத்தனை வருஷத்திய ஏக்கம்!

வாஸ்தவமாகவே அந்தச் சின்னவயசுக் கனவு, இன்று நனவாகப் போகிறதா?

உணர்ச்சிவசப்பட்டுப் போனதில், நெஞ்சின் படபடப்பு அதிகரித்துவிட்ட மாதிரி தோன்ற, நாவால் உதட்டை ஈரப்படுத்திக்கொண்டவள், 'ஆபீஸ்' என்ற பலகை காட்டிய வழியில் மெள்ள நடந்தாள்.

ஓலை வேய்ந்த குடில். மூஞ்சில் பிளாச்சு ஜன்னல்கள்.

செருப்பை அவிழ்த்துவிட்டு, சற்றே உயரம் குறைவாய் இருந்த வாசலில் நுழைந்தாள். காற்றோட்டமான அந்த அறையிலிருந்த முதல் மேஜையில் அமர்ந்து ஏதோ எழுதிக்கொண்டிருந்த நபரை நெருங்கி, "எக்ஸ்கியூஸ் மீ..." என, அவர் நிமிர்ந்தார்.

"நமஸ்காரம்... என் பேர் பாரதி... மிசஸ் பாரதி ரமணி... வந்து... கலாக்ஷேத்ராபத்தி சில விவரங்கள் தெரிஞ்சுக்கணும்... யாரைக் கேக்கணும்னு சொல்ல முடியுமா?"

எதிரில் அமர்ந்திருந்த நபர் கைக்கூப்பி வணங்கினார். மிருதுவான தொனியில் பேசினார்.

"நமஸ்காரம்... உக்காருங்கோ. என் பேர் ராஜாராம்... இங்க பிரின்சிபாலா இருக்கேன். உங்களுக்கு என்ன விவரம் தெரியணும்? கேளுங்கோ, சொல்றேன்..."

மற்ற கல்லூரிகள் போல பிரின்சிபால் என்றால் எங்கோ உள்ளறையில் இருப்பார், சுவாமியைச் சந்திக்க பூசாரிகளின் உத்தரவு பெறுவதற்குள் போதும் போதுமென்றாகிவிடும் என்பதுபோல இங்கும் இருக்குமென்று நினைத்திருந்ததற்கு மாறாக, 'நான்தான் பிரின்சிபால், என்ன வேணும்?' என்று எளிமையே ஓர் உருவம் எடுத்தாற்போல முதல்வர் வினவ, பாரதி என்ன பேசுவது என்பது மறந்துவிட்ட மாதிரி திகைத்தாள்.

பின்னர், சமாளித்துக்கொண்டு கேட்டாள், "கலாக்ஷேத்ரால என்னென்ன கோர்ஸ் இருக்குனு தெரிஞ்சுக்க விரும்பறேன்..."

"அப்படியா! நாட்டியம், வாய்ப்பாட்டு, வாத்தியங்கள், ஓவியம் - எல்லாத்துக்கும் நாலு வருஷ டிப்ளமா கோர்ஸ் நடத்தறோம். இதத் தவிர ரெண்டு வருஷ போஸ்ட் - டிப்ளமோ கோர்ஸூம் உண்டு. எங்க

ஸ்கூல்லயும், மத்த பள்ளிக்கூடங்கள்லயும் படிக்கற குழந்தைகளுக்கு பகுதி நேர டான்ஸ், மியூசிக் கோர்ஸூம் உண்டு. உங்களுக்கு எந்த கோர்ஸ் தேவைன்னு குறிப்பிட்டா, அதுப்பத்தின விவரங்களை விளக்கமா சொல்ல முடியும்...”

பாரதி குனிந்து நகங்களை ஆராய்ந்தாள். தன் நிலைமையை எப்படிப் புரிய வைப்பது என்ற அவளது சங்கடம் புரிந்த மாதிரி பிரின்சிபால், “எதுவானாலும் தயங்காம சொல்லுங்கோ... எங்களால எந்தவிதத்துல உதவ முடிஞ்சாலும் நாங்க சந்தோஷப்படுவோம்...” என்று தட்டிக்கொடுக்க, கூச்சம் நீங்காமலேயே பாரதி பேசினாள்.

“வந்து... நா... வந்து...”

“சொல்லுங்கோம்மா... எதச் சொல்ல இப்படி யோசிக்கறேள்?”

“நா... பாரதி... வந்து...”

“அதான் மொதல்லியே சொல்லிட்டேளே... மேல சொல்லுங்கோ...”

பாரதி குரலை செருமிக்கொண்டாள். அடி உதட்டைக் கடித்து, எச்சிலைக் கூட்டி விழுங்கிக்கொண்டு நிமிர்ந்து உட்கார்ந்தாள்.

“சின்ன வயசுல நா ராஜமாணிக்கம் மாஸ்டர்கிட்ட டான்ஸ் கத்துண்டு, நிறைய கச்சேரிகூடக் குடுத்திருக்கேன். கல்யாணம் ஆனப்பறம் டான்ஸ் கச்சேரி குடுக்கறத நிறுத்திட்டாலும், ஆத்ம திருப்திக்கு எனக்கு நானே ஆடிப்பாத்துக்கறது உண்டு. இப்ப சமீபகாலமா திரும்ப டான்ஸ் தொடர்பா ஏதாவது செய்யணுங்கற ஆர்வம் ரொம்ப அதிகமாயிருக்கு... ஆனா, இப்ப எனக்கு வயசு நாப்பது... பழையபடி மேடைல ஆடறதுங்கறது முடியாது... அது என்னோட விருப்பமும் இல்ல. என்ன பண்ணலாம்னு யோசிச்சப்போ, நாட்டியம்பத்தி தியரி படிக்க முடிஞ்சா ரொம்ப நிறைவா இருக்கும்னு தோணித்து... அதான் இங்க வந்தேன். இப்போ நா கேக்கப்போறத நீங்க தப்பா எடுத்துக்க மாட்டேள்னு நம்பறேன்... வந்து... இந்த வயசுக்கு மேல நா... இங்க ஸ்டூடண்ட்டா சேர முடியுமா?”

கடைசி வரிகளை முணுமுணுப்பாக பாரதி பேச, பிரின்சிபால் மென்மையாகச் சிரித்தார்.

“இதுல தப்பா எடுத்துக்க என்னம்மா இருக்கு? அற்புதமான ஒரு காரியத்தச் செய்ய, ஒரு வித்தைய முழுமையாக் கத்துக்க நீங்க முனையறதப்பத்தி நா சந்தோஷப்படறேன். கலையார்வம் உள்ளவாளுக்கு எப்படியெல்லாம் உதவ முடியுமோ, அதைச் செய்யணுங்கறதுதானே கலாக்ஷேத்ராவோட குறிக்கோளே! வித்தையப் படிக்க வயசு ஒரு தடையே இல்ல... இத நீங்க ஞாபகம் வெச்சுக்கணும்... எண்பது வயசான பெரியவர் ஒருத்தர் அப்பப்ப முடிஞ்சப்போ வந்து எங்ககிட்ட விணை கத்துக்கறார் தெரியுமா? வெளிநாட்டுலேருந்து வருஷா வருஷம் லீவு கிடைக்கறப்போ மட்டும் வந்து, பாட்டு நடனம் கத்துண்டு போறவாளும் உண்டு.

இங்க ரொம்ப கண்டிப்பான குருகுல வாசம் முறைல நாலு வருஷ டிப்ளமோ கோர்ஸ் நடத்தறோம். ஆனா, கூடவே ஆர்வம் உள்ளவாளுக்கு உதவற விதமா, விசேஷப் பயிற்சிக்கான வாய்ப்புக்களையும் நாங்க குடுக்கத் தயங்கறதில்ல. இந்த கலாக்ஷேத்ராவை ஸ்தாபிச்ச ருக்மணி அருண்டேல், உசந்த இந்தியக் கலைகளைக் காப்பாத்தறதையும், அதை ஆர்வம் உள்ளவாளுக்கு சொல்லிக்குடுத்து பரப்பறதையும்தானே தன் வாழ்க்கைல தலையாய குறிக்கோளா கடைப்பிடிச்சுண்டிருந்தார்!”

மேற்கொண்டு அரைமணிபோல தங்கி, பிரின்சிபாலிடம் பேசி, தன் சந்தேகங்களையெல்லாம் தீர்த்துக்கொண்டு, அவர் தந்த ‘விதிமுறைகள்’ புஸ்தகத்தைப் பெற்ற பிறகு, வருகிற ஒன்றாம் தேதியிலிருந்து வகுப்புகளுக்கு வருவதாகக் கூறிவிட்டு பாரதி புறப்பட்டாள்.

இரண்டடி நடந்தவள் கொஞ்சம் தயங்கி, “இந்த எடத்த நா சுத்திப்பாத்துட்டுப் போகலாமா?” என்று கேட்க, பிரின்சிபால் அவளோடு வெளியில் வந்து, மரத்தடியில் அமர்ந்திருந்த பெண்களில் ஒருத்தியை அழைத்தார்.

மஞ்சள் பைஜாமா, முட்டி வரையில் உயர்த்திக் கட்டின சிவப்பு கைத்தறிப் புடவை, மாநிறம், சின்ன இடுப்பு, துருதுருத்த விழிகள், ஒற்றைப் பின்னல் என்றிருந்த பெண்ணின் தோற்றமே, அவள் நடனம் பயிலும் மாணவி என்பதைப் பறைசாற்றியது.

"சாரதா... இவர் முதல்முறையா கலாக்ஷேத்ராவுக்கு வந்திருக்கார்... சுத்திப்பாக்க ஆசைப்படறார். கிளாஸ் நடக்கற எடம், பிரேயர் ஆலமரத்தைக் காட்டிட்டு, முடிஞ்சா ஆடிட்டோரியம், ஹாஸ்டல் எல்லாத்தையும்கூட கொண்டுகாட்டு..."

பிரின்சிபாலிடம் கைக்கூப்பி விடைபெற்ற பாரதி, சாரதா என்கிற அந்தப் பெண்ணுடன் மெதுவாக நடந்தாள்.

"கலாக்ஷேத்ரா ஆரம்பிச்சு அம்பத்தாறு வருஷமாச்சு... நூறு ஏக்கர் நிலப்பரப்புல இந்த ஸ்கூல நடத்தறா. இப்படிப் போனா, கிளாஸ் ரூம்ஸ், பிரார்த்தனை நடத்தற ஆலமரம் இருக்கு... அந்தப்பக்கமாப் போனா, ஹாஸ்டல், பாத்ரூம்ஸ், மெஸ்... கொஞ்சம் தள்ளி நடன அரங்கம்..."

தோழமையுடன் பேசியவளைப் பார்த்து பாரதி புன்னகைத்தாள்.

"நீங்க டான்ஸ் டிப்ளமா கோர்ஸ் படிக்கறேளா?"

சாரதா உற்சாகமாய் ஆமென்று தலையசைத்தாள்.

"நா மலேஷியாலேருந்து இங்க வந்திருக்கேன். டிப்ளமோ கோர்ஸ். இது ரெண்டாவது வருஷம். எங்கம்மாவும் ஒரு டான்சர்தான். அத்தைகிட்டயே... ருக்மணி அம்மாவ இங்க எல்லாரும் அப்படித்தான் சொல்லுவாங்க... பாடம் படிச்சவங்க. எனக்கு அந்தக் குடுப்பினை இல்ல... ஆனாலும், இங்கதான் நா பயிற்சி பெறணும்னு அம்மா பிடிவாதமா அனுப்பிட்டாங்க..."

"ஹாஸ்டல்ல தங்கிப் படிக்கறீங்களா?"

"ஆமா... என்னை மாதிரி வெளிநாட்டுலேருந்து வந்து கோர்ஸ் பண்றவங்க, ஹாஸ்டல்லியே தங்கிடுவோம்... ஆண்களுக்கும், பெண்களுக்கும் தனித்தனி ஹாஸ்டல்."

பேசிக்கொண்டே மரங்களினூடே காணப்பட்ட செம்மண் பாதையில் நடக்க, ஆங்காங்கு பர்ணசாலை போன்ற வட்டமான சின்னக் குடில்கள் தென்பட்டன.

ஒன்றில் பிடில் வகுப்பு...

இன்னொன்றில் வாய்ப்பாட்டு...

அதற்கும் சற்றுத் தள்ளியிருந்த கூடத்தில், இசை பற்றின தியரி கிளாஸ்...

வானமே தெரியாமல் மரங்கள் கவிழ்ந்திருந்த அந்த அமைதியான சோலையில், இயற்கையன்னை சாமரம் வீச, குயில்கள் பக்கவாத்தியம் இசைக்க, சங்கீதம் பயிலவும், நாட்டியம் கற்கவும் ஒருவர் கொடுத்துதான் வைத்திருக்க வேண்டும் என்கிற நினைப்பு பாரதிக்குப் பரவசமூட்டியது.

அத்தனையும் பார்த்து முடித்த பின்பு, பிரார்த்தனை நடக்கும் ஆலமரத்தடிக்கு மீண்டும் வந்தார்கள்.

விழுதுகளைத் தரையில் ஊன்றிய பெரிய ஆலமரம், அதனடியில் ஐம்பதடி வட்டத்தில் சிமெண்ட் பூசப்பட்ட தளம். ஆலமரத் தண்டை ஒட்டி சிலை ரூபத்தில் நிச்சிந்தையாய் உட்கார்ந்திருந்த பிள்ளையார். அவரை அலங்கரித்த செம்பருத்திப் பூக்கள்.

“இங்கதான் தினமும் காலைல எட்டரை மணிக்கு சர்வமதப் பிரார்த்தனை நடக்கும். மத்தபடி, பஜன் கத்துத்தர்றது, மொழி வகுப்பு எல்லாம்கூட இந்த ஆலமரத்தடில நடக்கும். சிலசமயம் நாங்க ஒண்ணா சேர்ந்துகிட்டு இங்க டான்ஸ் பிராக்டீஸ்கூட பண்ணுவோம்...”

பாரதி, பிள்ளையார் சிலைக்கு எதிரில் நின்று கண்களை மூடிக்கொண்டாள்.

மதுரை மீனாட்சி அம்மனின், தஞ்சை பிரகதீஸ்வரனின், திருப்பதி வெங்கடாசலபதியின் சன்னதிகளில் நிற்கிற புல்லரிப்பு உச்சி முதல் பாதம் வரை வியாபிக்க, உடம்பு உதறிப்போட்டது.

சாரதாவுக்கெதிரில் அழுதுவிடுவோமோ என்கிற பயம் உண்டாக, தடக்கென்று கண்களைத் திறந்து, "நா கொஞ்ச நாழி இங்க உக்காந்துட்டு, அப்பறமா பொறப்படறேன். நீங்க வேணா போங்கோ... சுத்திக்காட்டினதுக்கு தேங்க்ஸ்!" என்று கூறி அவளை அனுப்பிவிட்டு, மேடை ஓரமாய் இருந்த திண்ணையில் அமர்ந்து மறுபடி கண்களை மூடிக்கொண்டபோது, மூடிய விழிகளிலிருந்து வெளிப்பட்ட நீர் முத்துப்போல கன்னத்தில் உருண்டு, மார்பில் விழுந்தது.

———

15

பாரதி?

ஏர்போர்ட்டுக்கு?

அதுவும், டெல்லி விமானம் வந்து சேரும் இரவு இந்தப் பதினோரு மணி அளவில்?

நண்பருடன் பேசிக்கொண்டு எஸ்கலேட்டரில் இறங்கின ரமணி, பயணிகளை வரவேற்கவென வந்திருந்த கும்பல் மீது எந்தவித சுவாரஸ்யமுமின்றி பார்வையை அலைய விட்டபோது, சற்றும் எதிர்பாராத விதமாய் அங்கு பாரதியைக் காணமுடிய, வியப்புடன் புருவங்களை உயர்த்தி, “ஹலோ... வாட் எ சர்ப்ரைஸ்!” என்றார், சந்தோஷம் அப்பட்டமாய் வெளிப்பட.

பிறகு, நண்பர் பக்கம் திரும்பி, “இது என் மனைவி பாரதி... இவர் ஷர்மா... டெல்லியில் பெரிய தொழிலதிபர்...” என்று பரஸ்பரம் அறிமுகம் செய்து வைக்க, அவர் கைக்கூப்பி “நமஸ்தே...” என்றதும், பாரதி சின்னச்சிரிப்போடு “ஹலோ...” என்றாள்.

பெட்டிகள் வந்து சேர்ந்ததும், தங்களுடையதை எடுத்துக்கொண்டு வெளியில் வந்தார்கள்.

போகும் வழியில் ஷெரடன் ஹோட்டலில் ஷர்மாவை இறக்கி விட்டுவிட்டுப் போவதாக ரமணி கூறியதால், அவரும் உடன்வர கிளம்பினார்கள்.

காரில் பயணித்த நாழிகையில், ஷர்மா செய்யும் தொழிலைப் பற்றியும், சென்னையில் கிளை ஒன்று துவங்க

உத்தேசித்திருப்பதையும், அதற்கு ஆலோசகராக இயங்கதான் சம்மதித்திருப்பதையும் சுருக்கமாக ரமணி கூறினார். புன்னகையுடன் அத்தனையும் பாரதி கவனமாய் கேட்டுக்கொள்ள, அந்த சிரத்தையைப் பாராட்டும் விதமாய் ஷர்மா கேட்டார், "மிசஸ் ரமணி உங்களோடு அலுவலகத்தில் வேலை பார்க்கிறாரா ரமணி?"

ரமணி உதடு ஒருபக்கமாய் விரிய குறும்புடன் சிரித்தார்.

"ஏன் அப்படிக் கேட்கிறீர்கள், ஷர்மாஜி?"

"நீங்கள் விவரிக்கும் விதத்தையும், அவர் ஆர்வத்துடன் கேட்டுக்கொள்வதையும் பார்த்தால், வீட்டில் மட்டுமல்லாது அலுவலகத்திலும் கூட்டாளிகளாக இருக்கலாமோ என்று தோன்றியது..."

ரமணி தலையைப் பின்னுக்குத் தள்ளிச் சிரித்து, தன்னருகே அமர்ந்திருந்த பாரதியின் தொடையில் செல்லமாக ஒருதரம் தட்டினார்.

"இல்லை ஷர்மாஜி... அலுவலகத்துக்கு பாரதி வருவதில்லை. ஆனாலும், அங்கு நடக்கும் ஒவ்வொரு சின்ன அசைவும்கூட இவளுக்குத் தெரியும்!"

"மிசஸ் ரமணி வேறு எங்காவது வேலை பார்க்கிறாரா?"

விடாமல் ஷர்மா கேட்ட கேள்விக்கு, உடனே பதில் கூறாமல் ரமணி அரை நிமிஷம் தாமதித்தார். மனைவியை ஒருதரம் அழுந்த பார்த்துவிட்டுச் சொன்னார், "பாரதி வேலைக்குப் போகவேண்டிய அவசியம் எப்போதுமே இருந்திருக்கவில்லை... வீடு, குழந்தைகள் தவிர, என் வேலைகள் எல்லாவற்றையும் கவனித்து முடிப்பதற்கே அவளுக்கு நேரம் போதாது..." பேசியவர் பாரதியைப் பார்த்து தமிழில், "என்னம்மா, நா சொல்றது சரிதானே?" என்றார். பின்தொடர்ந்து ஷர்மாவிடம், "பாரதி அற்புதமாய் நாட்டியம் ஆடுவாள். கல்யாணத்திற்கு முன் அவள் புகழ்பெற்ற நடனமணியாகத் திகழ்ந்தாள்!" என்று லேசான

பெருமிதத்தோடு கூற, முன்னிருக்கையில் அமர்ந்திருந்த ஷர்மா திரும்பி, பாரதியைத் தலையிலிருந்து கால்வரை முழுசாய்ப் பார்த்தார்.

சந்தோஷத்தோடு, "நான் நினைத்தது சரிதான்!" என்றார்.

"என்ன நினைத்தீர்கள்?"

"நீங்கள் மிசஸ் ரமணியை அறிமுகம் செய்ததுமே, இவர் நிச்சயம் நடனம் ஆடுபவராகத்தான் இருக்க வேண்டும், இல்லாவிட்டால் இந்த உடற்கட்டும் கவர்ச்சியும் இருப்பது சாத்தியமில்லை என்று நினைத்தேன்... எப்படி! என் கணிப்பு சரிதானே?"

தேவைக்கு அதிகமான சிரிப்புடன், அளவுக்கு மீறி இந்த மனிதர் பேசுகிறாரோ என்ற கேள்விக்குறியுடன் நிமிர்ந்தவளின் சந்தேகம் சரிதான் என்பதுபோல, ரமணியின் தாடைகள் இறுகுகிற மாதிரி தோன்ற, பாரதி அவசரமாய் முகத்தைத் திருப்பிக்கொண்டு, இருண்டிருந்த தெருமீது பார்வையை வீசினாள்.

சோழா ஷெரடனில் ஷர்மாவை இறக்கிவிட்டு, "நாளைக் காலையில் சந்திக்கிறேன்..." என்று சொல்லி விடைபெற்று வீட்டை நோக்கி வண்டி சென்ற நிமிஷங்களில், இன்னமும் அதே இறுக்கத்துடன் கணவர் இருப்பது புரிய, அதைத் தளர்த்தும் உத்தேசத்தோடு அவர் கையோடு தன் கையைக் கோர்த்து சின்னக்குரலில், "ஸோ... டெல்லி ட்ரிப் எப்படியிருந்தது?" என்றாள் பாரதி.

ரமணி அலுப்புடன், "ப்ச்..." என்று சூள்கொட்டினார். "டெல்லிக்கென்ன? அது எப்பவும் போலத்தான் அரசியல் ரீதியா பரபரன்னு இருக்கு... எங்கப் பாரு டெமான்ஸ்ட்ரேஷன், கும்பல், ஆர்ப்பாட்டம், போலீஸ் தடியடி..."

பாரதி கவலையுடன் ஏறிட்டாள்.

"நீங்க எதுலயாவது மாட்டிண்டேளா?"

"மாட்டிக்காம? சப்தர்ஜங் ஹாஸ்பிடல் வழியா போனப்போ ஒருதரம், காரை மடக்கி நிறுத்திட்டான்... 'அம்பது ரூபா பணம்

குடு'னு கேட்டு, நாங்க வாயத் திறக்காமத் தந்ததும், 'நீங்க எங்களுக்கு இனாமா எதுவும் தரவேண்டாம், இதுக்குதான் அந்தக் காசு'னு சொல்லி, கவர்மெண்டை எடுத்து கோஷங்கள் எழுதியிருந்த நாலைஞ்சு ஸ்டிக்கர்ஸ் கார் கண்ணாடியெல்லாம் ஒட்டிட்டான்..."

"அப்பறம்?"

"அப்பறமென்ன? ஒண்ணுமில்ல... ஆனா, ஒரு எம். பிக்கு நடந்ததக் கேளேன்... எங்க வண்டிய நிறுத்தின மாதிரி அவர் வண்டியையும் நிறுத்தியிருக்கா... எங்கள மாதிரியே அவரும் வாயத் திறக்காம சொன்னத செஞ்சுட்டுப் பேசாமப் போகவேண்டியதுதானே? ஆனா, அவர் என்ன பண்ணார் தெரியுமா? காரைவிட்டு எறங்கி நின்னுண்டு, 'நா யாருன்னு புரியாம பேசாதீங்க, நா மெம்பர் ஆஃப் பார்லிமெண்ட், இந்த அடாவடியெல்லாம் என்கிட்ட வேண்டாம்'னு முறைச்சதும்..."

முதல் நாள் நடந்த சம்பவம் மறுபடி அணு அணுவாக நினைவுக்கு வந்துவிட்ட தினுசில் தலையைப் பின்னுக்குத் தள்ளி ரமணி சிரிக்க, பாரதி, "அப்பறம் என்னாச்சு?" என்றாள் ஆர்வத்துடன்.

"என்னாகும்? அது வெறிபுடிச்ச கூட்டம்... அவாகிட்டப் போயி தர்க்கரீதியா வாதம் பண்ணா எடுபடுமா? 'நீங்க யாரா இருந்தாலும் எங்களுக்குக் கவலையில்ல, நாங்க சொல்ற வரைக்கும் அப்படி ஓரமா நில்லுங்கோ'னு நிக்கவெச்சுட்டான்!"

"அடப்பாவமே!"

"ஈஸ்வரானு அந்த எம்.பி. மூணு மணி நேரம்போல கால் வலிக்க நின்னுட்டு, அப்பறமா போனாப்போறதுன்னு போகச் சொன்னதும் கிளம்பிப் போனாராம்! மொத்தத்துல எங்கயுமே எதுவுமே ஆரோக்கியமா இல்ல... சுத்தி நடக்கறத நினைச்சா வருத்தமா இருக்கு... அடுத்த ஜென்ரேஷன் எப்படி உருவாகப் போறதோன்னு கவலையாக்கூட இருக்கு..."

வீடு வந்துவிட்டது.

டிரைவர் பெட்டியைத் தூக்கிவர, இருவரும் இறங்கி உள்ளே போனார்கள்.

உடைகளைக் களைந்துவிட்டு குளிக்க ரமணி சென்றதும், அவருக்காக தயிர்சாதம் பிசைந்து ஃப்ரிஜ்ஜில் வைத்திருந்ததை எடுத்துக்கொண்டு பாரதி படுக்கையறையுள் நுழைந்தாள்.

ஈரத்தலையைத் துவட்டிக்கொண்ட ரமணி, கட்டிலில் சாய்ந்து உட்கார்ந்தார்.

"எல்லா நாளும் செமை வேலை... ராத்திரி தினமும் டின்னர் பார்ட்டி வேற... சரியான தூக்கமேயில்ல!"

தூங்குவதற்கான முஸ்தீபுகளில் இறங்கியவர் முன், பாரதி தட்டை நீட்டினாள்.

"ஃபிளைட்ல விறைவிறையா புலாவ் குடுத்திருப்பா, நீங்க சாப்பிட்டிருக்க மாட்டேள்... இந்தத் தயிர்சாதத்தை சாப்பிட்டுட்டு தூங்கலாம்... ப்ளீஸ் ரமணி... தொட்டுக்க வெங்காய வத்தக்குழம்பும், மாவடுவும் வெச்சிருக்கேன்... சின்னக்குழந்தையாட்டம் படுத்தாம, எழுந்து சாப்பிடுங்கோம்மா..."

அவள் விடமாட்டாள் என்பது ரமணிக்குத் தெரியும். தவிர, வெங்காய வத்தல்குழம்பு வேறு கமகமத்ததே!

எழுந்து உட்கார்ந்தார். தட்டைக் கையில் வாங்கி, ஸ்பூனால் கிண்ணத்திலிருந்த குழம்பை தயிர்சாதத்தில் ஊற்றிக்கொண்டு, மாவடுவையும் கடித்தவாறு சாப்பிட ஆரம்பித்தார்.

"விக்கி சரியா இருக்கானா? எதுக்காவது போன் பண்ணானா?"

பாரதி உதட்டைச் சுழித்தாள்.

ரமணி ஸ்பூனைக் கீழே வைத்தவிட்டு, முகம் சுளிக்கப் பேசினார்.

"நாங்கூட ஊர்ல இல்ல... குட்டியா ஒரு போன் போட்டு, 'அம்மா, ஆர் யூ ஓகே?'னு கேக்கக்கூடாதா? வயசாச்சே தவிரவும், பொறுப்பேயில்ல..."

“காம்பஸுக்குப் போயிட்டா, அவனுக்கு வேற எதுவுமே ஞாபகம் இருக்காதே ரமணி... நீங்க ஊருக்குப் போறது புதுசா, இல்ல நா தனியா இருக்கறது புதுசா? ரெண்டுமில்ல! அப்பறம், இந்தத் தடவை மட்டும் திடும்னு பொறுப்பா இருக்கணும்னு எதிர்பாத்தா எப்படி?”

“பிள்ளைய விட்டுக்குடுக்க மாட்டியே!” சாப்பிட்டு முடித்த ரமணி எழுந்துபோய் வாயைக் கொப்பளித்துவிட்டு வந்தார். வயிறு நிறைந்ததில் களைப்பு குறைய, “நா இல்லாதப்போ நீ என்ன பண்ணே? உங்கம்மாவாத்துக்குப் போயிருந்தியா? எத்தனை படம் வி.சி.ஆர்-ல பாத்தே?” என்றார், காலித் தண்ணீர் டம்ளரை மனைவியிடம் நீட்டியபடி.

பதில் கூறாமல் தட்டு டம்ளரை சமையல்கட்டு தொட்டியில் போட்டு, அவை வறவறக்காமலிருக்க வேண்டி குழாயைத் திறந்து தண்ணீர் ஊற்றின பின், பாரதி உள்ளறைக்கு வந்து கணவரின் அருகில் படுக்கையில் அமர்ந்தாள்.

“வெத்தலை போட்டுக்கறேளா?”

ரமணி குறும்புடன் கண்களைச் சிமிட்டினார்.

“என்ன, இன்னிக்கு வரவேற்பு ஸ்பெஷலா இருக்கு? மாமி மனசு எறங்கி வேளைகெட்ட வேளைல ஏர்போர்ட்டுக்கு வந்தப்பவே, என்னடா லாட்டரி அடிக்கறதுன்னு நினைச்சுண்டேன்... இப்ப வெத்தலை உபசாரம்! டார்லிங்... என்ன விஷயம் சொல்லிடு! நாலு நாள் என்னைப் பிரிஞ்சிருந்ததோட பாதிப்பா?”

பேசியவாறு அவளை இழுத்து அணைத்துக்கொண்ட ரமணி, அழுத்தமாய் உதடுகளில் முத்தமிட்டார்.

“நா ஒத்துக்கறேம்பா... வயசாக ஆகத்தான் நீ ரொம்ப அதிகமா எனக்குத் தேவைப்படறே... உன்னைப் பிரிஞ்சு என்னால இருக்கவே முடியல... என்ன ஃபைவ் ஸ்டார் ஹோட்டல்ல இருந்து என்ன, மாமிகிட்ட இல்லாம தூக்கமே வரலை தெரியுமா!”

தாபத்துடன் பேசியவரின் பேச்சுக்கு ஈடுகொடுக்க முடியாமல், பாரதி சரிந்து ரமணியின் மார்பில் தலை வைத்துப் படுத்தாள். பனியனுக்கு மேலாக வெளிப்பட்ட மார்பு முடிகளை தன் ஆள்காட்டி விரலால் சுழற்றிக்கொண்டே ரகசியம் பேசுவதுபோலக் கூறினாள்.

"நா கலாக்ஷேத்ராவுக்குப் போயிருந்தேன் ரமணி..."

கேட்டது புரியாமல் ரமணி, "அ?" என்றார்.

"கலாக்ஷேத்ராவுக்குப் போயிருந்தேன்னு சொல்றேன்."

"ஓ!"

கலாக்ஷேத்ராவுக்குச் சென்றதை சம்பந்தா சம்பந்தமில்லாமல் இந்த நிமிஷம் எதற்காகப் பேசுகிறாள் என்கிற வியப்பு அந்த 'ஓ'வில் தெளிவாய் விரவியிருந்தது.

"என்ன ஓ?"

"சரி, சந்தோஷம். திருப்தியா?"

"என்ன ரமணி, நீங்க... எத்தனை ஆர்வமா சொல்லவரேன், புரிஞ்சுக்காம விளையாடறேளே!"

"நிலைமை புரியாம வெளையாடறது யாரு? நீயா நானா?"

ஊடல் நேரத்தில் இதெல்லாம் அவசியம்தானா என்கிற தவிப்புடன் ரமணி கேட்பதைப் புரிந்துகொள்ளாமல் பாரதி தொடர்ந்து பேசியபோது, செய்யத் தீர்மானித்துவிட்ட காரியத்தின் நினைப்பு கண்களில் வெளிச்சமாக மின்னியது. குரலில் ஒரு படபடப்பு இருந்தது.

"நா விளையாடல ரமணி... ரொம்ப சீரியஸாதான் பேசறேன்... ஏர்போர்டுலேருந்து வர்றப்பவே சொல்லியிருப்பேன்... ஆனா, கூட அந்த ஷர்மா இருந்ததால பேசமுடியல..."

மனைவி விளையாடவில்லை, எதையோ படு தீவிரமாய் தெரிவிக்க முனைகிறாள் என்பது தெளிவாக, ரமணி அவளை மார்பிலிருந்து விலக்கிவிட்டு எழுந்து உட்கார்ந்தார்.

"சொல்லு... எதச் சொல்ல இப்படித் தவிச்சுண்டிருக்கே?"

பாரதி உதடுகளை நாவால் ஈரப்படுத்திக் கொண்டாள். கண்களில் நட்சத்திரங்கள் மின்ன, ஒருவிதப் பரவசத்துடன் பேசினாள்.

"நா கலாக்ஷேத்ராவுக்குப் போயிருந்தேன் ரமணி..."

"அட ராமா! இதையே இன்னும் எத்தனை தடவை சொல்லுவே!"

"ஏன் போனேன்னு நீங்க கேக்கவேயில்லியே!"

ரமணி இடக்கையால் தலைமுடியைக் கோதிவிட்டுக் கொண்டார். தலை தூக்கட்டுமா என்று கேட்ட எரிச்சலை அடக்கியவாறு, பொறுமையுடன் பதில் கூறினார்.

"வேற எதுக்குப் போயிருப்பே, ஏதாவது கலைநிகழ்ச்சி பாக்க... அதானே? அர்த்த ராத்திரி பன்னெண்டு மணிக்கு இது ரொம்ப அவசியமான பேச்சா? டார்லிங்... நா எவ்ளோ குஷி மூட்ல இருக்கேன் தெரியுமா? அதப் புரிஞ்சுக்காம சப்புனு எதையோ பேசி அத்தனையும் கெடுக்கறியே! டான்ஸ் கச்சேரிக்குப் போன விவரமெல்லாம் கார்த்தால தெரிஞ்சுண்டா போறாதா? ஓ... கமான் பாரதி... என்னதிது... சின்னப் பொண்ணாட்டம் என்னை டீஸ் பண்ணிண்டு..."

அவள் கையைப் பற்றியிழுத்து மறுபடி படுக்க ரமணி முயல, பாரதி அவர் பிடியிலிருந்து தன்னை விலக்கிக்கொண்டாள். எழுந்து இரண்டடி தள்ளிச் சென்று, இடுப்பில் கை வைத்தவாறு நின்றாள். கண்களை இடுக்கிக்கொண்டு கணவரை நிதானமாக ஏறிட்டுப் பேசினாள்.

"டான்ஸ் புரோக்ராம் பாக்கவோ, கச்சேரி கேக்கவோ நா கலாக்ஷேத்ராவுக்குப் போகல ரமணி... அங்க ஸ்டூடண்டா சேரமுடியுமான்னு விசாரிக்கத்தான் போயிருந்தேன்..."

"எ... என்ன?"

படுத்திருந்த ரமணி, தடக்கென்று தூக்கிவாரிப்போட, எழுந்து உட்கார்ந்தார்.

“ஆர் யூ ஓகே பாரதி? என்னாச்சு உனக்கு இன்னிக்கு?”

பதில் கூறாமல் பாரதி மௌனிக்க, ரமணி எழுந்து வந்து அவள் தோளைத் தழுவிக்கொண்டார்.

“நா இல்லாதப்போ வெயில்ல ரொம்ப அலைஞ்சியா? மாஸ்டர் வீட்டுக்கு அடிக்கடி போனியா? அந்த ஸாராதான் ஊருக்குப் போயிட்டாளே! அப்பறமும் பைத்தியக்காரத்தனமா ஏன் இப்படியெல்லாம் பேசறே? ம்? ப்ளீஸ் ஸ்டாப் திஸ் டாக்! நா ரொம்பக் களைச்சுப்போயி வந்திருக்கறது புரியாம, எதையாவது அனாவசியமா பேசி, வீணா என் கோவத்தைக் கிளறாதே... படுத்துக்கலாம் வா டார்லிங்... எதுவானாலும் கார்த்தால பேசிக்கலாம்...”

சமாதானமாகப் பேசிவிட்டுப் படுக்கையிடம் இழுக்க, பாரதி “ப்ளீஸ்...” என்றாள் முனகலாக. “என் தவிப்ப கொஞ்சம் புரிஞ்சுக்கோங்களேன்... ஒரு தீர்மானத்துக்கு வந்துட்டு, அதை உடனே உங்ககிட்ட சொல்லணுங்கற ஆசைலதானே நா ஏர்போர்ட்டுக்கே வந்தேன்னு சொல்றேன்...”

ரமணி அவளைத் தழுவியிருந்த கையை அகற்றினார். ஆத்திரத்தோடு குரலை உயர்த்தினார்.

“திரும்பத் திரும்ப அதையே சொன்னா, எனக்குக் கோவம்தான் வர்றது... நீ ஏர்போர்ட்டுக்கு என்னை ரிசீவ் பண்ற ஆசைல வரலை... அவசரமா ஏதோ சொல்லணுங்கறதாலதான் வந்தே... அதானே? புரியறது... எதுவானாலும் கார்த்தால பேசிக்கலாம்னு சொல்றேனோல்லியோ? மேலமேல பேசி என் எரிச்சலக் கிளப்பாதே பாரதி... ப்ளீஸ்...”

சொல்ல வேண்டியதைச் சொல்லி முடித்ததும், எதிர்பக்கமாகத் திரும்பி ரமணி படுத்துக்கொள்ள, இப்போது என்ன பண்ணுவதென்ற குழப்பத்தோடு பாரதி அப்படியே நின்றாள்.

எத்தனை ஆர்வமாய்க் காத்திருந்தேன்!

கலாக்ஷேத்ராவில் சேர்ந்து தியரி படித்து, பரதக்கலையை முழுமையாய் அறியப்போகிறேன் என்கிற முடிவைத் தெரிவிக்க, எத்தனை பரவசத்தோடு ஏர்போர்ட்டுக்கே போனேன்!

வாழ்க்கையில் முதல்முறையாய் என் சின்னவயசுக் கனவை நிறைவேற்றிக்கொள்ளும் வாய்ப்பு கிட்டியிருக்கிறது என்பதைத் தெரிவிக்க, எத்தனை குதூகலத்தோடு காத்திருந்தேன்!

எதையும் புரிந்துகொள்ளாமல் இப்படிப் பிடிவாதமாய் திரும்பிப் படுத்தால், என்ன செய்வது?

சட்டென்று கிளம்பிய ஏமாற்றம் தாங்கமுடியாமல் இருந்தது. அதென்ன இவர் மாட்டேன் என்பது, நானும் வாயைத் திறக்காமல் மௌனிப்பது என்று மனசு முறுக்கிக்கொண்டு எகிற, கட்டிலைச் சுற்றிக்கொண்டு அந்தப் பக்கம் பாரதி சென்றாள்.

விழித்துக்கொண்டு படுத்திருந்த ரமணியின் பக்கத்தில் நின்று அழுத்தம் திருத்தமாய்ப் பேசினாள்.

“ஸாரி... உங்களுக்குப் பிடிக்காட்டாலும், இப்போ நா பேசத்தான் போறேன்! இந்தப் பேச்சும், நா எடுத்திருக்கற முடிவும் எனக்கு ரொம்ப முக்கியம்ங்கறதால, உடனே உங்ககிட்ட சொல்லிடணும் போல இருக்கு... ப்ளீஸ், அண்டர்ஸ்டாண்ட்... நா கலாக்ஷேத்ரால சேரப் போறேன் ரமணி... சின்ன வயசுல ஆசைப்பட்டதுதான் நடக்கலை... இப்பவாவது அதை நிறைவேத்திக்கறதுல என்ன தடை? நீங்க புரிஞ்சுப்பேள்ங்கற நம்பிக்கை எனக்கு இருக்கு. அந்த எடமும், சூழ்நிலையும் எவ்ளோ தெய்வீகமா இருக்கு தெரியுமா? அங்க சேந்து ‘கோர்ஸ்’ பண்ண ஒருத்தர் குடுத்துவெச்சிருக்கணும்னே நா நினைக்கறேன். எத்தனை வருஷத்து ஏக்கம் என்னோடது! கலாக்ஷேத்ரால சேந்து டான்ஸ் கத்துண்டு...”

அவசரமாய் எழுந்து உட்கார்ந்த ரமணி, அவளை முடிக்கவிடாமல் கோபத்துடன் குறுக்கிட்டார்.

“டான்ஸ் கத்துண்டு? மேடையேறி ஆட உத்தேசமா? இத்தனை வயசுக்கு மேல இப்படியொரு விபரீத ஆசையா? ஷர்மா சொன்ன மாதிரி ஃபிகர், கிரேஸ் ரெண்டும் இருக்கு, வீணாப்போக விடுவானேன்ங்கற எண்ணமா? நாலு பேர் பாக்க,

பாராட்ட, மேடையேறி ஆடற ஆசை வந்துட்டதுல, என்ன சொல்றோம், செய்யறோம்னு புரியாம தடுமாறிப் போயிட்டியா? காட்! என்னாச்சு உனக்கு? இந்த மாதிரி கன்னாபின்னானு என்னிக்குமே நீ பேசினதில்லியே பாரதி? குடும்பம், சூழ்நிலை எல்லாத்தையும் மறந்துட்டு, இந்த வயசுல பொறுப்பில்லாம நீ இப்படிப் பேசறதக் கேக்கறப்போ, எனக்கு அவமானமா இருக்கு... ரியலி ஐ'ம் அஷேம்ட்!"

நினைத்ததைவிட வார்த்தைகள் கடுமையாக வாயிலிருந்து வெளிப்பட்டுவிட, ஒருவிதக் குற்றவுணர்வுடன் ரமணி தலையைக் குனிந்துகொள்ள, இருபத்தியோரு வருஷ தாம்பத்தியத்தில் அனுபவித்திராத வலி முதன்முறையாக இதயத்தை வலிக்கவலிக்கப் பிறாண்ட, மேற்கொண்டு அங்கு நிற்கக்கூடப் பிடிக்காத மாதிரி பாரதி திரும்பி கால்களை அகல அகலமாய் வைத்து வரவேற்பறைக்குச் சென்றாள்.

அவளைத் தடுத்து நிறுத்தவோ, 'ஸாரி' என்று மன்னிப்பு கேட்கவோ விருப்பமில்லாததை நன்கு புரியவைக்கிற தினுசில், ரமணி காலை நீட்டி படுக்கையில் படுத்து கண்களை இறுக மூடிக்கொண்டார்.

——

16

பக்கத்தில் சலனத்தை உணர முடிந்தது.

படுக்கை அசைந்தது. லேசாக அதிர்ந்தது. தழைந்தது.

கண்களைத் திறந்த ரமணி, கையில் எப்போதும் கட்டியிருக்கும் கடிகாரத்தைப் பார்த்தார். ரேடியம் டயல், ஒன்று நாற்பது என்றது.

எழுந்து உட்கார்ந்து படுக்கையை ஒட்டியிருந்த விளக்கை ஏற்றினார். ஓசைப்படாமல் அருகில் வந்து படுத்திருந்த பாரதியை, தலையை ஒடித்து ஏறிட்டார்.

அவருக்கு முதுகைக் காட்டிக்கொண்டு ஒருக்களித்துப் படுத்திருந்தவளின் தோளில் கை வைத்து, தன் பக்கமாய்த் திருப்பினார்.

பாரதி அழுதிருக்க வேண்டும்... மூக்கு சிவந்திருந்தது. கண்களைச் சுற்றி நீர் சுரப்பு. கலைந்திருந்த முடியை ஒதுக்கிவிட்டு, சின்னக்குரலில் பேசினார்.

“ஐ'ம் ஸாரிம்மா... களைச்சுப்போய் வந்ததோட, வேற எதுலியோ புத்தி போயிட்டதால, கோவமா பேசிட்டேன்... இப்ப சொல்லு... என்ன பேசணும்னு நினைச்சே?”

பாரதி விழிகள் தழைந்தபடி இருக்க, மௌனித்தாள்.

“சொல்லும்மா...”

“வேண்டாம் ரமணி... நீங்க இப்ப இருக்கற மூட்ல, நா எது சொன்னாலும் சரியா புரிஞ்சுக்க மாட்டேள்... கார்த்தாலயே பேசிக்கலாம்.”

"இல்ல பாரதி... இப்ப படுத்துண்டாக்கூட தூக்கம் வராது. ஒருமணி நேரமா நீ ஹால்லயும், நா இங்கயும் முழிச்சுண்டிருந்த மாதிரியேதான், தூங்காம மறுபடியும் அவஸ்தைப்படுவோம். அதுக்கு பேசிமுடிச்சுடறது நல்லதுதானே?"

பாரதி எழுந்து உட்கார்ந்தாள்.

"அவசரப்பட்டுண்டு, என்னை முடிக்கவிடாம குறுக்க பேசாம, முழுசா சொல்ல விடுவேளா?"

"சொல்லு."

பாரதி நீளமாய் ஒருதரம் மூச்சை உள்ளுக்குள் இழுத்து, தன்னை நிதானப்படுத்திக் கொண்டாள். தலைப்பால் முகத்தைத் துடைத்தபின், உறுதியாய் பேசினாள்.

"சின்ன வயசுல எனக்குக் காலேஜ்ல சேர்ந்து டிகிரி படிப்புப் படிக்க இஷ்டம் இருக்கல... அப்பவே கலாக்ஷேத்ரால சேர்ந்து டான்ஸ் கத்துண்டு, பரதநாட்டியத்துல ஓஹோன்னு பேர் வாங்கணும்னு நா ஆசைப்பட்டதையும், அப்பா 'அதெல்லாம் நடக்காது, பொம்மனாட்டிக் குழந்தைகளுக்கும் இந்தக் காலத்துல அடிப்படைக் கல்வி வேணும், டிகிரி படிக்கறது ஒரு அஸ்திவாரம், அதைப் படிச்சே தீரணும்'னு சொன்னதால காலேஜ்ல சேந்து படிச்சதையும் உங்ககிட்ட சொல்லியிருக்கேன்... ஞாபகமிருக்கா?"

இருக்கிறது என்று தலையசைத்த ரமணி, "அப்பா சொன்னதுல தப்பு ஏதுமில்ல... அது சரியான முடிவுதானே? காலம் மாறிண்டுவர்றதால..." என்று தொடங்க, பாரதி "ப்ளீஸ்..." என்று முனகினாள். "குறுக்க பேசாம கேக்கறேன்னு சொல்லிட்டு, ஆரம்பத்துலயே என்னைப் பேசவிடாம பண்ணா எப்படி ரமணி?"

"ஸாரி... நீ பேசி முடி..."

"எங்க விட்டேன்? அ... அப்ப என் ஆசை நிறைவேறல... அதுக்கப்பறம் நானும் சரி, நமக்குக் குடுத்துவெச்சது இவ்ளோதான்னு மனசைத் தேத்திண்டுட்டேன். கல்யாணமாச்சு...

டான்ஸ் பண்றதுகூட நின்னுபோச்சு. இதுக்காகவும் நா மனசு உடைஞ்சுபோகல. அப்பறம், குடும்பம் குழந்தைகள்னு என் கவனத்தை முழுசா திருப்பிண்டுட்டேன். ஆனாலும், அப்பப்ப அடி மனசுல டான்ஸ் ஆசை தகதகன்னு தலை தூக்கறப்பல்லாம், மண்டைல தட்டி உக்கார வெச்சுடுவேன்...”

ரமணி கொட்டாவி விட்டார்.

“இதெல்லாம் தெரிஞ்ச விஷயம்தானே பாரதி? சட்டுபுட்டுன்னு விஷயத்துக்கு வாயேன்...”

“வரேன் ரமணி... இப்ப நா நினைக்கறதை நீங்க சரியா புரிஞ்சுக்கணும்னா, அந்த விவரங்களையும் பூரணமா நீங்க புரிஞ்சுக்கறது அவசியமில்லியா? ஓகே, நேரா சமாச்சாரத்துக்கே வர்றேன்... ரெண்டு பசங்களும் படிக்க வீட்டைவிட்டுப் போனதுலேருந்து, எனக்குள்ள பெரிசா ஒரு சூன்யம் உண்டாக ஆரம்பிச்சது. நானும் என்னென்னமோ செஞ்சு பாத்தேன்... ம்ஹூம், ஒண்ணும் சரிப்பட்டுவரலை. அப்பத்தான் திடும்னு மாஸ்டரைச் சந்திக்கற வாய்ப்பும், தொடர்ந்து அவருக்கு உதவி பண்றதுக்காக நா அவர் வீட்டுக்குப் போற சந்தர்ப்பமும் கிடைச்சுது. நாலு நாள் போயிட்டு வர்றதுக்குள்ள, ‘ஓஹோ, இதான் சரியான தீர்வு’னு நன்னா புரிஞ்சு போயிடுத்து...”

பொறுமை இழந்தவராய் ரமணி குறுக்கிட்டார்.

“எது? திரும்ப கலாக்ஷேத்ரால போய் டான்ஸ் கத்துண்டு, மேடைல கச்சேரி பண்றதா? வயசை, உன் சூழ்நிலைய மறந்துட்டு... என்ன பேச்சு இது, பாரதி?”

“நீங்க எதையுமே சரியா புரிஞ்சுக்கலை ரமணி... நிச்சயம் மேடையேறி ஆடணுங்கறது என் ஆசையில்ல!”

“அப்பாடி! அந்த மட்டுக்கு புத்தியோடதான் பேசறே... அப்பறம்?”

“அதுக்குதான் முழுசா என்னைப் பேசவிடுங்கோனு சொல்றேன்... ஸாராவோட கழிச்ச இந்த ஒரு மாசத்துல, பல

உண்மைகளை என்னால புரிஞ்சுக்க முடிஞ்சுது... நா வேணுன்னா அன்னிக்கு, ஏன் இன்னிக்கும்கூட, பிரமாதமா டான்ஸ் ஆடலாம்... ஆனா, பரதநாட்டியம் பத்தின என் தியரிடிகல் நாலெட்ஜ் பூஜ்யம்ங்கறது ஸாராவோட பேசப்பேசத்தான் எனக்கே புரிஞ்சது ரமணி..."

"....."

"அத்தனை வருஷம் கத்துண்டு என்ன பிரயோஜனம்! 'கரணம்' அப்படீங்கறத, அதன் ஸ்லோகத்தச் சொல்லி எனக்கு விளக்கத் தெரியல... ஒரு அடவுக்குக் கச்சிதமா சொல்கட்டு ஜதி சொல்லத் தெரியல... 'தையும் தத்தா தையும் தாஹா'னு பழகற விதத்துல சாதாரணமா சொன்னா ஆச்சா? அததுக்கு பரத சாஸ்திரத்துல சொல்கட்டு இருக்கே, அதெல்லாம் தெரியலியே! அப்பறம் நாட்டியம் தெரியும்னு சொல்லிக்கறதுல அர்த்தமென்ன?"

ரமணிக்கு போரடித்தது. அடக்கி வைத்திருந்த எரிச்சல் லேசாக முரண்டியது.

"சரிம்மா... இந்த தியரி எல்லாம் தெரிஞ்சா என்ன, தெரியாட்டாதான் என்ன? அத்தனையும் தெரிஞ்சுண்டு இப்ப நீ டான்ஸ் கிளாஸா ஆரம்பிக்கப்போறே?"

இல்லையென்று பாரதி தலையசைத்தாள்.

"கிளாஸ் ஆரம்பிக்கற உத்தேசம் நிச்சயமா இப்போதைக்கு என்கிட்ட இல்ல."

"அப்பறம்?"

"ஆத்மதிருப்தினு ஒண்ணு இருக்கே ரமணி... அதுக்காகக் கத்துக்க ஆசைப்படறேன். இது யாருக்காவும் செய்யத் தீர்மானிச்ச காரியமில்ல... எனக்காக, என் மனசு சந்தோஷத்துக்காக மட்டும் செய்யணும்னு நினைக்கறேன்..."

"அதுக்கு கலாக்ஷேத்ரால 'கோர்ஸ்' சேர்ந்துதான் தெரிஞ்சுக்கணுமா? என்னென்ன புஸ்தகமெல்லாம் வேணும்னு

சொல்லு, நாளைக்கே வாங்கித்தரேன்... ஆசைதீரப் படியேன்... யார் தடுக்கறா?”

பாரதி குனிந்து ரமணியின் கையைப் பற்றி, அவருடைய உள்ளங்கையைக் கன்னத்தில் பதித்துக்கொண்டாள்.

“நா ஏற்கனவே சொன்ன மாதிரி, கலாக்ஷேத்ராவோட சூழ்நிலையே அலாதியானதா, தெய்வீகமா இருக்கு ரமணி... சின்ன வயசுலதான் அங்க போய் கத்துக்க முடியல... இப்ப அவகாசம் கிடைச்சும் போகாட்டா எப்படி? அந்த மண்ணுல கால்பட்டதுமே உடம்பு சிலிர்த்துப் போச்சும்மா... கோவில் கர்ப்பகிருகத்துக்குள்ள நிக்கற மாதிரி புல்லரிச்சுப்போச்சு... பிரின்சிபால்கிட்டயே பேசினேன்... ‘எல்லாரும் எடுத்துக்கற நாலு வருஷ கோர்ஸ்ல நீங்களும் சேரலாம்... வயசு காரணமா பிராக்டிகல் பண்ண, அதாவது டான்ஸ் ஆட முடியலைன்னாக்கூட பரவாயில்ல, நீங்க தியரி கிளாஸுக்கு வந்துட்டு, மத்தவாளோட எக்ஸாம் எழுத நாங்க வழி பண்ணித் தரோம்’னு சொன்னார். எண்பது வயசு ரிடையர்ட் அதிகாரி ஒருத்தர், இப்பவும் அங்க வந்து வீணை கத்துக்கறாராம்... அமெரிக்கா, மத்த நாட்டுலேருந்து வருஷாவருஷம் லீவு கிடைக்கறப்போ வந்து பாடம் கத்துண்டு போறவாளும் இருக்காளாம்... ‘கலை ஆர்வம் இருக்கறவாளுக்கு, எப்படியாவது உதவணும்ங்கறதுதான் எங்க நோக்கம்’னு எத்தனை உயர்வா சொல்றார், தெரியுமா!”

“அப்படின்னா, வாரத்துக்கு ஒருதரம் ரெண்டு மணிநேரம் போயி ‘தியரி’ கத்துண்டு வந்தாப் போறுமா?”

“நோ... நோ... ஞாயிறு தவிர பாக்கி எல்லா நாளும் கிளாஸ் இருக்கு... கார்த்தால எட்டரைக்குப் பிரேயர்... அத்தனைபேரும் ஒண்ணா அந்த ஆலமரத்தடில கூடி சர்வமதப் பிரார்த்தனை செய்யறதோட, தினமும் கிளாஸெல்லாம் ஆரம்பமாறது. ஒம்பதுலேருந்து ஒம்பதே முக்கால் வரை தியரி பாடம், அப்பறம் பிராக்டிகல். நா டான்ஸ் ஆட தீவிரமா கத்துக்காட்டாலும், கூட இருந்து பாக்கறது என் அறிவை வளர்க்குமே, ரமணி! மத்தியானம் சம்ஸ்கிருதம், தமிழ் பாடங்கள்... அதுக்கும் மேல

ஜெனரல் மியூசிக் கிளாஸ்ல பஜன்ஸ், கீதை ஸ்லோகம் எல்லாம் கத்துத்தருவா... ஓ, ரமணி... நினைக்கறப்பவே எனக்கு எத்தனை சந்தோஷமா இருக்கு தெரியுமா! கடைசில, ஒருவழியா, நா இத்தனை வருஷமா ஏங்கினதையெல்லாம் செய்யப்போறேன்னு பரபரப்பாக்கூட இருக்கு..."

அவளுடைய பரவசத்தையோ, எதிர்பார்ப்புகளையோ புரிந்துகொள்ள முடியாமல் போக, முகம் சுணங்க ரமணி கேட்டார்.

"அப்படீன்னா, தினமும் நா ஆபீஸ் போற சமயத்துல நீ வீட்டுல இருக்கமாட்டேன்னு சொல்லு... சாயங்காலம் திரும்பறதுக்குள்ளயாவது வந்துட உத்தேசம் இருக்கா, இல்ல..."

தன் அடிமனசு ஏக்கங்களை சற்றும் புரிந்துகொள்ளாமல் கண்ணைக் கட்டிவிட்ட குதிரையாக ரமணி குற்றம்சாட்ட, சரக்கென்று பாரதியினுள் கோபம் சீறியது.

"இத்தன பேசினப்பறமும் இந்த மாதிரி நீங்க கேள்வி கேட்டா என்ன அர்த்தம்? எனக்குப் புரியல ரமணி!"

"இருவது வருஷத்துக்கும் மேல உண்டாயிட்ட பழக்கவழக்கங்களை நொடில நீ மாத்த முனையறதுதான் எனக்குப் புரியல பாரதி!"

சூடாக ரமணி பதில் கூற, அரை நிமிஷம் பாரதி திகைத்தாள். கொஞ்சம் ஆஸ்வாசப்படுத்திக்கொண்டு பதில் பேசியபோது, அவள் குரல் கிசுகிசுப்பாய் வெளிப்பட்டது.

"இருவது வருஷமா எனக்குனு எதையும் நினைக்காம உங்களுக்காகவே வாழ்ந்துட்டேனே, போறாதா? இதுக்கப்பறமும் எனக்குப் பிடிக்கறத நா செய்யணும்னு நினைக்கறதுல தப்பு எதுவும் இருக்கறதா எனக்குத் தோணல!"

"எ... என்னது... என்னது? அப்டீன்னா, குடும்பம், புருஷன், பொறுப்பு எல்லாத்தையும் கவனிச்சது போறும், இனிமே என் இஷ்டத்துக்கு விட்டுடுங்கோன்னு சொல்றியா?"

பாரதி குனிந்து நகங்களை ஆராய்ந்தாள். பேச்சு திசை திரும்புவதை உணர்ந்து, தன்னை நிதானப்படுத்திக்கொள்ள முயன்றாள்.

“என் பொறுப்பையோ, கடமையையோ அந்தரத்துல விட்டுட்டு, தான் தன் சுகம்னு நினைக்கறவ நா இல்ல... கனவுலகூட என்னால அப்படி இருக்க முடியாது!”

“ஏன் முடியாது? போன ஒரு மாசமும் நீ எப்படியிருந்தே? ஞாபகமில்ல?”

“ஏன், எப்படியிருந்தேன்? வீட்டுல சமையல் சாப்பாடு ஒழுங்கா நடக்கலியா? வீடு சுத்தமா இல்லியா? அந்தந்த வேலை வழக்கம்போல நடக்கலியா? என்ன குத்தம் கண்டுபிடிச்சேள், சொல்லுங்கோ, தெரிஞ்சுக்கறேன்...”

“போன மாசம், சாயங்காலம் எத்தனை தடவை என்னோட நீ வெளியில வந்தே? அந்த ஸாராவோட ஊர் சுத்தறதுக்குத்தானே உனக்கு நேரமிருந்தது!”

பாரதி எழுந்து ஜக்கிலிருந்து ஒரு டம்ளர் தண்ணீர் எடுத்துக் குடித்தாள். கணவரின் எதிரில் நின்று கண்களைப் பார்த்துப் பேசினாள்.

“எஸ்... ரெண்டு மூணு பார்ட்டிகளுக்கு நீங்க கூப்டப்போ, நா வரலைதான்... உங்க ஃப்ரெண்ட்ஸ்கூட நீங்க போற பார்ட்டியெல்லாம் எப்பவுமே என்னைப் பொறுத்தவரை போரடிக்கற சமாச்சாரம். இத நா உங்களுக்கு நிறைய தடவை ஏற்கனவே சொல்லியிருக்கேன். கவனிக்க வேலை இருந்தது, அதனால வரலைன்னு சொன்னேன்... இதுல தப்பென்ன? ஏன் ரமணி, ஒண்ணு கேக்கட்டுமா? எத்தனையோ தரம் உங்க உறவுக்காரா வீட்டு விசேஷங்களுக்குக்கூட ‘எனக்கு வேலையிருக்கும்மா, நீ மட்டும் போயிட்டு வா’ன்னு நீங்க சொல்லி நா போயிட்டு வந்திருக்கேனே... அதையெல்லாம் நா புகாரா உங்ககிட்ட சொல்லியிருக்கேனா?”

ரமணி தலைகாணியை எடுத்து கோபத்துடன் அந்தப் பக்கமாய் வீசினார்.

"என் வேலையும், நீ ஊர் சுத்தறதும் ஒண்ணாயிடுமா?"

பாரதி உதட்டை ஒருதரம் கடித்துக்கொண்டாள்.

"முதல் பாயிண்ட்... நா ஊர் சுத்தலை. ஸாராவோட டான்ஸ் சம்பந்தப்பட்ட எடங்களுக்கு, பரதநாட்டியம்பத்தி ஆழமா தெரிஞ்சுக்கறதுக்காகத்தான் போனேன். பாயிண்ட் நம்பர் டூ... நீங்க உங்க வேலை மூலம் பணம் சம்பாதிக்கறேள், நா சம்பாதிக்கலை... ஒத்துக்கறேன். ஆனா, ஆத்மதிருப்தினு பாக்கறப்போ ரெண்டும் ஒண்ணுதான்னு எனக்குத் தோண்றது!"

ரமணி குரல் உயர கத்தினார்.

"மண்ணாங்கட்டி ஆத்மதிருப்தி! என்னாச்சு உனக்கு பாரதி? இந்த மாதிரியெல்லாம் என்கிட்ட வாதம் பண்ற டைப் நீ இல்லியே! சரி, பசங்க வீட்டை விட்டுப் போயிட்டதால உனக்கு போரடிக்கறது, ஒத்துக்கறேன்... அதுக்காக, மறுபடி டான்ஸ் ஆடப் போறேங்கறதுதான் பிரச்சினைக்குத் தீர்வா? ஸில்லி... டோட்டல்லி இடியாட்டிக்! யார்கிட்டயாவது சொன்னா, சிரிக்கப்போறா! அப்படியே உபயோகமா ஏதாவது செய்யணும்னா, கல்ச்சுரல் அகாடமில சேர்ந்து குக்கிங், டெய்லரிங்னு ஏதாவது படிக்கறது... யார் வேண்டாங்கறா! உனக்கும் பொழுதுபோகும், வீட்டுக்கும் உபயோகமா இருக்குமே!"

"பொம்பளை ஏதாவது செய்யணும்னாலே, சமையலும் தையலும்தான் வழியா ரமணி?"

"ஓகே, ஓகே... வேண்டாம்... சாதாரண பொம்பளையாட்டம் இருக்கப் பிடிக்கலைன்னா, கரெஸ்பாண்டன்ஸ் கோர்ஸ்ல எம்.ஏ. பண்ணு... தெரியாத சப்ஜெக்ட்ல நானே உதவி செய்யறேன்..."

பாரதி உதட்டைப் பிதுக்கினாள்.

"ஸாரிம்மா... எனக்கு அதுலல்லாம் இண்ட்ரஸ்ட் இல்ல..."

"தெருவுக்குத் தெரு கம்ப்யூட்டர் கிளாஸ் நடக்கறது... அதுல சேரேன்! நாளைக்கு நம்ப வீட்டுக்கு ஒரு கம்ப்யூட்டர் வாங்கலாம்னு இருக்கேன்... உபயோகமாவாவது இருக்கும்!"

பாரதி வேதனையுடன் புன்னகைத்தாள்.

“இதுக்கும் பழைய பதிலேதான்... எனக்கு இதுலெல்லாம் ஆர்வமில்ல...”

எதிரில் நிற்பவளைக் கோபமாக ரமணி விழித்துப் பார்த்தார்.

“காட்... மை காட்! இந்த பாரதி எனக்குப் புதுசு... இத்தனை வருஷமா என்னோட அமைதியா ஆனந்தமா குடுத்தனம் பண்ணின பாரதிக்கு என்னாச்சு?”

“ஒண்ணும் ஆகல... எனக்குனு விருப்பு வெறுப்பு இருக்கறத முதல் முறையா நா வெளிப்படுத்தறத, உங்களால எடுத்துக்க முடியல... நிதானமா யோசிச்சேள்னா, நா எந்த அடாவடியும் பண்ணல, எனக்கு ஈடுபாடு இருக்கற விஷயத்தச் செய்ய முனைஞ்சிருக்கேங்கற சந்தோஷம் உங்களுக்குப் புரி...”

அவளை முடிக்கவிடாமல் ரமணி அதட்டலாய் பேசினார்.

“வேண்டாம்... புரியவே வேண்டாம். இந்த மாதிரி அர்த்தமில்லாத முடிவுகளை எடுக்க நீ துணிவேன்னு தெரிஞ்சிருந்தா, உன்னைப் பழையபடி டான்ஸ் மாஸ்டர் வீட்டுக்குப் போகவே நா சம்மதிச்சிருக்க மாட்டேன்! தாராள மனசோட நடந்துண்டது பிசகாயிடுத்து... முளையிலயே கிள்ளியிருந்தா, இப்ப பூதாகாரமா பிரச்சினை உருவாகியே இருக்காது! நா ஒரு மடையன்... சரியான மடையன்...”

ஆத்திரத்துடன் பேசியவரை பாரதி தலையோடு காலாய் ஒரு பார்வை பார்த்தாள்.

பிறகு, எதையும் புரிந்துகொள்ள மாட்டேன் என்று பிடிவாதம் பிடிப்பவரிடம் எனக்கென்ன பேச்சு என்கிற மாதிரி, போர்வையை இழுத்துப் போர்த்திக்கொண்டு சுவரைப் பார்க்க, ரமணிக்கு எதிர்ப்புறமாய் திரும்பிப் படுத்தாள்.

——

17

பரத முனிவரின் நாட்டிய சாஸ்திரப் புஸ்தகத்தில் ஆழ்ந்திருந்த பாரதி, தன்னை யாரோ பின்னாலிருந்து அணைப்பதை உணர்ந்து திடுக்கிட்டுத் திரும்பினாள்.

விக்ரம்!

வழக்கமாய் வாசல்படிகளில் தடதடவென்று ஏறிவந்து, காலிங்பெல்லை விடாமல் ஓசைப்படுத்தி, 'ஹாய் மாம்ஸ்' என்று கூடத்திலிருந்தே கத்தி, தன் வரவை எட்டு வீடுகளுக்குப் பிரகடனப்படுத்தும் மகன், இன்று பரமசாதுவாய் வந்து அணைத்தது ஆச்சர்யத்தைத் தந்தது. கூடவே கவலையை எழுப்பியது.

"விக்கீ! என்னாச்சுடா உனக்கு? ஆர் யூ ஓகே?"

"ஒண்ணுமில்லியே! நன்னா கல்லுகுண்டாத்தான் இருக்கேன்! ஏம்மா அப்படிக் கேக்கறே?"

"யானை வெங்கலப் பாத்திரக் கடைக்குள்ள புகுந்த மாதிரி, எப்பவும் வீடு ரெண்டுபட நுழையறவன், பூனையாட்டம் வந்திருக்கே! இன்னிக்கு புதன்கிழமைங்கறது வேற ஞாபகத்துக்கு வந்துடுத்து... வெள்ளிக்கிழமைதானே வருவே?"

விக்ரம் போலியான வருத்தத்துடன் கேட்டான், "ஏம்மா, புதன்கிழமைன்னா வரக்கூடாதா?"

"அதுக்கில்ல விக்கி... ஒவ்வொரு வாரமும் சனி ஞாயிறு லீவு இருக்கறப்பவே, வெள்ளிக்கிழமை வர்றதுக்கு ஆயிரம்

சாக்கு சொல்லுவே... நாளைக்குக் காலேஜ் இருக்கற நாள்... அதான், எதுக்குடா இன்னிக்கு வந்திருக்கான், உடம்புகிடம்பு சரியில்லியோன்னு ஒரு நிமிஷம் கவலையா இருந்தது..."

"உன்னைப் பாக்கணும்னு தோணித்து... வந்துட்டேன்! அதான் நிஜமான காரணம்!" பாரதி முன்னால் சாய்ந்து மகனின் தோளைத் தட்டி சிரித்தாள்.

"ஐயோ, வேண்டாம்பா... இத்தனை ஐஸ் வெக்கற சமாச்சாரமெல்லாம் நமக்குத் தாங்காது! அதோட, இதுக்கெல்லாம் மயங்கற ஆளும் நா இல்ல! பேசாம உண்மைய ஒத்துண்டுடு..."

விக்ரம் முகத்தைப் பரிதாபமாக வைத்துக்கொண்டான்.

"காலம் ரொம்பக் கெட்டுப்போச்சும்மா... நிஜத்தைச் சொன்னாக்கூட யாரும் நம்ப மாட்டேங்கறா... மொத்தத்துல, நல்லதுக்குக் காலமில்ல!"

அவன் பேச்சும் முகபாவமும் சிரிப்பை அதிகமாக்க, கையிலிருந்த புஸ்தகத்தை பாரதி மூடிவைத்தாள். அவன் தலைமுடிக்குள் கையை விட்டு, முடியைத் துழாவினாள்.

"திடுதிப்புனு வந்திருக்கறதுக்குக் காரணம் சொல்ல இஷ்டமிருந்தா சொல்லு, இல்லாட்டா வேண்டாம்! சரி, என்ன சாப்பிடறே? தோசை மாவு இருக்கு... வெங்காய ஊத்தப்பம் வார்த்துத் தரட்டுமா? இல்ல, அரைமணி காத்துண்டிருக்க முடியும்னா, புதுசா உனக்குப் பிடிச்சதா பண்ணியே தரேன்... என்ன சொல்றே?"

விக்ரம் உதட்டைப் பிதுக்கி, இரண்டுமே வேண்டாம் என்கிற மாதிரி தலையசைத்து மறுத்தான்.

"நீ ஏம்மா வீட்டுல கஷ்டப்படணும்? நா ஒரு ப்ரில்லியண்ட் ஐடியா குடுக்கட்டுமா? நாம ரெண்டுபேரும் சட்டுபுட்டுனு கிளம்பி ஃபவுண்டன் பிளாஸாவுக்குப் போய், பேல்பூரி பானிபூரி எட்ஸட்ரா ஒரு பிடி பிடிச்சுட்டு வரலாம்... இல்லேன்னா, 'கேக்ஸ் அண்டு பேக்ஸ்' போய் உனக்குப் பிடிச்ச பீட்ஸா, மின்ட், மில்க்

ஷேக் ஒரு கை பாத்துட்டு வரலாம்... என்ன சொல்றே?" பேசிய விக்ரம் ஓரடி பின்னால் சென்று இடுப்பை வளைத்து ஆங்கிலப் பாணியில் குனிந்தவன், நாடகத்தில் வசனம் பேசுகிற மாதிரி, "தி சாய்ஸ் ஈஸ் யுவர்ஸ், யுவர் ஹைனஸ்... ஐ'ம் அட் யுவர் சர்வீஸ்!" என்றான்.

சிரிப்பையும் மீறிக்கொண்டு, என்னாயிற்று இவனுக்கு இன்று என்கிற சந்தேகக் கேள்வி எழ, பாரதி ஒருசில வினாடிகள் மௌனித்தாள்.

"ம்? ரெண்டுமே சரிப்பட்டுவரும்னு தோணலை, விக்கி... மணி அஞ்சாகப்போறது... அப்பா ஆறு மணிக்கு வந்துடுவார். அவருக்கு கண்ட எடத்துல அழுக்குக் கையோட அந்த ஆள் பேல்பூரி பானிபூரி குடுக்கறதும் பிடிக்காது, சின்ன எடத்துல அரட்டையடிக்கற பசங்களுக்குச் சரியா உக்காந்து பீட்ஸா சாப்பிடறதும் பிடிக்காது! அதனால, உனக்கு என்ன வேணும்னு சொல்லு, ஆத்துலயே நா பண்ணிடறேன்..."

விக்ரம் பலமாக மறுத்தான்.

"நோ மம்மீ... சர்டன்லி நோ! வீட்டுல சமைக்கச் சொல்லி உன்னைக் கஷ்டப்படுத்தறதுல எனக்கு இஷ்டமில்ல... ஜாலியா போயிட்டுவரலாம் வாம்மா..."

பாரதி உதடுகளை அழுத்திக்கொண்டு குறும்பாகச் சிரித்தாள்.

"என்ன, என் பிள்ளைக்கு இன்னிக்கு ஞானோதயம் வந்திருக்கு! புதுசுபுதுசா கஷ்டம் கிஷ்டம்னு பெரிய பெரிய வார்த்தையெல்லாம் சொல்றது!"

"ஞானோதயம் ஒண்ணுமில்ல. ஒரோரு தரம் வரச்சேயும் உன்னை எங்கயாவது கூட்டிண்டு போகலாம்னுதான் நினைப்பேன்... எதாவது வேலை வந்துடும். அந்தப் பேச்சு இப்ப எதுக்கு? சின்னச்சின்ன விஷயங்கள் அப்பாவுக்குப் பிடிக்காததை பண்ணலாம், தப்பு ஒண்ணுமில்ல... பெரிசா செஞ்சு அவர அப்செட் ஆக்கறதுதான் கூடாது! ஹேய் மாம்ஸ், நீ கிளம்பப்போறியா

இல்லியா? அப்பாக்குப் பிடிக்காதுன்னு எத்தனை நாள் நீ பேல்பூரி சாப்பிடாம இருப்பே? அதக்காகவேதான் உன்னை இன்னிக்குக் கூட்டிண்டு போறதுங்கற தீர்மானத்தோட வந்திருக்கேன்!"

மகன் பேசப்பேச, அவன் விளையாடவில்லை, தீவிரமாகத்தான் கூறுகிறான் என்பதைப் புரிந்துகொள்ள முடிய, பாரதியின் வியப்பு அதிகமானது.

"அட்றா சக்கை! இன்னிக்கு மழை கொட்டத்தான்போறது! புஷ்பா, மாடில காயப் போட்டிருக்கற துணியெல்லாம் எடுத்துண்டு வந்துடு!"

உள்பக்கமாய் திரும்பி கேலியாய் பாரதி குரல்கொடுக்க, விக்ரம் புன்னகைத்தான்.

"மழை வந்தா ஊருக்கு நல்லதுதானேம்மா! சரி, கிளம்பறியா?"

"இருடா... அதிசயமா பிள்ளையாண்டான் வெளில கூப்படறே... மூஞ்சி அலம்பிண்டு, புடவை மாத்திண்டு வந்துடறேன்... நடந்துபோய் ஆட்டோ பிடிச்சுடலாம்... எனக்கும் 'வாக்' போன மாதிரி இருக்கும்..."

"ஆட்டோலயா? என்ன வார்த்தை சொன்னீர்கள், தாயே?" என்று கேட்ட விக்ரம், பையிலிருந்த வண்டிச் சாவியை எடுத்து அவள் கண்முன் ஆட்டி, "டட்டடான்!" என்றான் ராகத்தோடு.

"காரா? யாருது விக்கி?"

"நம்மளுதுதாம்மா... இன்னொருத்தரோடதை நாம ஏன் உபயோகப்படுத்தணும்!"

"அதுசரி, உன்கிட்ட எப்படி கார் சாவி வந்தது?"

"சிம்பிள்மா... அப்பா ஆபீஸுக்குப் போனேன், கார் வேணும்னேன்... 'மாருதிய எடுத்துக்கோ, நா அம்பாசிடர்ல வந்துக்கறேன்'னு அப்பா சொல்லிட்டார்!"

கண்களை இடுக்கிக்கொண்டு பாரதி அரை நிமிஷம் நிதானித்தாள்.

“அப்பா ஆபீஸுக்கு? நீ? என்ன விக்கி சொல்றே? ஒண்ணுமே புரிய...” இரண்டு கைகளையும் உயர்த்தி விக்ரம் ஆயாசத்தோடு குலுக்கினான்.

“கேள்வி... கேள்வி... நூறு கேள்வி! ஏதோ ஆசையா பையன் கூப்பிடறானே, ஹாய்யா போயிட்டு வருவோம்னு இல்லாம, என்னம்மா இது, இண்டர்வியூல கேக்கற மாதிரி துருவித் துருவிக் கேட்டுண்டு! ஓகே, சொல்றேன், கேட்டுக்கோ... எங்க கேம்பஸ்ல கலைவிழா நடத்தப்போறோம்... அதுக்குப் பெரிய மனுஷாளப் போய்ப் பாக்க வண்டி தேவைப்பட்டது. ஸோ, அப்பா ஆபீஸுக்குப் போய் மாருதிய எடுத்துண்டேன். சுருக்க வேலை முடிஞ்சுட்டதால, உன்னோட கொஞ்ச நாழி வெளில போகலாம்னு தோணித்து... வந்தேன்! என்ன, இப்ப திருப்தியா? அப்பாடா... மூச்சு விடாம பேசினதுல திணர்றது... இரு, கொஞ்சம் மூச்சு விட்டுக்கறேன்...”

‘உங்கள் கல்லூரியில் கலைவிழா இப்போது வராதே, ஜனவரிக்கு மேல்தானே எப்போதும் இருக்கும்?’ என்று கேட்க நினைத்த பாரதி, இப்படிக் கேட்டால் பிள்ளை எரிச்சல்கொள்வது நிச்சயம் என்று புரிய, நினைப்பை மாற்றிக்கொண்டு உள்ளே போனாள்.

பத்து நிமிஷங்களில் தயாராகி வந்தபோது, விக்ரம் கூடத்து சோபாவில் அமர்ந்து நகத்தைக் கடித்தபடி ஏதோ சிந்தனையில் ஆழ்ந்திருப்பது விளங்கியது.

இல்லை... விக்ரம் வழக்கம்போல இல்லை. எதையோ மறைக்க, அல்லது வேண்டுமென்றே உற்சாகமாக இருப்பதுபோலத் தோற்றமளிக்க முயற்சிக்கிறான்.

என்ன கவலை அவனுக்கு?

ஏதாவது பிரச்சினையா?

அல்லது, நிஜமாகவே கலை நிகழ்ச்சிக்கு ஏற்பாடு செய்யும் வேலை மும்முரத்தில் இருப்பதனால்தான், இந்த யோசனையா?

பாரதி அருகில் சென்று, “நா ரெடி... புறப்படலாமா?” என்றதும், விக்ரம் எழுந்து நின்றான்.

“மாம்ஸ், யூ லுக் கிரேட்!”

“தேங்க்ஸ்... அதுசரி, மணி இப்பவே அஞ்சேகால் ஆயிடுத்து... அப்பா வர்றப்போ நாம இல்லாட்டா எப்படி விக்கி?”

“அந்தக் கவலை உனக்கு வேண்டாம். அப்பா இன்னிக்கு ஆபீஸ்லேருந்து புறப்பட நாழியாகுமாம், சொல்லச் சொன்னார். ஸோ, அவர் வர்றதுக்குள்ள நாம வந்துடலாம்...”

புஷ்பாவிடம் வாசக்கதவைத் தாள் போட்டுக்கொள்ளச் சொல்லிவிட்டு, கிளம்பினார்கள்.

வண்டியை அரக்கப்பரக்கக் கிளப்பி, ‘விக்கி, இவ்ளோ வேகம் வேண்டாம்பா’ என்று அம்மா கெஞ்சக்கெஞ்ச, ‘ரிலாக்ஸ்மா’ என்று கூறிவிட்டு, விமானம் ஓட்டுகிற வேகத்தில் எப்போதும் செலுத்தும் விக்ரம், அன்று வண்டியை நிதானமாய் ஓட்டினான்.

தனக்குப் பிடித்த ‘மெக்டோனா’வை அலறவிடாமல், மகாராஜபுரம் சந்தானத்தின் பாடல்களை கார் ஸ்டீரியோவில் போட்டுவிட்டு, அவளைப் பார்த்து அசட்டுச்சிரிப்பு சிரிக்க, விக்ரம் ஏதோ காரியத்துக்காகத்தான் தன்னை தாஜா பண்ணுகிறான் என்று சற்றுமுன் தோன்றிய சந்தேகம் மீண்டும் பாரதிக்கு எழுந்தது.

இன்றைக்கு விக்ரம் வீட்டுக்கு வரும் நாளே இல்லை. கல்லூரி நாள்களில் ஏதாவது அவசியமான விசேஷத்துக்கு வந்து தலையைக் காட்டிவிட்டுப் போ என்று கெஞ்சினாலும்கூட, முகத்தைத் தூக்கி வைத்துக்கொள்பவன், இன்று அதிசயமாய் வந்திருப்பதுடன், அப்பாவைக் கேட்டு கார் எடுத்துக்கொண்டு வந்து, வெளியே போய் சாப்பிடலாமாவென்று வலுக்கட்டாயமாக இழுத்துக்கொண்டு போகிறான். அதுவும், அவளுக்குப் பிடித்த பானிபூரி வகையறா சாப்பிட... இத்தனையும் போதாதென்று, உபரியாய் மகாராஜபுரம் பாட்டு வேறு!

வரிசையாய், அரைமணி நேரமாய், பிள்ளை செய்யும் காரியங்களை மறுபடியும் மனசுள் நிறுத்திப் பார்த்தபோது, ஏதோ முக்கியமான காரணத்துக்காக விக்ரம் 'காக்காய்' பிடிக்கிறான் என்பது உறுதியாயிற்று.

அப்படியென்ன தலைபோகிற காரியம், இப்படி நடந்துகொள்ள?

யோசித்தவரையில் ஒன்றும் புரியவில்லை.

'என்ன விஷயம் விக்கி? எதற்காக இப்படி நைச்சியம் பண்ணுகிறாய்?' என்று கேட்டுவிட வாய்வரைக்கும் வந்துவிட்ட வார்த்தைகளை, கஷ்டப்பட்டு பாரதி உள்ளே தள்ளினாள்.

இத்தனை முனையும் மகன், தானாகவே பேச்செடுக்காமல் இருக்கமாட்டான்.

கொஞ்சம் பொறுத்துதான், எப்படி அவனாகத் துவங்குகிறான் என்று பார்க்கலாமே! என்ன அவசரம்?

ஒரு முடிவுக்கு வந்துவிட்ட பாரதி, தன்னை ஒருவிதத் தவிப்புடன் ஏறிட்ட மகனைப் பார்த்துப் புன்னகைத்தாள். அவன் தொடையில் தட்டிக்கொடுத்து, "அப்பறமா அம்மாவப் பாக்கலாம்... நீ ரோட்டப் பாத்து ஓட்டு..." என்றாள், லேசான சீண்டலுடன்.

ஃபவுண்டன் பிளாஸா வந்துவிட்டது.

விக்ரம் வண்டியை உள்ளே செலுத்தி ஓரமாக நிறுத்தினான்.

அதிசயமாய் கூட்டம் அதிகமில்லை.

"இங்க வாங்கிண்டு வந்துடட்டுமா?"

"ம்... பணம் வேண்டாமா?"

"என்கிட்ட இருக்கு..."

இந்த பதிலும் பாரதிக்குப் புதுசு. காலையில் நூறு ரூபாய் கொடுத்திருந்தாலும், மாலையில் செலவுக்குப் பணம் கேட்கும் விக்ரம், 'வேண்டாம், இருக்கிறது' என்பது, இதுவரை கேள்விப்படாத பதில்!

பாரதியின் ஆர்வம் அதிகமானது.

எதை சாதிக்க இந்தப் பிள்ளை இப்படி நல்ல பிள்ளையாய், அம்மா கிழித்த கோட்டைத் தாண்டாத பிள்ளையாய் வேஷம் போடுகிறது?

பாரதிக்கு வேடிக்கையாய் இருந்தது.

சில நிமிஷங்களில் விக்ரம் திரும்பி வந்தான். இரண்டு கைகளிலும் பேல்பூரி தட்டுக்கள், குளிர்ந்த 'டபிள் செவன்' பானங்கள். பின்னோடு வந்த சின்னப்பையன், குட்டிப் பூரிகள், தித்திப்பு கார புளிப்பு ரசங்கள் அடங்கிய கிண்ணங்கள் கொண்ட டிரேயை நீட்ட, உள்ளே அமர்ந்து தன் மடிமீது தட்டை வாங்கி வைத்துக்கொண்டு, "பத்து நிமிஷம் கழிச்சு வா..." என்று அவனை அனுப்பினான்.

"எடுத்துக்கோம்மா..." என்றவாறு பாரதியிடம் ஒரு தட்டை நீட்டினான்.

எதுவும் பேசாமல் பேல்பூரியை சாப்பிட்டு முடித்து, பானிபூரியில் துளையிட்டு, ஒன்றில் புளி ரசம், அடுத்ததில் தித்திப்பு ரசம் என்று பாரதி சாப்பிட்ட நாழிகையில், சின்னக்குரலில், "அப்பா ரொம்ப அப்செட்டா இருக்கார்ம்மா..." என்று விக்ரம் பேச்சைத் துவங்க, வாய் கொள்ளாமல் இருந்த பூரியுடன் பாரதி அவனை சட்டென்று நிமிர்ந்து பார்த்தாள்.

ஹோ! கடைசியில் இதுதானா! இதற்கத்தானா இத்தனை முஸ்தீப்புகளும்!

விக்ரம் விழிகளைத் தழைத்தான். ஸ்பூனால் பேல்பூரியைத் துழாவினவன், அதே சின்னக் குரலில் தொடர்ந்தான்.

"ஏதாவது உபயோகமா செய்யணுங்கற உன் தவிப்பு அப்பாவுக்குப் புரியாம இல்லம்மா... ஆனாலும் வந்து..."

வாயிலிருந்ததை விழுங்கின பாரதி கரகரப்பாய், "ஆனாலும்?" என்று மகனுக்கு எடுத்துக் கொடுத்தாள்.

விக்ரம் தயங்கித் தயங்கி பேசினான்.

"அப்பாவப்பத்தி உனக்கு நா எதுவும் புதுசா சொல்ல வேண்டாம்மா... யூ நோ ஹிம் வெல்! அவர் எதையும் யோசிக்காம பேசமாட்டார், சொல்லமாட்டார்னு உனக்கே தெரியும்... அவர் சொல்ற மாதிரி நீ கம்ப்யூட்டர் கோர்ஸ், இல்ல கரஸ்பாண்டன்ஸ் கோர்ஸ் பண்றதுதான் உனக்கு நல்லதுன்னு எனக்கும் தோண்றதும்மா... மேனேஜ்மெண்ட் கோர்ஸுக்கு இப்பல்லாம் பல பார்ட் டைம் கிளாசஸ் இருக்கு... அதுல சேந்து படிக்கறதை எவ்ளோ பேர் பெருமையா நினைக்கறா, தெரியுமா? மாம்ஸ், நா என்ன சொல்றேன்னா..."

அவனை முடிக்கவிடாமல் பாரதி தன் கையை எதிரில் நீட்டித் தடுத்தாள். துளித்துளியாக உள்ளுக்குள் மொட்டுவிடும் கோபத்தை வெளியில் காட்டிக்கொள்ளாமல் கேட்டாள்.

"அப்பா உனக்கு போன் பண்ணி வரச்சொல்லியிருந்தாரா விக்கி? அதான் ஆபீஸுக்குப் போயிருந்தியா?"

"நா ஏதோ சொல்ல வந்தா நீ எதையோ..."

"ஷ்... விக்கி... கேட்டதுக்குப் பதில்... எஸ் ஆர் நோ..."

விக்ரம் குற்றவுணர்வுடன் எச்சிலைக் கூட்டி விழுங்கிக்கொண்டான்.

"சொல்லுடா..."

"எஸ்."

"ரெண்டு நாளுக்கு முன்னால எங்களுக்குள்ள நடந்த பேச்செல்லாம்...?"

"ம்."

"நா கலாக்ஷேத்ரா டான்ஸ் கோர்ஸ்ல சேரத் தீர்மானிச்சுட்டேங்கறதையும் சொன்னாரா?"

"ம்."

பாரதியின் குரல் சுள்ளென்று உயர்ந்தது.

“இன்னும் வேற என்னென்ன சொன்னார்? காரும் பணமும் தரேன், எடுத்துண்டு போய், பேசவேண்டிய விதமா பேசி, அவ மனசை மாத்திடுன்னு சொன்னாரா? அதான் இந்தத் திடீர் அம்மா ஆசை, பேல்பூரி எட்ஸட்ரா, எட்ஸட்ரா எல்லாமா?”

இப்போது கோபம் அவள் குரலில் துல்லியமாய் வெளிப்பட, விக்ரம் அவசரமாய்ப் பேசினான்.

“நீ தப்பா புரிஞ்சுக்கறேம்மா... அப்பா புகாரா எதையும் சொல்லல... உன்னை தாஜா பண்ணச் சொல்லியும் கேட்டுக்கல! அவர் அப்செட் ஆகியிருக்கறதப் பாத்துட்டு, நானாதான் வந்தேன். மாம்ஸ், ப்ளீஸ்... என்ன பிடிவாதம்மா இந்த வயசுல, அப்பாவப் புரிஞ்சுக்காம? ப்ளீஸ்ம்மா...”

கெஞ்சலாய்ப் பேசியவனை பாரதி விழித்துப் பார்த்தாள். அப்புறம், அழுத்தம் திருத்தமாகப் பேசினாள், “யார் புரிஞ்சுக்கலை விக்கி? உங்க அப்பாவும் நீயுமா? இல்ல, நானா? ‘உன்னைப் பாத்தா என் ஃப்ரெண்ட்ஸ் எல்லாம் அம்மான்னு நம்பமாட்டேங்கறா, அக்காவானு கேக்கறா’னு பெருமைப்பட்டுப்பியே, அப்ப உறுத்தாத வயசு இப்ப திடீர்னு ஞாபகம் வந்துடுத்தா விக்கி? ஒண்ணு சொல்லட்டுமா? நீங்கள்லாம் புரிஞ்சுக்காம தடுக்கவும், என் மனசை மாத்தவும் முயற்சி பண்றதப் பாக்கறப்போ, கத்துக்கறதோட நிறுத்திடாம, மேடைல ஏறி ஆடினாத்தான் என்னங்கற வேகம்கூட வர்றது தெரியுமா?”

——

18

"ம், அப்பறம்?"

"மேல சொல்றதுக்கு ஒண்ணுமே இல்லப்பா... பேச்ச எடுத்ததுமே, அம்மாக்கு ரொம்பக் கோவம் வந்துடுத்து. எதுவுமே சொல்லவிடாம, 'அம்மாவ தாஜா பண்ணி அவ மனச மாத்துன்னு அப்பா சொல்லி அனுப்பினாரா?'னு கேட்டுட்டு, 'நீங்கள்லாம் தடுக்கத்தடுக்க, கத்துக்கறதோட நிறுத்திடக்கூடாது, மேடையேறி ஆடணுங்கற வெறிகூட வர்றது, தெரியுமா?'னு ஆத்திரத்தோட அம்மா பேசினப்போ, எனக்கு பதில் சொல்ல வாயே எழும்பலைப்பா... அந்தக் கோவம், அந்தப் பார்வை, அழுத்தம் திருத்தமான பேச்சு எல்லாம் எனக்கு ரொம்பப் புதுசு! அம்மாகிட்ட பேசற மாதிரியே இல்ல... யாரோ அந்நிய மனுஷா முன்னால நிக்கறாப்பல ஒரு நிமிஷம் கை கால் உதறிடுத்துப்பா..."

தயக்கமும், வருத்தமும் கலந்து விக்ரம் பேச, கையிலிருந்த பேப்பர் வெயிட்டை உருட்டியவாறு சில நிமிஷங்களுக்கு ரமணி மௌனித்தார். பின்னர் நிமிர்ந்து மகனை ஏறிட்டு, சின்னக் குரலில் பேசியபோது மனசின் வேதனை குரலில் வெளிச்சம் போட்டது.

"அம்மாவ வெளில அழைச்சுண்டு போனது, அவளுக்குப் பிடிச்ச ஸ்னாக்ஸ் வாங்கிக் குடுத்தது எல்லாம் சரி, விக்கி... ஆனா, விஷயத்த நீ இதோட இன்னிக்கு விட்டிருக்கணும். நாளைக்கோ நாளன்னிக்கோ, அம்மாவா தான் டான்ஸ் கோர்ஸ்ல சேரப்போறதப்பத்தி உன்கிட்ட சொல்ல முனையறப்போ,

‘எதுக்கும்மா இதெல்லாம்?’னு நீ கேட்டிருந்தா சரியா இருந்திருக்கும். அத விட்டுட்டு, ‘அப்பா ரொம்ப அப்செட்டா இருக்கார்’னு நேரடியா லொட்டுனு இன்னிக்கே இந்தப் பேச்சை எடுத்ததுல, நான்தான் உன்னை இப்படிப் பேசத் தயார் பண்ணி அனுப்பிட்டேன்ங்கற எண்ணம் வேற புதுசா இப்ப உங்கம்மாவுக்குக் கோவத்தை உண்டாக்கியிருக்கு...”

அப்பா பேசுவது புரியாமல் விக்ரம் விழித்தான்.

“நீங்க அப்செட்டா இருக்கறது நிஜம்தானேப்பா? அதனாலதானே காலேஜுக்கு போன் பண்ணி, ‘ஆபீஸுக்கு வாடா’ன்னு கார்த்தால சொன்னேள்? நானும் கிளாஸ கட் பண்ணிட்டு வந்தேன். நீங்க விவரம் சொன்னப்பறம், அம்மாகிட்ட பேசிப்பாக்கட்டுமானு உங்களக் கேட்டுண்டுதானே வண்டிய எடுத்துண்டு போனேன்?”

சுற்றி வளைக்காமல் நேர்ப்பார்வை பார்த்தபடி மண்டையில் அடிக்கிற ரீதியில் விக்ரம் கேள்வி கேட்க, ரமணி எழுந்து நின்றார். ஏ.சி. மெஷினிடம் சென்று குமிழைத் திருகி குளிர்ச்சியைக் குறைத்தார். அங்கிருந்தே மகனைப் பார்க்க திரும்பி நின்றுகொண்டு, கெஞ்சலாய்க் கேட்டார், “எல்லாம் சரிதான் விக்கி... ஆனா, அதை உங்கம்மா தப்பாப் புரிஞ்சுக்கற மாதிரி நீ நேரடியா பேசியிருக்கணுமா? இன்னும் கொஞ்சம் பாலிஷ்டா... வந்து... நா என்ன சொல்றேன்னா...”

குற்றவுணர்வில் தடுமாறியதுடன், சரியான வார்த்தைகள் கிடைக்காமல் ரமணி திண்டாட, சட்டென்று விக்ரமுக்கு அவர்பால் பரிதாபம் உண்டாயிற்று. அப்பாவின் இக்கட்டு புரிந்த தினுசில் அவசரமாய் குறுக்கிட்டான்.

“ஸாரிப்பா... யூ ஆர் ரைட்... நா இன்னும் கொஞ்சம் பொறுமையா இருந்திருக்கணும்! ஐ அக்ரி! நீங்க அப்செட் ஆகியிருந்தது ஒருபக்கம்னா, நம்ப அம்மாவா இப்படி திடும்னு ஏதோவொரு முடிவுக்கு வந்திருக்காங்கற ஷாக் இன்னொரு

பக்கம்... ரெண்டுமா சேந்துண்டு, நிதானமில்லாம நடந்துக்க வெச்சுடுத்து... ஐ'ம் ஸாரி..."

ரமணி அவனருகில் வந்து தோளைத் தட்டிக்கொடுத்தார்.

"உன்னை மட்டும் கோச்சுக்கறதுல அர்த்தமில்ல விக்கி... உங்கம்மா ரியாக்ஷன் இப்படியிருக்கும்னு எதிர்பாத்து நா உன்னை எச்சரிச்சிருக்கணும்... பதட்டத்துல எனக்கும் ஒண்ணும் புரியாமப் போயிடுத்து..."

பேசியவர் மேஜையின் விளிம்பில் உட்கார்ந்தார். கண்களில் ஊறிய நீரை மகன் பார்க்காதிருக்க வேண்டி, விரல்களால் விழிகளைக் கசக்கிவிட்டவர், கிசுகிசுப்பாய் தொடர்ந்தார்.

"ரெண்டு நாளா வீடுவீடாவே இல்ல விக்கி... எங்க கல்யாணமாகி இத்தன வருஷத்துல, உங்கம்மாவும் நானும் பேசிக்காம ஒருமணிநேரம் இருந்ததில்ல தெரியுமா? ஆனா, இப்ப ரெண்டு நாளா ஒருத்தரோட ஒருத்தர் பேசிக்கறதில்ல... என்ன சண்டை, ஆர்க்யூமெண்ட் வந்தாலும் அரைமணிக்குள்ள, தப்பு யார் பேர்ல இருந்தாலும், உங்கம்மா தானா வந்து என்கிட்ட ஸாரி சொல்லிடுவா... அதுக்கப்பறம் எனக்கும், 'சே, தப்பு நம்ப பேர்ல இருக்கறச்சே, நாமதானே மொதல்ல ஸாரி சொல்லியிருக்கணும்'னு உறுத்தலாக்கூட இருக்கும்... அப்படி எதுக்கும் விட்டுக்குடுக்கற பாரதியா இப்ப இப்படி மொரண்டு பண்றானு எனக்கு ஆச்சர்யமாயிருக்கு! டான்ஸ் கிளாஸ்ல சேர்றதுல எனக்கு நிஜமா விருப்பமில்லேன்னு தெரிஞ்சும், இப்படிப் பிடிவாதமா இருக்கறது நம்பமுடியாமக்கூட இருக்கு விக்கி... இதோட, ரெண்டு நாளா உங்கம்மாவோட பேசாம இருக்கறதுல, என்னால ஆபிஸ்லயும் சாதாரணமா இருக்க முடியல... ஒழுங்கா எந்த வேலையும் பாக்க முடியலை... எப்பவும் 'டென்ஸனா'வே இருக்கேன்... இப்படி என்னை வருத்தப்படவெக்கறது உங்கம்மாவுக்குப் புரியலியா? இல்ல, புரிஞ்சும் அலட்சியமா இருக்காளா? ஏன்? எதனால இந்த மாற்றம்? இப்படிக்கூட திடும்னு ஒருத்தர் குணம் மாறுமா? எனக்கு ஒண்ணுமே புரியல விக்கி... ஏன் இப்படியெல்லாம் நடக்கறது? வொய் விக்கி?"

வாய்விட்டு அழுது விடுவதுபோல ரமணி புலம்ப, சரேலென்று இருக்கையை விட்டு எழுந்த விக்ரம் இரண்டே எட்டில் தந்தையை நெருங்கி அவர் கைகளைப் பற்றிக்கொண்டான்.

“ப்ளீஸ்... அப்பா, ப்ளீஸ்...” என்று முனகினான்.

என்றுமில்லாத அதிசயமாய் தன் அந்தரங்க வாழ்க்கைபற்றி அப்பா பேசுவதைக் கேட்கக் கூச்சமாக இருந்தது. ‘வேண்டாம், மேலே ஒரு வார்த்தைகூடப் பேசாதீர்கள்’ என்று வாயைப் பொத்திவிடலாமா என்றுகூடத் தவிப்பாக இருந்தது.

ஒரு சில நிமிஷங்கள் அப்படியே நின்று கொஞ்சம் ஆஸ்வாசப்படுத்திக்கொண்ட பின்னர், “சூடா காபி ஆர்டர் பண்ணேன், விக்கி...” என்று ரமணி சொல்ல, இண்டர்காமில் செக்ரட்டரியை அழைத்து இரண்டு கப் காபி அனுப்பும்படி விக்ரம் கேட்டுக்கொண்டான்.

காபி வந்தது. எதுவும் பேசாமல் இருவரும் குடித்தனர்.

கோப்பைகளை பையன் எடுத்துக்கொண்டு போகும்வரை காத்திருந்துவிட்டுப் பேசியபோது, ரமணி குழப்பம் குறைந்து, தெளிந்து காணப்பட்டார்.

“சரி... நீ பேச்சை எடுத்ததுமே அம்மாவுக்குக் கோவம் வந்து, ‘அப்பா ஏற்பாடா?’னு கேட்டா... மேல என்ன நடந்தது?”

விக்ரம் உதட்டைப் பிதுக்கி தோளைக் குலுக்கினான்.

“நத்திங்... நத்திங் அட் ஆல்! சூடா ரெண்டு கேள்வி கேட்டுட்டு, பாதி சாப்டுண்டிருந்ததை அப்படியே ட்ரேல வெச்சா... அப்பறம், ‘எனக்கு ஆத்துக்குப் போகணும், நீ கொண்டு விடறியா, இல்ல நானே ஒரு ஆட்டோ பிடிச்சுப் போய்க்கட்டுமா?’னு விறைப்பா கேட்டா... ‘ஸாரிம்மா, லெட் மீ எக்ஸ்ப்ளெயின்’னு நா ஆரம்பிக்கறதுக்குள்ள, ‘மேக்கொண்டு ஒரு வார்த்தைகூட பேசாதே விக்கி, கேட்டவரைக்கும் போறும். என்னை நீங்கள்லாம் புரிஞ்சுக்கல, பரவாயில்ல. அட்லீஸ்ட் லீவ் மீ அலோன்’னு கண்டிப்பா சொன்னப்பறம், நா என்னப்பா

பண்றது? ஒரு வார்த்தை பேசாம, சைலண்டா வண்டிய ஓட்டிண்டு வீட்டுக்கு வந்தேன். அம்மா எறங்கி உள்ள போனதும், தன் ரூமுக்குப் போய் கதவ சாத்திண்டுட்டா... அஞ்சு நிமிஷம் நின்னு பாத்தேன்... என்ன பண்றதுன்னே புரியல... அங்கேருந்து உங்களுக்கு போன் பண்ணிப் பேசினாக்கூட அம்மாவோட கோவம் ஜாஸ்தியாகும்னு தோணித்து. அதான், உடனே கிளம்பி நேரா ஆபீஸுக்கே வந்துட்டேன்...”

ரமணி நாற்காலியை சுழற்றினார். தலைமுடியைக் கோதியவாறு கண்களை இடுக்கிக்கொண்டு விக்ரமைப் பார்த்தார்.

“நீங்கள்லாம் புரிஞ்சுக்கலை, புரிஞ்சுக்கலைன்னு வாய்க்கு வாய் புகார் பண்றாளே உங்கம்மா... அப்படி எதைத்தான் நாம்ப புரிஞ்சுக்கலைன்னு சொல்றா? அவளுக்கில்லாத சுதந்திரமா? வீட்டு நிர்வாகம், சாமான் வாங்கறது, இல்ல, வேற எதுலியாவது, நா இத்தனை வருஷமா தலையிட்டிருக்கேனா? எவ்ரிதிங் ஈஸ் ஹர் டிபார்ட்மெண்ட் அப்படீன்னு, ஒரு கேள்வி கேக்காம அத்தனைக்கும் சரின்னுதானே சொல்லியிருக்கேன்! அப்பறம்? அதெல்லாம் புரிஞ்சுண்டதோட சேர்த்தியில்ல... ஆனா, மொத தடவையா டான்ஸ் கிளாஸ்ல சேர வேண்டாம்னு சொன்னது உங்கம்மாவுக்குப் பெரிய குத்தமாயிடுத்து... அதானே? குடும்பம், அந்தஸ்து, சூழ்நிலை எல்லாத்தையும் மறந்துட்டு, இவ என்ன வேணா திடும்னு தன் இஷ்டத்துக்குத் தீர்மானம் பண்ணுவா, அதுக்கு நா சம்மதம் குடுக்கலைன்னா ‘என்னை யாரும் புரிஞ்சுக்கலை’ங்கற புலம்பல், புகார்! அதானே விக்கி? வயசை மறந்துட்டு என்ன அசட்டு நடத்தைடா இது! சே, ஐ’ம் டிஸ்கஸ்டட்!”

அம்மாவிடம் காட்ட விரும்பாத கோபத்தை, கேட்கமுடியாத கேள்விகளை தன்னிடம் காட்டிக் கேட்பதன் மூலம் அப்பா தன் ஆத்திரத்துக்கும், வேதனைக்கும் வடிகால் தேடுவதைப் புரிந்துகொள்ள முடிய, விக்ரம் பதில் பேசாமல் சும்மா இருந்தான்.

மேஜைமேல் இல்லாத தூசியை ஆள்காட்டி விரலால் துடைத்தான். ஜீன்ஸிலிருந்து வெளிப்பட்ட ஒரு நூலை வெளியில்

இழுத்து அறுத்தான். குனிந்து கால் ஷூவின் லேஸை ஒருதரம் அவிழ்த்து முடித்தான்.

“திடுதிப்புனு உங்கம்மாவுக்கு இப்படியொரு ஆசை வரக் காரணமென்ன விக்கி?”

கோபம் கொஞ்சம் தணிந்தவராய், வீட்டில் உண்டாகியிருக்கும் சிக்கலுக்குத் தீர்வுகாணும் விதத்தில் யோசனையுடன் ரமணி வினவ, விக்ரம் உதட்டைப் பிதுக்கி தோளைக் குலுக்கினான்.

“டான்ஸ் மாஸ்டர் ராஜமாணிக்கம் வீட்டுக்குப் போக ஆரம்பிச்சு, அந்த ஸாராங்கற பொம்பளையோட நெருக்கம் அதிகமானதுமே ‘என்னடாது, பாரதியோட பேச்சு பழக்கமெல்லாம் முன்னப்போல இல்லியே’னு கவலைப்பட்டேன். என் சந்தேகம் ஊர்ஜிதமாயிடுத்து. மாபாரமா கல்லைப்போடற தினுசுல, யாரையும் கேக்காம இப்படியொரு முடிவுக்கு வர்றதுக்கு, அவளுக்கு தைரியம் எப்படி வந்தது? ம்? இந்த வயசுல டான்ஸ் கிளாஸுக்குப் போறதாம், நாலு வருஷ டிப்ளமோ கோர்ஸ் பண்றதாம்... கடவுளே! உங்கம்மாவுக்கு என்ன ஆயிடுத்துடா விக்கி?”

விக்ரம் தொண்டையைக் கனைத்துக்கொண்டான். யதார்த்தத்தின் அழுத்தம் தாளமாட்டாமல் அப்பா புலம்பித் தீர்க்கும்போது, தான் ஜடம் மாதிரி அமுக்கமாய் இருப்பது நியாயமில்லை என்கிற உணர்வுடன் பேசினான்.

“மத்தியானத்துலேருந்து நானும் யோசிச்சுண்டுதாம்பா இருக்கேன்... ஒண்ணுரெண்டு மாசத்துக்கு முன்னாலியே, அம்மா முன்னையவிட டல்லா இருக்கற மாதிரித் தோணித்து... சிலசமயம் ‘ஏம்மா?’னு கேட்டிருக்கேன்... பதில் சொல்லாம சிரிச்சுடுவா. சரி, டயர்டா இருக்கும், இல்லேன்னா வீட்டுல யாரும் இல்லாததால போரடிச்சிருக்கும்னு விட்டுட்டேன்... இப்ப யோசிச்சுப்பாக்கறப்போ ஒருவேளை...”

அவனை முடிக்கவிடாமல் ரமணி குறுக்கிட்டார்.

“நானும் அப்படித்தான் நினைச்சு, ‘உனக்கு போரடிச்சா கம்ப்யூட்டர் கிளாஸ்ல சேரு, இல்லேன்னா எம்.ஏ. பண்ணு’னு என்னென்னமோ யோசனை சொல்லிப்பாத்தேன்... ம்ஹூம்... காதுல வாங்கினாதானே?”

“இல்லப்பா, நா வேற ஒரு ஆங்கிள்லேருந்து பாக்கலாமோன்னு நினைக்கறேன்... அம்மாவுக்கு ஒருவேளை உடம்பு சரியில்லாம இருந்தா?”

ரமணி “ப்ச்...” என்று எரிச்சலுடன் சூள்கொட்டினார்.

“வெளையாடாதடா விக்கி... உடம்பு சரியில்லேன்னா டான்ஸ் கிளாஸ்ல சேர்றேன்னா சொல்லுவா?”

“நா சாதாரண உடம்புக் கோளாறுபத்தி சொல்லலைப்பா... ஒருவேளை ‘மெனோபாஸ் பிராப்ளம்’ தொடங்கிடுத்தோ என்னமோ? அதான் இப்படி ஏதேதோ ஆசையெல்லாம் வர்றதோ என்னமோ! என் ஃப்ரெண்டு அஷோக் தெரியுமில்லியாப்பா? அவன் அம்மாவுக்கு ரெண்டு வருஷத்துக்கு முன்னால திடீர்னு சித்தபிரமை புடிச்சுப்போச்சு... என்ன ஏதுன்னு யாருக்கும் ஒண்ணுமே புரியல... கடைசில பாத்தா, மெனோபாஸ் கோளாறுன்னு புரிஞ்சது! ஹிஸ்டரக்டமி பண்ணி, வைத்தியம் செஞ்சதும், கொஞ்சம் கொஞ்சமா தானே சரியாயிடுத்தாம்! அந்த மாதிரி அம்மாக்கும்...”

அவன் கூற்றை ஏற்று ரமணி தலையசைத்தார். “நீ சொல்றது நிறைய வீட்டுல நடக்கறது எனக்கும் தெரியும். சித்தபிரமை பிடிக்கற அளவுக்குப் போகாட்டாலும், அனாவசியமா சிடுசிடுங்கறது, கோவப்படறது, கத்தறது எல்லாம் நிறைய பொம்மனாட்டிகளுக்கு தூரம் நிக்கற சமயத்துல, மெனோபாஸ் பீரியட்ல வரும்தான்... ஆனாலும்...”

“இல்லப்பா... அப்படி ஒருவேளை இருந்தா, அம்மா மேல கோவப்படறது தப்பில்லியா? ஹார்மோன்கள் தொந்தரவாலதான் தன்னையும் மீறி அம்மா இப்படி நடந்துக்கறான்னு

புரிஞ்சுக்க வேண்டாமா? உடனடியா ஒரு டாக்டர்கிட்ட, நல்ல சைகாலஜிஸ்ட்கிட்ட, அம்மாவக் கூட்டிண்டு போறது எல்லாத்துக்கும் நல்லதுன்னே எனக்குத் தோண்றது..."

ரமணி முகவாயைத் தடவிக்கொண்டார்.

"உங்கம்மா உடம்பைக் கவனிக்கறதைவிட வேற முக்கிய வேலை எனக்கு இல்ல விக்கி... ஆனா, பாரதிகிட்ட மெனோபாஸ் 'சிம்டம்ஸ்' எதுவுமே இல்லியே! மென்சஸ் எந்தத் தொந்தரவுமில்லாம மாசாமாசம் வர்றது... பி.ம்.டி...ஃப்ரீ மென்ஸ்ட்ருவல் டென்ஷன்... அதாவது, தூரம் வர்றதுக்கு ஒரு வாரம் முன்னாலேருந்தே சில பொம்மனாட்டிகளுக்கு அடிக்கடி எரிச்சல், அனாவசியக் கோபதாபம், கத்தல் எல்லாம் இருக்கும்னு சொல்வாளே, அதுகூட உங்கம்மாக்குக் கிடையாதே! எதை வெச்சுண்டு உங்கம்மாக்கு மெனோபாஸ் பிராப்ளம்னு சொல்றது? 'உனக்கு மெனோபாஸ் தொந்தரவு ஆரம்பிக்கறதோ என்னமோ, வேணும்னா டாக்டர்கிட்ட போயிட்டு வரலாமாம்மா?'னு கேட்டா, நாம அக்கறையோட பேசறது புரியாம உங்கம்மா அதுக்கு வேற கோச்சுண்டா என்ன பண்றது?"

விக்ரம் மேஜைமேல் விரலால் தாளம் போட்டான்.

"பேசாம ஒரு மாசம் அம்மாவையும் கூட்டிண்டு சிங்கப்பூர், தாய்லாண்டு, ஜப்பான், இல்லாட்டா யூ.எஸ்.னு போயிட்டு வாங்களேம்பா? டிராவல் பண்ணினா, இத்தனை வருஷமா வீட்டுலயே போரடிக்க உக்கார்ந்திருந்ததுல அலுத்துப் போயிட்ட அம்மா மனசு மாறுமோ என்னமோ! உங்க ரெண்டு பேருக்குமே ஒரு ஹாலிடே நல்லது பண்ணும்பா..."

ரமணி வேதனையுடன் சிரித்தார்.

"உன்கிட்ட பேசக்கூடாதது எல்லாத்தையும் பேசியாச்சு... இன்னும் இதை மட்டும் பாக்கி வெப்பானேன்! சொல்றேன், கேட்டுக்கோ... உங்கம்மா தன் முடிவச் சொல்லி, 'அது நடக்காது'னு நா கத்தினப்பறம், பாவம்னு தோணி நானா அவகிட்டப் போயி, 'குடும்பத்தைப் பாத்துண்டு நீ சலிச்சுப் போயிட்டது எனக்குப்

புரியறது, அதனால ரொம்ப நாளா நீ ஆசைப்படற மாதிரி காஷ்மீர், இல்ல, சிங்கப்பூர் எங்கயாவது போயிட்டு வரலாமா?'ன்னு கேட்டேன்... சிரிச்சுண்டே, 'இப்போ திடும்னு பத்துப் பதினைஞ்சு நாள் வெளியூர் போகமுடியாது ரமணி, ஏன்னா ஒண்ணாம் தேதிலேருந்து கிளாஸ்ல சேரணுமே!'னு நிதானமா பதில் சொல்றவளை என்ன பண்ண முடியும்? அதுக்கப்பறம்தான் எனக்குக் கோவம் வந்துடுத்து... நாம தழைஞ்சா இவ தலைமேல ஏறிப்பானு, பேசறதையே விட்டுட்டேன். வழக்கம்போல 'ஸாரி ரமணி'னு தானா வருவான்னு பாத்தேன்... இல்ல விக்கி... உங்கம்மாக்கு ஏதோ ஆயிடுத்து, ஐ'ம் ஷ்யூர்! என்ன பண்ணி அவளோட புத்திய மாத்தறதுன்னுதான் புரியல..."

"தாத்தா பாட்டிய விட்டுப் பேசவெச்சா?"

"உன்கிட்ட சொன்னதுக்கே உங்கம்மா பத்ரகாளியாயிட்டா... அவளோட அப்பா அம்மா வரைக்கும் விஷயத்தை எடுத்துண்டுபோனா, வேற வினையே வேண்டாம்!"

"இல்லப்பா... எனக்கென்னமோ, நாணா தாத்தாவும், அன்னம் பாட்டியும் சொல்ற விதத்துல சொன்னா, அம்மா கேப்பானுதான் தோணறது... கூடவே கௌதமை விட்டும் அம்மாகிட்ட பேசச் சொன்னா என்னப்பா? கௌதம் எதையும் நிதானமா யோசனை பண்ணி செய்வாங்கற நம்பிக்கை அம்மாக்கு உண்டே!"

"இதையும் நா யோசிக்காம இல்ல விக்கி... தஞ்சாவூர் அம்மன் கோவில் உற்சவத்துல, வர்ற ஞாயித்துக்கிழமை நம்ப கட்டளை... வருஷா வருஷம் அதுக்குப் போற மாதிரி, இந்த வருஷமும் உங்கம்மாவோட சனிக்கிழமை கிளம்பி கார்ல போயிடணும்னு இருக்கேன். அந்த ரெண்டு நாளும் திருச்சிலேருந்து கௌதமை தஞ்சாவூருக்கு வரச்சொல்லிட்டா, விவரமா பேசிடலாம். கோவில் உற்சவத்துக்காக கௌதம் வந்திருக்கறதா உங்கம்மாவும் நினைச்சுப்பாளே ஒழிய, நா முன்னேற்பாடா பேசி வரவழைச்சிருக்கேன்னு தப்பா எடுத்துக்க மாட்டா..."

விக்ரம் உற்சாகத்துடன் கையைத் தட்டினான்.

“கிரேட் பிளான்! கண்டிப்பா கௌதம் சொன்னா அம்மா கேப்பா, நீங்க வேணா பாருங்கோ! ஆனா, அதுக்கு முன்னால தாத்தா பாட்டிய விட்டுப் பேசவெச்சா, கௌதமுக்கு வேலை சுலபமா இருக்காதா?”

பேசியவனை யோசனையுடன் ரமணி ஏறிட்டார்.

“அப்படீங்கறயா? சரி, அதையும் விடுவானேன்! கிளம்பு, போற வழில தாத்தாவாத்துக்குப் போயிட்டே போயிடலாம். இப்பவே மணி ஏழு, அங்க போயிட்டு நாம வீட்டுக்குப் போறப்போ ஒம்பதுகூட ஆயிடலாம். அதுக்காக என்ன பண்றது? ஏற்கனவே தலைக்கு மேல வெள்ளம் சாண் போயாச்சு, இனிமே முழம் போனாதான் என்ன! கமான், லெட்ஸ் கோ...”

பேசியவாறு எழுந்தவர், மேஜை அறைகளைப் பூட்டி ப்ரீஃப்கேஸை எடுத்துக்கொண்டு கிளம்ப, ஏ.சியை நிறுத்திவிட்டு விக்ரமும் அவரைத் தொடர்ந்தான்.

———

19

கதவைத் திறந்த பாரதி கண்கள் வியப்பில் விரிய, "அட!" என்றாள். பின்னே? அந்த மாலை நாலரை அணி அளவில், தம்பதி சமேதராய் அப்பாவும் அம்மாவும் சொல்லாமல்கொள்ளாமல் மொட்டுப்போல வந்து நின்றால், ஆச்சர்யம் எழாமல் வேறு எப்படி இருக்கும்!

"என்னம்மா அதிசயம் இது! மழைதான் கொட்டப்போறது! வாங்கோப்பா... வாம்மா..."

பாரதி உற்சாகத்துடன் வரவேற்றாள்.

"ஏம்மா, வரக்கூடாதா? இன்னிக்கு வெள்ளிக்கிழமை... அஷ்டலட்சுமி கோவிலுக்குப் போணும்னு தோணித்து... கொஞ்சம் முன்னால கிளம்பினா, அப்படியே உங்காத்துக்கும் வந்துட்டு கொஞ்ச நாழி இருக்கலாமேன்னு நினைச்சேன். அப்பாவும் சரின்னார். வந்துட்டோம்!" என்ற அன்னபூரணியைத் தொடர்ந்து, "அது மட்டும் காரணமில்ல பாரதி... இன்னிக்கு விக்கி ஆத்துக்கு வர்ற நாள்... டிபன் தடபுடலா இருக்குமே! அதையும் ஒரு கை பாக்கலாம்னுதான் வந்தோம்! நிஜத்த சொல்லணும்னா, உங்கம்மா 'பாரதியாத்துலதான் சப்புக்கொட்டிண்டு சாப்பிடப்போறேளே, இப்ப எதுக்கு ஒரு தரம்?'னு மத்தியான டிபன் எனக்குக் குடுக்கவேயில்ல தெரியுமா? வெறும் காபிதான்! ஆமா, மெனு என்ன, தெரிஞ்சுக்கலாமா?" என்று வாஞ்சையுடன் நாராயணன் கேலிக்குரலில் பேசி வினவ, பாரதி வாய்விட்டுச் சிரித்தாள்.

'வாருங்கள்' என்று ஆயிரம் தடவைகள் அழைத்தாலும், 'இந்த வேலை இருக்கிறது, அந்த வேலையைக் கவனிக்க வேண்டும்' என்று அலுவலக வேலையை இந்த வயசிலும் காரணம் காட்டி வராத அப்பா, இன்று தானே வலிய வந்து, டிபன் சாப்பிடப்போகிறேன் என்று அறிவிப்பது புருவத்தை உயர்த்த வைத்தாலும், அதுபற்றி தீவிரமாய் எண்ணாமல் சந்தோஷத்தோடு தந்தையை நிமிர்ந்து பார்த்தாள்.

"உங்களுக்கு இல்லாத டிபனாப்பா? என்ன வேணும்னு சொல்லுங்கோ... அரைமணில ரெடி பண்ணிடறேன்!"

நாராயணன் குறும்புடன் கண்களைச் சிமிட்டினார்.

"எனக்குன்னு ஸ்பெஷலா எதுவும் வேண்டாம்... உன் பிள்ளைக்கு என்ன செய்யறதா இருக்கே, அதச் சொல்லு..."

"குலாப்ஜாமூனும், மசால் தோசையும்..."

சோபாவில் உட்கார்ந்த நாராயணன், "அட்றா சக்கை! எதுக்கோ மூக்குல வேர்த்த மாதிரி, சரியான நாள்லதான் வந்திருக்கோம்!" என, மீண்டும் பாரதி சிரித்தாள்.

கணவருக்கு அருகில் அமர்ந்த அன்னபூரணி, கையில் வைத்திருந்த வாழையிலைப் பொட்டலத்தை மகளிடம் நீட்டினார்.

"என்னம்மா?" என்று கேட்டவாறு பாரதி பொட்டலத்தைப் பிரித்தாள். நெருக்கமாய் கட்டப்பட்ட ஜாதிப்பூக்கள்... நாலு முழத்துக்குக் குறையாது. கூடவே, செண்டாய் கோர்க்கப்பட்ட செண்பகப்பூக்கள்.

"கிளம்பறப்போ பூக்காரி வந்தா... உனக்குப் பிடிக்குமேனு வாங்கிண்டு வந்தேன்..." பாரதிக்குப் பிடிக்கும்தான். அவளைவிட, ஜாதி-செண்பக காம்பினேஷன் ரமணிக்கு அதிகமாய்ப் பிடிக்கும். வைத்துக்கொண்டு படுக்கச் செல்லும் நாளெல்லாம் ராக்கூத்துதான்.

பாரதி ஏதோ நினைவுக்கு வந்த ரீதியில் அம்மாவைப் பார்த்துக் கேட்டாள், "நித்யப்படிக்கு இத்தன நெருக்கமா பூக்காரி

பூ கட்டிண்டுவர மாட்டாளே! ஸ்பெஷலா மொத நாளே சொல்லி வெச்சிருந்தாத்தானே கொண்டுவருவா?"

அன்னபூரணி என்ன பதில் கூறுவதென்று புரியாமல் கணவர் முகத்தை ஏறிட, நாராயணன் அவசரமாய் பேச்சை மாற்றினார்.

"ஏம்மா, டிபன் ரெடியா? இல்ல, விக்கி வந்தப்பறம்தான் எல்லாருக்குமா?" கவனம் மாறிய பாரதி, புன்னகையுடன் இல்லையென்று தலையசைத்தாள்.

"மணி என்ன? நாலரையா? அஞ்சுக்குள்ள ரெடி பண்ணிடறேன்... அதுக்கும் முன்னாடி புறப்படணுங்கற அவசரம் எதுவும் இல்லியே?"

"ஒண்ணுமில்ல... சொல்லப்போனா, அஞ்சுக்கெல்லாம் நா சாப்பிடணும்னு நீ கால்ல வெந்நீரக் கொட்டிண்டு பறக்காதே... மாப்பிள்ளையும் சீக்கிரம் வந்துடறேன்னு சொல்லியிருக்காரே! வந்ததும் சேர்ந்தே ஒண்ணா சாப்பிடலாம்."

சமையல்கட்டைப் பார்க்க நடந்துகொண்டிருந்த பாரதி, நின்றாள். திரும்பினாள்.

"ரமணி சுருக்க வரேன்னு சொன்னாரா? எப்போ? அப்படீன்னா, நீங்க இங்க வர்றது அவருக்குத் தெரியுமா?"

நாராயணன் கண்களைச் சிமிட்டாமல் பாரதியை ஏறிட்டார். சிலநொடிகள் தாமதித்து, எந்தப் பதட்டமும் இல்லாமல் பதில் கூறினார்.

"ஆபீஸ் விஷயமா மாப்பிள்ளைகூட பேச வேண்டியிருந்ததும்மா... அப்ப, பேச்சோட பேச்சா சாயங்காலம் ஆத்துக்கு வரலாம்னு இருக்கோம்னு சொன்னேன்... 'எனக்கு வேலை அதிகமா இல்ல, சீக்கிரமே வந்துடறேன்'னு அவர் சொன்னார்."

பதில் பேசாமல் உள்ளே வந்த பாரதி, கையிலிருந்த பூப்பொட்டலத்தை ஒரு பிளாஸ்டிக் டப்பாவில் பிரித்து வைத்தாள்.

பெற்றோரின் அபூர்வ வரவும், நெருக்கமாய்க் கட்டின பூவும், ரமணியோடு அப்பா பேசினதாகச் சொன்னதும், அவர் சீக்கிரம் வீடு திரும்பப்போகும் சேதியும் ஒன்றாகச் சேர்ந்துகொண்டு, மனசில் எங்கோ உதைத்தன.

என்ன விஷயம்? மேலே யோசிக்க முடியாதபடி அன்னபூரணி, "நா ஏதாவது செய்யட்டுமா?" என்று கேட்டுக்கொண்டே அருகில் வந்து நிற்க, "ஒண்ணும் வேண்டாம்... எல்லாம் தயார், போட்டு எடுக்க வேண்டியதுதான் பாக்கி... நீ அந்த நாற்காலிய ஃபேனுக்கு அடில போட்டுண்டு உக்காரு..." என்று கூறிவிட்டு, செய்ய வேண்டிய வேலைகளை வரிசையாய் கவனித்தாள்.

கடையில் விற்கும் மாவை வாங்கி குலோப்ஜாமூன் பண்ணுவது எளிதுதான் என்றாலும், வீட்டிலேயே கோவா காய்ச்சியெடுத்து செய்வதற்கு அலாதி ருசி என்பதால், முன்னேற்பாட்டாக முற்பகலில் இரண்டு லிட்டர் பாலைச் சுண்டக் காய்ச்சி கோவா செய்திருந்ததை எடுத்தாள்.

ஒரு கை சலித்த மைதா மாவையும், கால் ஸ்பூன் பேக்கிங் பவுடரையும் கோவாவுடன் சேர்த்து தட்டில் கொட்டி இழுத்துப் பிசைந்து, சிறு உருண்டைகளாகக் கிள்ளி, விரல்விரலாக உருட்டினாள்.

சின்ன காஸ் அடுப்பு மேல் அலுமினிய வாணலியை வைத்து, ரிஃபைண்டு எண்ணெயை பாதிக்கும் மேல் ஊற்றினாள். அது காய்ந்த நாழிகையில், ஒரு டம்ளர் சர்க்கரையை வாயகன்ற எவர்சில்வர் பாத்திரத்தில் போட்டு, இரண்டு டம்ளர் தண்ணீர் ஊற்றி பெரிய அடுப்பில் ஏற்றினாள். சர்க்கரை கரைந்ததும் மேலே மிதந்த அழுக்கை எடுத்து, துளி குங்கமப்பூ, பச்சைக் கற்பூரம், ஏலக்காய் பொடியைத் தூவி, தீயைத் தணித்தாள்.

காய்ந்துவிட்ட எண்ணெயில் எட்டு விரல் உருண்டைகளைப் போட்டு, சின்னத் தீயில் பொன்னிறமாக வறுத்தாள். ஒத்தாற்போல வெந்து அவை மேலே மிதந்துகொண்டு வந்ததும், வடித்தெடுத்து, முள்கரண்டியால் ஒருதரம் குத்தி சர்க்கரைப் பாகினுள் போட்டாள்.

இருபது நிமிஷங்களில் குலாப்ஜாமூன்கள் தயாராகி, அறையை கமகமக்கச் செய்தன.

அடுத்து, மசால் தோசையிடம் பாரதி கவனத்தைச் செலுத்தினாள்.

முதல் நாள் அரைத்து வைத்திருந்த தோசைமாவை எடுத்து, திட்டமாய் கொஞ்சம் நீர் ஊற்றி, வார்க்கும் பதத்தில் கரைத்தாள்.

இவள் சொல்லி புஷ்பா அரைத்து வைத்திருந்த சட்னி கிண்ணங்களைக் கையிலெடுத்து, பக்குவம் சரியாக இருக்கிறதாவென்று பார்த்தாள். இருந்தது.

இரண்டு வகை சட்னி... ஒன்று கெட்டியாய் கொத்தமல்லி வைத்து அரைத்த காரச் சட்னி, தோசையில் உள்ளுக்குள் தடவ. மற்றது, சாதா சட்னி, தொட்டுக்கொள்ள.

உருளை, வெங்காயம், காரட், பட்டாணி மசாலா போட்ட கறி, கிண்ணத்தில் வெண்ணெய்.

எல்லாம் தயார். மேஜையில் உட்கார்ந்ததும், சுடச்சுட வார்த்துப் போட்டுவிடலாம்.

“புஷ்பா... டேபிள்ல விரிப்பு போட்டு, தட்டு, தண்ணி எடுத்துவெச்சியா? கூடவே, குலாப்ஜாமூன் சாப்பிட கிண்ணம், ஸ்பூன்? இந்தா, இந்தச் சட்னி, மிளகாய்ப்பொடியோட, வெங்காய சாம்பாரையும் சூடுபண்ணி மேஜை மேல வெச்சுடு... எல்லாரும் காபி சாப்பிட புதுசா டிகாக்ஷன் போட்டுடு... அப்பறம்...”

அவள் பேசிக் கொண்டிருக்கையிலேயே வாசல் மணி அடித்தது.

ரமணிதான்.

“வாங்கோ... வந்து ரொம்பநேரம் ஆச்சா? டிபன் சாப்பிட்டேளா?”

கலகலப்பாய் பேசிக்கொண்டு உள்ளே வந்தவருக்கு, நாராயணன் பதில் கூறினார்.

“வந்து அரைமணி இருக்கும்... டிபன் சாப்பிட என்ன அவசரம்? நீங்க வந்ததும் சேந்து சாப்பிடலாம்னு நாந்தான் சொன்னேன்...”

“நீங்க உக்காருங்கோ... நா கையலம்பிண்டு வந்துடறேன்.”

ரமணி உள்ளே செல்ல, பாரதி சமையலறைக்கு வந்து, இரண்டு அடுப்புகளிலும் இரண்டு தோசைக் கற்களை ஏற்றினாள்.

ஒரு கல்லில் சூடு ஏறியதும், மாவை கரண்டியில் எடுத்து சுழற்றி ஊற்றி, மெல்லிய வட்டமாகத் தேய்த்தாள். தீயைத் தணித்து, தோசை ஒரே மாதிரி வெந்த பிறகு, எண்ணெயை தோசையைச் சுற்றிவிட்டாள். ஒரு ஸ்பூன் கெட்டிச் சட்னியை தோசையில் அரைவட்டமாகத் தடவினாள். கரண்டி மசாலாவை சட்னிமேல் வைத்து, லேசாகப் பரத்தினாள். கொட்டைப் பாக்களவு வெண்ணையை மசாலாவின் மத்தியில் அழுத்தி, வெறுமனே இருந்த தோசையை இவற்றின் மேல் மடித்து மூடினாள். மசாலா வெளியே வராமல் கவனமாய் தோசையை இரண்டு பக்கமும் திருப்பிப்போட்டாள். மொறுமொறுவென்று ஆனதும், எடுத்துப் பரிமாறுவதற்காக புஷ்பாவிடம் கொடுத்தனுப்பினாள்.

இரண்டு கற்களையும் உபயோகித்து பரபரவென்று தோசைகளை வார்த்ததில், காத்திருக்காமல் ஒரே சமயத்தில் நாராயணனும், ரமணியும் சாப்பிட முடிந்தது.

குலாப்ஜாமூனையும், தோசையையும் ருசி பார்த்த நாராயணன், “என்ன இருந்தாலும், உன் பொண்ணு காரியம் காரியம்தான்! என்னிக்காவது இத்தனை ருசியா நீ குலாப்ஜாமூன் பண்ணிருக்கியா? வாயில போட்டா கரையறது! இந்த மசால் தோசைக்கு முன்னால, பெங்களூர் மாவல்லி டிபன் ரூம் தோசைகூட எடுபடாது... ஆமா, நா நிச்சயமா சொல்வேன்!” என்று மகா பெருமையுடன் பாராட்ட, சமையல்கட்டிலிருந்தபடியே அப்பாவை எட்டிப்பார்த்து, ‘தேங்க்ஸ்’ என்கிற மாதிரி பாரதி புன்னகைத்தாள்.

அன்னபூரணி சின்னச்சிரிப்புடன் மகளருகில் வந்து நின்றார்.

"விக்கி எப்ப வருவான்? அவனுக்கும் இப்பவே வார்த்து வெச்சுடறியா?"

"ஐயே, ஆறிப்போயிடுமே! வந்தப்பறம் சூடா வார்த்துப் போட்டாப் போச்சு... என்ன அஞ்சு நிமிஷ வேலை! நீ வேணா உக்காரேம்மா..." அன்னபூரணி வேண்டாமென்று மறுத்தார்.

"நீயும் வா... சேந்தே சாப்பிடலாம்."

அப்பாவும், ரமணியும் போதுமென்று சொன்ன பிறகு, தனக்கும் அம்மாவுக்கும் ஆளுக்கு ஒன்று வார்த்து எடுத்துக்கொண்ட பாரதி, புஷ்பாவை தொடர்ந்து தோசை வார்க்கச் சொல்லிவிட்டு சாப்பாட்டறைக்கு வந்தாள்.

அம்மாவை அருகில் உட்காரச்சொல்லி தானும் அமர்ந்தாள்.

இனிப்பை ருசித்த அன்னபூரணி, "அப்பா சொன்னதுல தப்பில்ல... இத்தன மிருதுவா எனக்குப் பண்ண வரலை... கொஞ்சம் கல்லாயிடறது..." என்றார்.

தண்ணீர் குடித்து தொண்டையைச் செருமிக்கொண்ட நாராயணன், "வயறு முட்ட சாப்டுட்டேன்... ராத்திரி சாப்பாடுகூட வேண்டாம்!" என்றவாறு மகளைக் கரிசனத்துடன் ஏறிட்டார்.

"அக்கறையோட எந்தக் காரியத்த செஞ்சாலும் பலன் இல்லாமப்போகாது... சமையலும் அப்படித்தான். நீ சிரத்தையா செய்யற எல்லாம் மணக்கறது! ஆனாலும், எத்தனை நாளைக்கு சும்மா வீட்டுக் காரியங்களையே செஞ்சுண்டிருப்பே? நீயும் மனுஷிதானே... அலுப்பா இருக்காதா? ஒரு ஐடியா சொல்லட்டுமா பாரதி? நேத்து ஜாம்ஷெட்பூர்லேருந்து கஸ்தூரி போன் பண்ணா... வர்ற ஏழாம் தேதி அந்த ஊர் தமிழ்ச்சங்கத்துல ஒருமணி நேரம் அவ பாடறாளாம்... வாங்களேம்பான்னு கூப்டா... உங்கம்மா, நீ, நா எல்லாரும் பத்து நாள் போயிட்டு வரலாமா? உனக்கும் மாறுதலா இருக்கும், கஸ்தூரியும் சந்தோஷப்படுவா... என்ன சொல்றே?"

கஸ்தூரி அவளுக்கு அடுத்தவள். கல்யாணமான நாளிலிருந்து கணவர் நீலகண்டனுடன் ஜாம்ஷெட்பூரில் இருக்கிறாள். நீலகண்டன், 'டெல்கோ' தொழிற்சாலையில் டெபுடி ஜெனரல் மானேஜர். உயர்ந்த பதவி, ஏக செல்வாக்கு. அந்தஸ்தான வாழ்க்கை.

ஆதிநாள்களில் உண்டான சங்கீத ஆசைக்கு பங்கம் வராதபடி, நீலகண்டனுக்கும் இசையில் நாட்டம் இருக்க, இன்றைக்கும் பாடுவதை கஸ்தூரியால் விடாமல் வைத்துக்கொண்டிருக்க முடிவது சந்தோஷப்படவேண்டிய சமாச்சாரம். வருஷம் ஒருதரமாவது அவர்களது தொழிற்சாலைக் கொண்டாட்டங்களில் கஸ்தூரி கச்சேரி செய்வது இல்லாமல் போகாது.

இந்தமுறை தமிழ்ச் சங்கத்தில்.

ஆனால், கஸ்தூரி தொடர்ந்து பாடுவதற்கோ, தமிழ்ச்சங்கத்தில் கச்சேரி பண்ணப் போவதற்கோ தற்சமயம் அப்பா முக்கியத்துவம் கொடுத்துப் பேசவில்லை... தன்னை சென்னையிலிருந்து உடனடியாகப் பத்து நாள்களுக்கு வெளியூர் அழைத்துப் போவதற்காகவே முனைகிறார் என்பதைத் துல்லியமாகப் புரிந்துகொள்ள முடிய, பாரதியின் மனசும் உடம்பும் உதறிப்போட்டன.

சாக்கினுள் கட்டிப்போட்டிருந்த பூனையை, ஒருவழியாய் அப்பாவின் பேச்சு வெளியே விட்டுவிட, பாரதி சரக்கென்று நிமிர்ந்து கணவரை ஏறிட்டாள்.

ஆக... இது உங்களின் அடுத்த நடவடிக்கையா என்று ஆக்ரோஷமாக வினவிய அந்தப் பார்வையின் வேகத்தைத் தாளமுடியாததுபோல, ரமணி விழிகளைத் தழைத்துக்கொண்டார்.

"ஒண்ணுமே பேசாம இருந்தா, என்னம்மா அர்த்தம்?"

பாரதி நீளமாய் ஒருதரம் மூச்சை உள்ளுக்குள் இழுத்துக்கொண்டாள்.

"என்னப்பா சொல்லணுங்கறேள்?"

"ஜம்ஷெட்பூருக்குப் போறதப்பத்திக் கேட்டேனே! டிக்கெட் வாங்க ஏற்பாடு பண்ணிடட்டுமா?"

பாதி தோசையோடு பாரதி தட்டை நகர்த்தினாள். எழுந்து வாஷ்பேசனிடம் சென்று வாயைக் கொப்பளித்து, கையைக் கழுவிக்கொண்டாள்.

டவலில் கையைத் துடைத்தவாறு சின்னக்குரலில் கேட்டாள், "இதுக்கு நா என்ன பதில் சொல்லணும்னு எதிர்பாக்கறேள்ப்பா? எல்லா விவரமும் தெரிஞ்சுதானே நீங்க இங்க வந்திருக்கேள்! அப்பறம், நா என்ன பதில் சொல்வேன்னும் உங்களால புரிஞ்சுக்க முடியலியா?"

மூக்கில் சரிந்துவிட்ட கண்ணாடியை, ஆள்காட்டி விரலால் நாராயணன் மேலே தள்ளிக்கொண்டார்.

"என்ன சொல்றே நீ?"

"சுத்திவளைச்சு ஏன் பேசறேள்னு கேக்கறேம்பா... நா கலாக்ஷேத்ரால சேரப்போறதா ரமணி உங்ககிட்ட சொன்னதனாலதானே, வராதவர் இன்னிக்கு இங்க வந்திருக்கேள்! 'ஏம்மா இந்த முடிவு?'னு பளிச்சுனு கேக்கறத விட்டுட்டு, ஜம்ஷெட்பூர் போலாமா, கஸ்தூரி கச்சேரியக் கேக்கலாமான்னு எதுக்காக குழந்தைகிட்ட பேசற மாதிரி பீடிகை போடணும்?"

வெளிப்படையான அவள் பேச்சை மற்ற மூவருமே எதிர்பார்க்காததால், அரை நிமிஷம் மௌனமாக நகர்ந்தது.

நாராயணன் விழிகளைத் திருப்பி ரமணியை ஏறிட்டார். ரமணி லேசான கோபத்துடன் தாடை இறுக உட்கார்ந்திருப்பது புரிய, மகளை மீண்டும் ஏறிட்டு, கண்கள் இடுங்க கேட்டார்...

"ஆல்ரைட்... நேரடியாவே விஷயத்துக்கு வரேன்... ஏன் இந்த திடீர் முடிவு பாரதி?"

"எந்தத் தீர்மானத்த திடீர் முடிவுன்னு சொல்றேள்பா?" நாராயணன் மேஜைமேல் ஒருதரம் தட்டினார்.

“வெளையாடாதே பாரதி... நா என்ன கேக்கறேன்னு புரியாத மாதிரி பேசாதே!”

“எனக்கு நன்னா புரியறதுப்பா... ஆனா, நீங்கதான் எதையுமே நினைவுல வெச்சுக்காம கேக்கறேளேன்னு வருத்தமா இருக்கு...”

“எதை நா நினைவுல வெச்சுக்கலை?”

“கலாக்ஷேத்ரால சேரணும்னு நா ஆசைப்பட்டது என் பதினைஞ்சாவது வயசுல... ஞாபகம் இல்லியா? வேணா அம்மாவ கேட்டுப்பாருங்கோ...”

“சரிம்மா... அதுக்கும், இப்ப இந்தத் திடீர் முடிவுக்கு நீ வந்திருக்கறதுக்கும் என்ன சம்பந்தம்? வாஸ்தவமா எனக்குப் புரியலியே!”

பாரதி கையிலிருந்த துண்டை ‘டவல் ராக்’கில் மாட்டிவிட்டு, இரண்டு கைகளையும் வயிற்றுக்கு மேலாகக் கட்டிக்கொண்டாள்.

“சுமார் இருவத்திநாலு வருஷமா ஆசைப்படறத இப்ப நிறைவேத்திக்க முனையறதப் போயி ‘திடீர் முடிவு’ன்னு நீங்க திரும்பத்திரும்ப சொல்றதுதான் எனக்கும் புரியலைப்பா...”

பேச்சு விதண்டாவாதமாக மாறுவதை உணர்ந்து, பதட்டத்துடன் அன்னபூரணி குறுக்கிட்டார்.

“என்ன இது பாரதி, ஏட்டிக்குப் போட்டியா பதில் சொல்றே, அப்பா அக்கறையோட கேக்கறது புரியாம?”

அவரை மேலே பேசவிடாமல் நாராயணன் கையை முன்னால் நீட்டினார்.

“இரு, அன்னம்... பாரதி சொல்ற மாதிரி அவ குழந்தையில்ல... வந்ததும் நா நேரடியாவே ‘ஏம்மா இப்படித் தீர்மானம் பண்ணியிருக்கே?’னு கேட்டு, இது நடைமுறைக்கு ஒத்துவராதுன்னு விளக்கியிருக்கணும்... செய்யலை! அவ கோவம் நியாயமானதுதான்...” பேசியவர், பாரதியை நிமிர்ந்து பார்த்துத் தொடர்ந்தார். “ஐ’ம் ஸாரி பாரதி... இப்ப சொல்லு,

'திடீர்'னு... ஸாரி அகெய்ன்... ஏன் கலாக்ஷேத்ரால சேர்றதுன்னு தீர்மானம் பண்ணே?"

அப்பா தழைந்து கொடுத்து தன் வழிக்கு வருவது சந்தோஷத்தைத் தர, பாரதி புன்னகைத்தாள்.

"பெரிசா காரணம் ஒண்ணுமில்லப்பா... அதான் சொன்னேனே, எப்பவோ செஞ்சிருக்க வேண்டியது... அப்போ சரிப்பட்டு வரலை... இப்போ டைம் கிடைச்சு, எனக்கேத்த மாதிரி கோர்ஸும் இருக்கறது தெரிஞ்சுது... சேர விரும்பறேன்... அவ்ளோதான்!"

"பொழுது போகலைன்னா, செய்ய, கத்துக்க உபயோகமா எவ்வளவோ காரியங்கள் இருக்கே பாரதி?"

கணவரின் ஆட்சேபணையை மறந்து அன்னபூரணி மீண்டும் குறுக்கிட, பாரதி புடவைத் தலைப்பின் ஓரத்தைத் திரித்தவாறு தனக்குத்தானே பேசிக்கொள்கிற த்வனியில் முணுமுணுத்தாள்.

"இந்த கோர்ஸ் எனக்கு உபயோகமா இருக்கும்னு நா நினைக்கறேனே!"

"என்ன உபயோகம்மா? நாலு வருஷம் படிச்சு புதுசா என்ன பண்ணப்போறே? கச்சேரி குடுக்கப்போறியா, இல்ல டான்ஸ் கிளாஸ் நடத்த உத்தேசமா?"

உள்ளுக்குள் எரிச்சல் மண்டத் துவங்குவதை இனம் கண்டுகொள்ள முடிய, பாரதி பதில் பேசாமல் நின்றாள்.

ரமணி மேல் கோபம் வந்தது.

முதலில் பிள்ளையைத் தூண்டிவிட்டார். இப்போது பெற்றோர்.

நாலு நாள்கள் வகுப்புக்குப் போய்விட்டு வந்து, தானே அப்பா அம்மாவிடம் மெதுவாக, பக்குவமாக இது குறித்துத் தெரிவித்தால் போதுமென்று போட்டிருந்த கணக்குப் பிசகிவிட்ட சினத்தோடு, யாரும் தன் கண்ணோட்டத்திலிருந்து பார்க்காமல், கண்ணைக் கட்டிவிட்ட குதிரைகளாக அவரவர் போக்கிலேயே பேசுவதும், வாதிப்பதும் வருத்தத்தையும் எழுப்ப, அடி உதட்டைக் கடித்துக்கொண்டாள்.

“யாராவது எதையாவது சொல்லி உன் மனசைக் குழப்பியிருந்தா, அதுக்காக இப்படி ஏடாகூடமான முடிவுக்கு வரணுமா பாரதி? பேசாம அப்பா சொல்ற மாதிரி, எங்களோட ஜாம்ஷெட்பூருக்கு வா... பத்து நாள் ஆத்துத் தொல்லை இல்லாம நிம்மதியா இருந்துட்டு வந்தா, மனசு தெளிஞ்சுபோகும்.”

அன்னபூரணி முடிக்கும் முன்னர், இனியும் பொறுக்கமுடியாது என்பதுபோல பாரதி குரலை உயர்த்தினாள்.

“கேப்பார் பேச்சக் கேட்டு காரியம் பண்றவ நா இல்லம்மா... இத்தன வருஷம் கழிச்சு, நா சொல்லித்தான் உனக்கு இது தெரியணுமா? சத்தியமா என் ஆத்ம திருப்திக்காகத்தான் இந்த கோர்ஸ்ல சேரப்போறேன்... இத ஏன் யாரும் புரிஞ்சுக்க மாட்டேங்கறேள்? என்னமோ செய்யக்கூடாதத செய்ய முனைஞ்சுட்ட மாதிரி, ஆளாளுக்கு ஏன் இப்படியெல்லாம் குறுக்குக் கேள்வி கேக்கறேள்? நா என்ன வீட்டை விட்டுட்டு வருஷக்கணக்குல எங்கயாவது கண்காணாத எடத்துக்குப் போயிடறேன்னு சொல்றேனா? இல்ல, என் பொறுப்பையெல்லாம் கவனிக்காம ஊர் சுத்தத் தீர்மானம் பண்ணியிருக்கேனா? எதனால ஒருத்தர் விடாம, ‘ஐயோ இது வேண்டாம்’னு பதர்றேள்? நிஜம்மா எனக்குப் புரியலை... ஐ’ம் ஆல்ஸோ டிஸ்கஸ்டட் அண்ட் ஹர்ட்...”

பாரதி வேகத்தோடு பேசத் துவங்கியதுமே, என்னவோ ஏதோ என்கிற ஆர்வத்தில் புஷ்பா சமையலறையிலிருந்து எட்டிப்பார்க்க, நாற்காலியைப் பின்னுக்குத் தள்ளிவிட்டு ரமணி எழுந்தார்.

“எதுவானாலும் ஹாலுக்குப் போய் பேசிக்கலாமே... அனாவசியமா ஆளுங்களுக்கு எதிர்ல...”

சொல்ல வந்ததை முடிக்காமல், கடைசி வார்த்தைகளைக் கிசுகிசுப்பாகப் பேசிய ரமணி, திரும்பி கூடத்தைப் பார்க்க நடந்தார். மற்றவர்கள் கைகளைக் கழுவிக்கொண்டு அவரைத் தொடர்ந்தார்கள்.

சோபாவில் அமர்ந்த நாராயணன், "இப்படி உக்காரும்மா..." என்று பக்கத்தில் சுட்டிக்காட்டி, பாரதியை அருகில் உட்காரவைத்துக் கொண்டார்.

"நிதானமா உணர்ச்சிவசப்படாம நாங்க சொல்றதக் கேக்கறியா பாரதி? பொறுப்பில்லாம நீ ஒருநாள்கூட நடந்துண்டது கெடையாது... இனியும் நடந்துக்கமாட்டே! அது உங்கம்மாக்கு, எனக்கு, ஏன், மாப்பிள்ளைக்கும் நன்னாவே தெரியும்! அதனால, அந்தக் கேள்விக்கெல்லாம் இங்க எடமேயில்ல! ஆனாலும்மா... வந்து... உனக்கு வயசு இப்ப என்ன? நாப்பது. இத்தனை வயசுக்கு மேல குழந்தையாட்டம் நீ டான்ஸ் கத்துப்பேன்னு அடம்பண்றது நியாயமா? நாங்க என்ன சொல்லவரோம்னா..."

"வயசுக்கும், டான்ஸ் தியரி கத்துக்கறதுக்கும் என்னப்பா சம்பந்தம்? இல்ல, இதுல என்ன குத்தத்த கண்டுட்டேள்? என்னமோ கொலை பண்ண முனைஞ்சுட்ட மாதிரி எதுக்காக எல்லாரும் விழுந்தடிச்சுண்டு என்னைத் தடுக்கறேள்?"

"அசட்டுப்பிசட்டுனு முடிவெடுத்தா, அக்கறை உள்ளவா வாய மூடிண்டு பாத்துண்டிருக்க முடியுமா பாரதி? இன்னும் நாலு வருஷம் போனா, உனக்கு மாட்டுப்பொண்ணு வந்துடுவா... அந்த சமயத்துல நீ டான்ஸ் கத்துண்டிருந்தா, அது தியரியோ இல்ல பிராக்டிகலோ, எதுவானாலும், ஊர் உலகம் என்னம்மா சொல்லும்? உன்னை யாராவது அனாவசியமா எதுவும் பேசிடுவாளோங்கற ஆதங்கத்துலதான் மாப்பிள்ளையும், நாங்களும் தடுக்கறது, புத்திசாலியான உனக்குக்கூடவா புரியல?"

பாரதி ஒரு காலை மடித்துவைத்து, அப்பாவைப் பார்க்க திரும்பி உட்கார்ந்து கொண்டாள்.

"மத்தவா தப்பாப்பேசற மாதிரி நா என்னப்பா பண்ணப்போறேன்? இப்ப கஸ்தூரி ஆயிரம் பேருக்கு முன்னால பாடப்போறா... ரொம்ப வருஷமா பாடிண்டுதான் இருக்கா... அதை இதுவரைக்கும் யாராவது கேலியாவோ அசிங்கமாவோ பேசியிருக்காளா? இல்லியே!"

“அவ பாடறா பாரதி... அதுவும் இதுவும் ஒண்ணா?”

“பாட்டும் ஒரு கலைதான், டான்ஸும் அதே ஆர்ட்தான்... இதுல என்ன வித்தியாசம் இருக்கு?”

நாராயணன் கண்ணாடியைக் கழற்றிக் கையில் வைத்துக்கொண்டார். உடனடியாய் பாரதியின் கேள்விக்கு பதில் கூறாமல் மௌனித்தார்.

“சொல்லுங்கோப்பா... எக்கச்சக்க ஆம்பளைகள் இருக்கற கூட்டத்துல ஒருத்தி எத்தனை வயசானாலும் பாடலாம், மேடைல கச்சேரிகூடப் பண்ணலாம்... ஆனா, தனக்குத்தானே ஆத்மதிருப்திக்காக ஒருத்தி ஆட மட்டும் கூடாதா? பாடறவாளோட வித்தைய முன் வரிசைல உக்காந்துண்டு பாராட்டுவேள்... ஆனா, டான்ஸ் தியரி படிக்கத் தீர்மானம் பண்ணாக்கூட, நாலுபேர் சிரிப்பானு சொல்லி முளையிலயே கிள்ளிடுவேள்! அப்படித்தானே? இதென்னப்பா நியாயம்?”

நாராயணன் கண்ணாடியை மீண்டும் மாட்டிக்கொண்டு, “ப்ச்...” என்று வருத்தத்துடன் சூள்கொட்டினார். அப்புறம், “நீ எதுக்கும் எதுக்கும் முடிச்சுப்போடறே பாரதி?” என்றார், அதே வருத்தம் குரலில் அப்பட்டமாய் விரவ...

“ஸாரிப்பா... என் பேச்சு உங்களப் புண்படுத்தினா, ஐம் ட்ரூலி ஸாரி! ஆனா, நீங்க எல்லாருமே என்னை சரியா புரிஞ்சுக்கவே மாட்டேன்னு பிடிவாதம் பண்ற மாதிரிதான் எனக்குத் தோணறது! நிறைய பேர் பாடறா, அதனாலயே அதுக்கு நம்ப ஜனங்க நடுவுல அங்கீகாரம் கிடைச்சுடுத்து... ஆனா, டான்ஸ ஆடறவாளோ, என்னை மாதிரி மனசு சந்தோஷத்துக்காக ஒரு வயசுக்குமேல கத்துக்க விரும்பறவாளோ, விரல்விட்டு எண்ற அளவுகூட இல்லேங்கறதாலயே, அதைச் செய்ய முனையறப்போ கிரிடிசிஸம் வர்றது. மத்த சாதாரண மனுஷா புரிஞ்சுக்கலைன்னா சரி... ஆனா, நீங்கள்லாம்கூட...”

மேலே பேச முடியாததுபோல குரல் செம்மி, கண்களில் நீர்ப்பூக்கள் ஜனிக்க, பாரதி தலையைக் குனிந்துகொண்டாள்.

எச்சில் கூட்டி விழுங்கி தன்னை ஆஸ்வாசப்படுத்திக்கொள்ள முயற்சித்தாள்.

நாராயணன், எதிர்நாற்காலியில் ஒரு வார்த்தை பேசாமல் உட்கார்ந்திருந்த ரமணியை ஏறிட்டார்.

அவர் தோளை உயர்த்தி, 'அவ்வளவுதான், இனி செய்வதற்கோ சொல்வதற்கோ ஏதுமில்லை' என்கிற தினுசில் விரல்களை விரிக்க, சில நிமிஷங்களுக்கு எதுவுமே பேசாமல் இருந்துவிட்டு, நாராயணன் எழுந்தார்.

"ஆல்ரைட்... உன் முடிவு இதுதான்னா, மேல பேசவோ விவாதிக்கவோ என்ன இருக்கு! அப்ப, நாங்க புறப்படறோம். மாப்பிள்ளை வருத்தப்பட்டது தாங்காம உன்கூட பேச நாங்க வந்தோம்... எங்களுக்குத் தெரிஞ்சத சொல்லிட்டோம். இனிமே உன் இஷ்டம். நீ கொழந்தை இல்ல... எது சரி, நியாயம்னு தோண்றதோ, அதச் செய்... வா அன்னம், நாம கிளம்பலாம்..."

எழுந்து நின்ற அன்னபூரணி, மகளை நெருங்கி வந்து அவள் தோளில் தட்டிக்கொடுத்தார்.

"அப்பா சொல்ற மாதிரி நீ புத்திசாலி... தனியா உக்காந்துண்டு யோசனை பண்ணா, நல்லது கெட்டது உனக்கே புரியும். உங்க புக்காத்துக் கோவில் உற்சவத்துக்காக நாளைக்கு தஞ்சாவூருக்குப் போப்போறதா மாப்பிள்ளை சொன்னார்... அதான், இன்னிக்கே உன்கிட்ட பேசிடலாம்னு வந்தோம். ரெண்டு நாள் தஞ்சாவூருக்குப் போறது நல்லதுதான்... உன் மனசுக்கும் மாறுதலா இருக்கும். போயிட்டு வந்து, 'நாலையும் யோசனை பண்ணிப்பாத்ததுல, என் முடிவை மாத்திக்கறதுதான் சரின்னு தோணிடுத்து'னு நீ சொன்னா, நாங்க சந்தோஷப்படுவோம்! உன் மாமியாருக்கும் வயசாச்சு... வயசான காலத்துல எல்லாரும் நிம்மதியா இருக்கணுங்கறதையும், அடுத்தவாளோட நிம்மதிக்கு நாம பங்கம் விளைவிக்கக் கூடாதுங்கறதையும் நினைச்சுப் பாரு... அப்பறம் உனக்கே நாங்க சொல்றது சரின்னு படும்! அப்ப, நாங்க கிளம்பறோம்..."

பாரதி புடவைத் தலைப்பால் முகத்தைத் துடைத்துக்கொண்டாள். சற்றுமுன் தோன்றிய நெகிழ்ச்சி குறைந்திருக்க, "நா தஞ்சாவூருக்குப் போப்போறதில்ல..." என்றாள் தெளிவாக.

கதவருகில் சென்றுவிட்ட நாராயணன், சட்டென்று நிமிர்ந்தார்.

"என்னது?" என்றார் ரமணி உரக்க.

"ஆமா... நா உங்களோட நாளைக்கு ஊருக்கு வரப்போறதில்ல..."

"இதென்ன புதுக்கூத்து?"

"எனக்கு தூரத்துக்கு நாள்... அங்க வந்து ஓரமா உக்கார்றதைவிட, இங்கயே இருக்கறது தேவலைதானே?"

"தூரத்துக்கு நாள்னா, நீ முன்னேற்பாடா மாத்திரை சாப்பிட்டு, மென்சிஸை தள்ளிப்போக வெச்சுடுவியே?"

"இந்தத் தரம் மறந்துபோச்சு."

இது நாழிகை அடக்கிவைத்திருந்த கோபம் பட்டென்று வெடிக்க, ரமணி கத்தினார்.

"மறந்துபோச்சா, இல்ல இந்தக் குடும்பத்தோட உறவே வேண்டாம்னு, வேணாம்னு செஞ்சிருக்கியா? கல்யாணமான இத்தன வருஷத்துல ஒருதரம்கூட நாம உற்சவத்துக்குப் போகாம இருந்ததில்ல... பம்பாய்ல இருந்தப்பவும், திட்டம் போட்டு வந்திருக்கோம், ஞாபகமிருக்கா? அம்மா கேட்டா நா என்ன பதில் சொல்றது? வரவர உன் அடத்துக்கும், கோணாமணா பிஹேவியருக்கும் அளவேயில்லாமப் போயிடுத்து!"

எதிரில் மாமனார் மாமியார் நிற்பதையும் மறந்து ரமணி கடுமையாய் வார்த்தைகளைக் கொட்டிய நிமிஷத்தில், பூட்டாமல் இருந்த வாசல்கதவைத் திறந்துகொண்டு "ஹாய் எவ்ரிபடி!" என்று உற்சாகமாய்க் குரல் கொடுத்தவாறு விக்ரம் உள்ளே நுழைந்தான்.

அழுத கண்ணுடன் அம்மா, கோபத்தில் சிவந்த முகத்துடன் அப்பா, செய்வதறியாமல் நின்றிருந்த தாத்தா பாட்டியைப்

பார்த்து, 'என்ன நடந்தது இங்கே?' என்கிற குழப்பத்துடன் விக்ரம் நிற்க, அங்கிருந்தவர்களின் சங்கடத்தை நீடிக்க விரும்பாத பாரதி, "எனக்குத் தலை வலிக்கறது... நா உள்ள போய்ப் படுத்துக்கப்போறேன்..." என்று பொதுவாகக் கூறிவிட்டு, அவசரமாய் எழுந்து உள்ளறைக்குள் வேகமாய் சென்று மறைந்தாள்.

———

20

தாழப் பறந்த விமானத்தின் இரைச்சலில் உறக்கம் கலைந்துபோனது.

இரண்டு தரம் புரண்டு படுத்து உறக்கத்தைத் தொடர முயற்சித்தும் பலன் இல்லாது போக, பாரதி கண்களைத் திறந்து, மெள்ள எழுந்து உட்கார்ந்தாள்.

பக்கத்துப் படுக்கையின் வெறுமை, கணவர் தனித்து தஞ்சாவூருக்குப் போயிருப்பதை ஞாபகமூட்டியது.

ரமணிக்குக் கோபம்.

கடைசி நிமிஷம் வரை மனசை மாற்றிக்கொள்வாளோ என்கிற குட்டி நப்பாசையுடன் காத்திருந்தது பொய்த்துப்போக, தான் மட்டும் ஊருக்குப் போகவேண்டி வந்ததில் எக்கச்சக்க கோபம்.

'ரொம்ப வேகமாகப் போகாதீர்கள். டிரைவரைப் பின்சீட்டில் உட்காரச் சொல்லிவிட்டு நீங்கள் ஓட்டிக்கொண்டு போகவேண்டாம். மிளகாய்ப்பொடி தடவின இட்லி வைத்திருக்கிறேன், விழுப்புரம் தாண்டியதும் எங்காவது நிறுத்தி சாப்பிடுங்கள். வெறும் வயிற்றோடு காரில் போவது உங்களுக்கு ஒத்துக்கொள்ளாது' என்று, எதுவுமே நடக்காத தினுசில் வழக்கமான அக்கறையுடன் கூடவே நடந்து வந்து, காரில் ரமணி ஏறும்வரை இவள் சொன்ன எல்லாவற்றுக்கும், 'ம்' என்கிற தலையசைப்புக்கூட இல்லை. அத்தனை கோபம்.

உன்னால்தான் வீம்பாக இருக்க முடியுமா? என்னாலும் முடியும் என்று உணர்த்துகிற பாவனையுடன், ஒற்றை வார்த்தைகூட 'போய் வருகிறேன்' என்று சொல்லாமல் ரமணி புறப்பட்டுப்போனதை நினைக்கையில், வருத்தமாகவே இருந்தது.

ரமணி நினைக்கிற மாதிரி வெறும் வீம்புக்காகவா வரவில்லையென்று சொல்கிறேன்?

இல்லையே! இத்தனை வருஷங்களாக ஒருதரம்கூடத் தப்பாமல் கோவில் உற்சவத்துக்குப் போய்வந்த மாதிரி இந்த முறையும் சென்றிருக்கலாம்தான். ஆனால், திங்கள்கிழமை ஒன்றாம் தேதி... அன்றிலிருந்து வகுப்புகளுக்கு வருகிறேன் என்று பள்ளி நிர்வாகியிடம் கூறிவிட்ட பிறகு, முதல் நாளே மட்டம் போடுவது சரியான காரியமாகப் படவில்லையே! இதுதானே தஞ்சாவூருக்குப் போகமுடியாததற்கு முக்கியக் காரணம்! அதைப் புரிந்துகொள்ளாமல், வீம்பு, அடம், வேண்டுமென்றே செய்கிறாய் என்று சின்னக் குழந்தைபோல குற்றம்சாட்டுவது எதற்காக?

இது தவிர, 'வீட்டு விலக்கு' வரும் சமயம் என்பதும் நிஜம்தான்... சொல்லப்போனால், ரமணி புறப்பட்டுச் சென்ற அரைமணிக்கெல்லாம் 'மென்சிஸ்' வந்ததுதானே நடந்தது!

சரி... முக்கியமான விசேஷம் என்றால், ரமணி சொல்வதுபோல மாத்திரை போட்டுக்கொண்டு, 'தீட்டை' தள்ளிப்போகச் செய்தது உண்டுதான். இந்த முறையும் ஒரு வாரம் முன்பே திட்டமிட்டு மாத்திரைகளை சாப்பிட ஆரம்பித்திருக்க வேண்டும். ஏனோ, மறந்துவிட்டது.

கலாக்ஷேத்ராவுக்குச் சென்று வந்து, சின்னவயசு ஆசையை நல்லவிதமாய் நிறைவேற்றிக்கொள்ள சந்தர்ப்பம் வந்துவிட்டது என்கிற நினைப்புக்கள் மனசை, புத்தியை முழுமையாய் ஆக்ரமித்துக்கொண்டு விட்டதில், 'உற்சவம் வருகிறது, ஊருக்குப் போகவேண்டும்' என்பது சுத்தமாய் ஞாபகத்தில் எட்டிப்பார்க்கவேயில்லை. நினைவு வந்தபோது, காலம் தாண்டிவிட்டது. அப்புறம் மாத்திரை போட்டுக்கொள்வதும்

ஒன்றுதான், சும்மா இருப்பதும் ஒன்றுதான். மணி அடித்துக் கூப்பிட்ட மாதிரி இருபத்தியெட்டாம் நாள் 'தீட்டு' வந்துவிடும் என்பதால், எதுவும் செய்யாமல் இருந்தது ரமணிக்குத் தப்பாகப் போய்விட்டது. 'என்மேல் இருக்கும் கோபத்தை இப்படி வெளிக்காட்டுகிறாய்' என்று சொல்லக்கூட சொல்லிவிட்டார்.

நிதானமாய் விவரங்களை எடுத்துச் சொல்லலாம் என்றால், எதையும் நம்பமாட்டேன், உன் கோணத்திலிருந்து பார்க்கமாட்டேன் என்று முரண்டு பிடிப்பவரிடம், எதைச் சொல்லிப் புரியவைப்பது?

யோசனையில் புருவங்கள் முடிச்சுப் போட்டுக்கொள்ள, பாரதி மெதுவாக எழுந்து, போர்வையை மடித்து தலைகாணிக்குக் கீழ் வைத்துவிட்டு, குளியலறைக்குச் சென்றாள்.

பல் விளக்கி, வாய் கொப்பளித்து, நாலு கை குளிர்ந்த நீரைக் கண்கள் மேல் வாரியடித்துக்கொண்டாள். முகத்தைத் துடைக்காமல் வெளியில் வந்து கூடத்தைக் கடந்து, கதவைத் திறந்துகொண்டு பால்கனியில் வந்து நின்றாள்.

இன்னும் விடியவில்லை.

சாம்பல் நிற இருட்டு, மெதுவாய் கரைந்து கொண்டிருந்தது.

கீழ்வானத்தில் ஒற்றை நட்சத்திரம் ஒன்று பளிச்சென்று ஜொலித்தது.

கைப்பிடிச் சுவர்மேல் முழங்கைகளை ஊன்றிக்கொண்டு, தெருவையும், விரிந்துகிடந்த மணல்பரப்பையும், தொலைவில் தெரிந்த கடலையும் வெறித்தாள்.

கட்டைக்குட்டையான ஆண் ஒருவர், அரைக்கால் நிஜாரும் பனியனும் அணிந்து வேக வேகமாக நடந்தார். நடக்கும் வேகத்தில் இரண்டு கைகளும் தொளதொளவென்று பக்கவாட்டில் ஆடியது பார்க்க வேடிக்கையாய் இருந்தது.

நாயைப் பிடித்தபடி ஒரு வாலிபன்.

சல்வார் கமீஸில், ஏதோ உரக்கப் பேசியவாறு இரண்டு சின்னப்பெண்கள். கீச்சுக் குரலில் அவர்கள் பேசியது, அமைதியைக் கிழித்துக்கொண்டு காதில் விழுந்தது.

மணலின் ஓரத்தில், குனிந்து நிமிர்ந்து தேகப்பயிற்சி செய்த ஆடவர். இங்குமங்குமாக நின்ற வண்டிகள்.

சற்றே தலையைத் திருப்பிப் பார்த்தபோது, மணலின் நடுவிலிருந்த 'ஆர்ச்'சும், தூரத்தில் வேளாங்கண்ணி மாதா கோவிலின் கோபுரத்துச் சிவப்பு விளக்கினாலான கிராஸும் பார்வையில் பட்டன. கடலில் மூழ்கப்பார்த்த வெள்ளைக்காரப் பெண்மணியை, ஒரு டச்சு சிப்பாய் காப்பாற்றியதைப் பாராட்டும் வகையில் அந்த 'ஆர்ச்' கட்டப்பட்டது என்று எப்போதோ படித்தது, சம்பந்தா சம்பந்தமில்லாமல் நினைவில் மின்னியது.

பாரதி, அண்ணாந்து இரண்டு தரம் மூச்சை நீளமாய் இழுத்து வெளியிட்டாள்.

விடியாத காலைவேளையில், தென்றல் உடம்புக்கு சுகமாக இருந்தது.

வெறுமனே நின்றுகொண்டிருக்காமல் காலை வீசிப்போட்டு நடந்துவிட்டு வந்தாலென்ன என்று தோன்ற, நினைத்ததை உடனே செயலில் காட்டும் உத்தேசத்தோடு உள்ளே வந்தாள்.

இரவு உடையைக் களைந்துவிட்டு, புடவையை உடுத்திக்கொண்டாள்.

புஷ்பாவை எழுப்ப மனசில்லாமல், வீட்டுச் சாவியைக் கையிலெடுத்துக்கொண்டு, வாசக் கதவை இழுத்து சாத்தின பின் வெளியில் வந்தாள்.

சாலையைக் கடந்து மணலில் நடந்தாள்.

நாலடி வைத்தவள் நின்று, செருப்புகளை அவிழ்த்து கையில் தூக்கிக்கொண்டாள்.

சில்லென்ற மணலில் பாதங்கள் புதையப்புதைய நடந்தபோது, உற்சாகம் பிறந்தது. சாதாரணத் தரையில் நடப்பதைவிட, மணலில்

நடப்பது இரண்டு பங்கு நீளம் நடப்பதற்குச் சமம் என்பதோடு, பாதங்களை மணல் வருடிக்கொடுக்கும் இதமே அலாதியானது என்பதால், சமயம் கிடைக்கும் போதெல்லாம் இப்படி வெற்றுக்கால்களோடு நடப்பதற்கு அவள் தவறியதேயில்லை.

அலைகள் அடித்து ஓயும் மேட்டை நெருங்கியபோது, லேசாக மூச்சுவாங்கியது.

சரிவில் இறங்கி ஈரமணலில், அலைகள் காலில் மோத நடந்தாள்.

இப்படி நடப்பது அவளுக்கு எத்தனைக்கெத்தனை பிடிக்குமோ, அத்தனைக்கத்தனை ரமணிக்குப் பிடிக்காது.

'பேண்ட் ஓரம் நனைந்துபோய், மணல் ஒட்டிக்கொண்டு, அந்த சொரசொரப்பு காலை அறுக்க, அப்படியாவது 'வாக்' போகவேண்டுமா? நான் வரவில்லை, நீ வேண்டுமானால் போய்வா' என்று மறுத்துவிடுவார்.

இந்தக் கோடியிலிருந்து அந்தக் கோடி வரை நடந்து, திரும்பி புறப்பட்ட இடத்துக்கு வந்தபோது, கடலின் தொடுவான எல்லை சூரியன் உதயமாகப் போவதற்கு அறிகுறியாக சிவப்பு நிறத்தைப் பூசிக்கொள்ளத் துவங்கியது.

மேட்டில் ஏறி, ஈரமில்லாத இடத்தில் செருப்புகளைப் போட்டுவிட்டு, அருகிலேயே அமர்ந்து, கண்ணெதிரே வர்ணஜாலம் காட்டிய ஆகாயத்தை பாரதி கவனித்தாள்.

மேகம் இல்லாமல் இருந்ததில், சூர்யோதயத்தைத் துல்லியமாய்க் காணமுடிந்தது.

முதலில் மஞ்சள் நிறத்தில் ஒரு பொட்டு, அது மெள்ள மெள்ள அரைவட்டமாகி மேலே உயர உயர, செம்பருத்தி நிறத்தில் பந்து ஒன்று தலைதூக்கியது. பார்த்துக்கொண்டே இருக்கையில், கடலின் விளிம்பை விட்டு உயரத்தில் ஏறிய சூரியன், இளஞ்சிவப்பு நிறத்திலிருந்து துளித்துளியாய், பொன்னிறமாய்,

பிறகு மஞ்சளாய் மாற, அந்தக் காட்சியின் அழகு உடம்பையும், மனசையும் சிலிர்க்க வைத்தது.

இப்படியொரு தெய்வீக அழகு கைக்கெட்டின தூரத்தில் இருக்கும்போது, பல சென்னைவாசிகள் இதை வாழ்நாளில் ஒருதரம்கூட அனுபவிக்காமல் உறங்கியே பொழுதைக் கழிக்கிறார்களே என்று தோன்றியது. கூடவே, 'சூரிய உதயம் பார்க்க கன்யாகுமரிக்குப் போனேன், இமயமலையில் ரசித்தேன்' என்று பெருமைப்பட்டுக்கொள்ளும் நபர்கள், மெரினா அல்லது எலியட் கடற்கரைக்கு விடிகாலை வேளையில் வந்து சூர்யோதயத்தை ரசிக்க முனைவார்களோ என்கிற சந்தேகமும் எழுந்தது.

அழகை ரசிக்க ரசனை மட்டும் இருந்தால் போதாது, மனசும் வேண்டும். அது இல்லாவிட்டால், எல்லாம் தாறுமாறுதான். அதுவும், தானும் ரசிக்காமல், அடுத்தவர்களையும் ரசித்து அனுபவிக்கவிடாமல் இம்சிப்பவர்களாகச் சுற்றியிருப்பவர்கள் அமைந்துவிட்டால், ரசனையுள்ளவர் பாடு சரியான திண்டாட்டமாகிவிடும்.

ஒருவிதத்தில் பார்த்தால், ரமணி, விக்ரம், ஏன் அப்பா அம்மாகூட இந்தக் கூட்டத்தில் சேர்க்கப்பட வேண்டியவர்கள்தானோ? பின்னே? நான் ரசித்துச் செய்ய விரும்புவதைத் தடுக்க வரிந்து கட்டிக்கொண்டு எல்லோரும் முனைவதை, வேறு எப்படி எடுத்துக்கொள்வது? அப்பா அம்மாவாவது முந்தின தலைமுறையைச் சார்ந்தவர்கள் என்பதால், அவர்களின் தயக்கத்தை, கவலையை, வெறுப்பை புரிந்துகொள்ளலாம். ஆனால், ரமணி? முக்கியமாய், ஐ.ஐ.டியில் படித்து, மகா புத்திசாலித்தனம், நாகரிகத்தோடு வளையவரும் விக்ரம்?

கல்யாணமான நாள் தொட்டு ரமணி செய்ய விரும்பிய எந்தக் காரியத்துக்கும் பொதுவாக தான் முட்டுக்கட்டை போடாமல் இருந்து வந்ததை, பாரதி இப்போது வரிசையாய் எண்ணிப் பார்த்தாள்.

'பம்பாய் வேலையை விட்டுவிட்டு சென்னைக்குப் போகலாமா?' - போகலாம்.

'அடுத்தவரிடம் கைக்கட்டி உத்தியாகம் பார்க்காமல் சொந்தமாய் தொழில் செய்யட்டுமா?' - ஜமாயுங்கள்.

'ஜிம்கானா போன்ற கிளப்புகளில் அங்கத்தினராய் சேர்வது, புது நண்பர்களை அறிமுகப்படுத்துவதோடு, தொழில் வளரவும் உதவுமே!' - அதற்கென்ன, சேர்ந்துவிட்டால் போயிற்று.

'அனாவசியமாய் உறவுக்காரர்கள் வீட்டில் கூட்டம் போட்டு வம்பு பேச இடம் கொடுக்காதே!' - உங்களுக்குப் பிடிக்கவில்லையென்றால், வேண்டாம்.

'கல்யாணமோ கோவிலோ, எங்கு போனாலும் பேண்ட் போடுவதுதான் வசதியாய் இருக்கிறது. வேஷ்டி கட்டு என்று தொந்தரவு செய்யாதே!' - சரி, செய்யவில்லை.

சின்னதும் பெரிசுமாய் எத்தனை விருப்பங்கள், தீர்மானங்கள்! எதற்காவது அனாவசியமாய் ஆட்சேபித்ததுண்டா? இல்லை, தனக்கு வாய் இருக்கிறது என்கிற அசட்டுத்தனத்தில் வெட்டியாய் வாதம் பண்ணியதுதான் உண்டா? ம்ஹூம் இல்லை. சொல்வதைக் காதில் வாங்கிக்கொண்டு, தெரிந்த விதத்தில் ஆலோசனை அல்லது தன் அபிப்ராயத்தைச் சொல்வாளே தவிர, 'எதற்கு ரமணி?' என்று ஒரு கேள்வி? இல்லவேயில்லை.

கணவர் விஷயத்தில்தான் இப்படியென்று இல்லை. பிள்ளைகளை வளர்த்ததுகூட, இதே 'உங்களுக்குத் தெரியாதா?' என்கிற நம்பிக்கையின் அடிப்படையில்தான். நல்லது கெட்டதை ஆராய்ந்து யோசனை பண்ணிய பிறகு, அவர்கள் தன் முடிவில் உறுதியாய் இருக்கிறார்கள் என்பதை உணர்ந்துவிட்டால், எதிலும் தனக்கும் உரிமை உண்டு என்கிற ஹோதாவில் பாரதி மூக்கை நுழைத்தது கிடையாது.

பைக் வேண்டும், சி.ஏ. படிக்க விருப்பமில்லை, கிடார் கற்கவேண்டும், டென்னிஸ் பயிற்சி எடுக்கவேண்டும், மலையேறும்

கேம்ப்புக்குச் செல்லவேண்டும் என்று இரண்டு பிள்ளைகளும் எதெதற்கோ ஆசைப்பட்ட போதெல்லாம், குறுக்கே புகுந்து ஒரு தரமாவது ‘வேண்டாம்’ என்று தடுத்திருக்கிறேனா? இல்லை, இல்லவேயில்லை. அவர்களின் கண்ணோட்டத்தை, அதிலுள்ள நியாயத்தைப் புரிந்துகொள்ள முயற்சித்ததோடு, அவற்றை ரமணியும் ஏற்றுக்கொள்ள பெருமளவுக்குப் பாடுபட்டதுதானே நிஜம்!

அத்தனையும் மறந்துவிட்டு, இன்று முதல்முறையாய் என் அபிலாஷை ஒன்றை நிறைவேற்றிக்கொள்ள முனையும்போது, கூட்டணி சேர்ந்துகொண்டு எல்லோரும் ‘வேண்டாம்’ என்று கையைப் பிடித்திழுப்பது எதற்காக?

புரியவில்லை.

யோசித்தவரையில், ஏன், என்னாயிற்று, என்ன தவறு கண்டுபிடித்து விட்டார்கள் என்பதெல்லாம் சுத்தமாய் புரியவில்லைதான்.

மனசின் குழப்பம் கண்களை லேசாகக் கலங்க வைக்க, இரண்டு தரம் இமைகளைச் சிமிட்டி பாரதி தன்னை ஆஸ்வாசப்படுத்திக்கொள்ள முயன்றாள்.

எதுவுமே பேசாமல் ஊருக்குப் புறப்பட்டவரின் கோபம், திரும்புவதற்குள் குறைந்திருக்குமா? இல்லை, அங்கு அம்மாவுடன் பேசுவதில் விசிறிவிட்ட தீயாக இன்னும் அதிகமாகிவிடுமா? நாள்கள் மாசங்களாக மாறியும், கோபம் தணியாமலே இருந்தால், என்ன செய்வது?

என்றாவது என் நிலைமையை இவர்கள் புரிந்துகொள்வார்களா? அப்படியென்றால், என்று?

ஒருவேளை புரிந்து கொள்ளாமலேயே இருந்துவிட்டால், சினம் அடங்காமலேயே வாழ்க்கை தொடர முற்பட்டால்?

சட்டென்று பாரதிக்கு உடம்பு உதறியது.

கலாக்ஷேத்ராவில் சேரும் எண்ணத்தை வேண்டுமானால் கைவிட்டு விடலாமா? குடும்பத்தாருக்காக இதைச் செய்கிறேன்

என்கிற தியாக உணர்வில் மனசைக் கண்டித்து... சிந்தனையைத் தொடரவிடாமல் புத்தி அடிக்குரலில், 'எதற்காக?' என்று அதட்டி, எண்ண ஓட்டத்தை நிறுத்தியது. என்ன அப்படி ஆகாத, தகாத காரியத்தைச் செய்ய முனைந்து விட்டாய், இப்படிக் குழம்ப? என்று அழுத்தமாய் எதிர்க்கேள்வி கேட்டது.

கலாக்ஷேத்ராவில் சேர முனைந்ததில் கணவன், மகன்கள் பேரில் பாசம் குறைந்து விட்டதா? இல்லை.

வீட்டை, குடும்பத்தை கவனிக்காமல், பொறுப்பை உதறத் தீர்மானித்து விட்டாயா? ஐயோ, இல்லை.

பந்தபாசம் போதும் என்கிற சலிப்பு உண்டாகியிருக்கிறதா? ச்சே, என்ன அபத்தமான கேள்வி!

அப்புறம்?

எதற்காக இந்தக் குழப்பம், தவிப்பு, குற்ற உணர்வு, இத்தியாதி...

வேதாந்தி ஜே. கிருஷ்ணமூர்த்தி ஒருதரம் 'ஆத்மார்த்தமாகச் செய்ய விரும்பும் காரியத்தைச் செய்ய முனைவது, பசிக்கு சாப்பிடுவதுபோல, உறக்கம் வந்தால் தூங்குவது போல ஒரு இயல்பான காரியமே... தூண்டுதல் நிஜம் என்றால், செயலும் நிஜம்' என்று கூறிய வார்த்தைகள் ஞாபகத்துக்கு வந்து, அலைபாய்ந்த மனசை சமாதானம் செய்ய முனைய, உட்கார்ந்தது போதும் என்கிற தீர்மானத்தோடு பாரதி எழுந்தாள்.

அரைநிமிஷம் அப்படியே நின்று, ஓரளவுக்கு நிதானமாகிவிட்டோம் என்கிற நம்பிக்கை பிறந்ததும், அன்றைக்கும், மறுநாள் கலாக்ஷேத்ராவுக்குப் புறப்படும் முன்னரும் செய்யவேண்டிய காரியங்கள் என்னென்ன என்று ஒருதரம் நினைத்துப் பார்த்தபடி வீட்டை நோக்கி மெள்ள நடக்க ஆரம்பித்தாள்.

——

21

"ம்ம்மா... ஆ..."

கௌரி அடிவயிற்றிலிருந்து குரல் கொடுத்தது... 'என் குழந்தைக்குப் பசியெடுத்து விட்டதும், என் மடி கனப்பதும் புரியவில்லையா?' என்று கேட்பதுபோல. அக்கம்பக்கத்து ஊர்களிலிருந்து உற்சவத்துக்கென வந்திருந்த உறவினர்களையும், கோவிலுக்குச் சென்று வந்து மதிய விருந்தை உட்கொண்டு சிரமப்பரிகாரம் செய்துவிட்டு மாலை காபியைக் குடித்துவிட்டு அவரவர் கிராமங்களுக்குப் புறப்பட்டவர்களையும், வாசல்வரை சென்று வழியனுப்பிக்கொண்டிருந்த பார்வதியின் காதுகளில் கௌரியின் அழைப்பு விழ, செய்துகொண்டிருந்த வேலையைப் பாதியில் நிறுத்திவிட்டு பின்கட்டைப் பார்க்க நடந்தார்.

கொல்லைப் படிக்கட்டுகளில் இறங்கி, தோட்டத்துக்குச் சென்றார்.

கௌரி, இதர பசுக்கள் மாதிரி இல்லை. ஜெர்ஸி இனம். மற்ற பசுக்கள் இரண்டு வேளைக்கும் சேர்த்து மூன்று அல்லது நாலு லிட்டர் பால் தருவதைப் போலல்லாமல், கௌரி மூன்று தரம், ஒவ்வொரு முறைக்கும் நாலு லிட்டர் பால் கொடுக்கும் உயர்ந்த ரகம். மாலை நான்கு மணிக்கு இதர பசுக்களைக் கறந்துவிட்டு, கொஞ்சம் தாமதமாகத்தான் மூன்றாவது கறவைக்காக கோனார் கௌரியிடம் வருவார்.

ஆனாலும்... மணி ஆறாகப்போகிறது, இன்னமும் பால் கறக்காமல் கௌரி மடி கனக்க குரல் கொடுத்து அழைக்கும்வரை கோனார் என்ன செய்து கொண்டிருக்கிறார்?

வேலையைக் கவனிக்காமல் இதர ஆட்களுக்குச் சரியாய் அமர்ந்து அரட்டையடித்துக் கொண்டிருந்த முத்துக்கோனாரை அதட்டி பால் கறக்க அனுப்பிவிட்டுத் திரும்பியவர், நின்றார்.

மொட்டைமாடி குட்டைச் சுவரில் தனித்து எதையோ யோசித்தபடி உட்கார்ந்திருந்த ரமணியை ஊன்றிப் பார்க்கையில், முதல் நாள் தலையெடுத்து, காலையிலிருந்து அவ்வப்போது உறுத்திய கேள்வி மறுபடியும் நெஞ்சில் முட்டியது.

என்னாயிற்று இவனுக்கு?

எப்போதும் காணப்படும் கலகலப்பு, சிரிப்பு, பேச்சு எதுவுமே இல்லையே! என்னவோ கவலை பீடித்துவிட்ட தினுசில், பிரச்சினை எதற்கோ தீர்வுகாணும் முயற்சியில் ஈடுபட்டிருக்கிற மாதிரி, ஏன் இப்படி சோர்வாக இருக்கிறான்?

முதல் நாள் மாலை பிள்ளை காரில் வந்து இறங்கியதுமே, பார்வதி கவனித்து விட்டார்தான்.

"என்ன ரமணி, எப்படியோ இருக்கே? உடம்புக்கு ஒண்ணுமில்லயே?" என்று கேட்கவும் செய்தார்தான்.

"அ? அதெல்லாம் ஒண்ணுமில்லம்மா... அஞ்சு மணி நேரம்போல கார்ல வந்தது டயர்டா இருக்கு..."

"பாரதி வரல?"

"இல்ல... தூரத்துக்கு நாள்..."

இதென்னடா புது வியாக்கியானம் என்று கேட்க நினைத்தவள், பிள்ளையின் முகத்தில் தென்பட்ட வேதனையைப் புரிந்துகொள்ள முடிந்ததாலும், அருகில் உறவினர் ஓரிருவர் நின்றிருந்ததாலும் அதை ஒதுக்கினார்.

"விக்ரமை அழைச்சுண்டு வந்திருக்கக்கூடாதா ரமணி? சனி, ஞாயிறு ரெண்டும் வரிசையா லீவு நாள்தானே?"

"அவனுக்கு காலேஜ்ல முக்கியமான வேலை இருக்காம்."

"அட ராமா! கௌதமாவது வருவானா மாட்டானா?"

அம்மா மேலே மேலே, தன்னால் பதில் சொல்லமுடியாத கேள்விகளாகக் கேட்டுக்கொண்டே போவது எரிச்சலை எழுப்பிய தினுசில், ரமணி பொறுமை இழந்தார்.

“வாசல்லயே நிக்க வெச்சுதான் எல்லாத்தையும் கேக்கணுமா? உள்ள வந்தப்பறம் மெதுவா பேசிக்கக்கூடாதா?”

பிள்ளை ஏதோ கோபத்தில் இருப்பது புரிய, பேச்சை அத்துடன் பார்வதி நிறுத்திக்கொண்டார்.

பின்னர் குளித்து உடை மாற்றிக்கொண்டு வந்தபோதும் சரி, உறவினர்களுடன் ஒன்றாய் அமர்ந்து இரவு உணவு சாப்பிட்டபோதும் சரி, ரமணி தன் இயல்புப்படி இருக்கவில்லை என்பதை உணரமுடிய, மகன் வழிக்கே பார்வதி போகவில்லை.

காலையில் எழுந்ததிலிருந்து வரிசையாய் வேலைகள். கூடவே, எதையும் ரமணியோடு தனித்துப் பேசமுடியாத வகையில் உறவினர்கள்.

இப்போது, ஊருக்குப் புறப்படும் உறவினர்களை விடைகொடுத்து அனுப்ப, கீழே இறங்கிக்கூட வராமல் தன் போக்கில் தனியாய் சிந்தனைவயப்பட்டு உட்கார்ந்திருப்பது கவலையை அதிகமாக்கியது.

அடுத்தவர் புரிந்துகொள்ளக்கூடிய ரீதியில் இப்படி வெளிப்படையாக இடிந்துபோகும் அளவுக்கு ரமணிக்கு என்ன பிரச்சினை?

அலுவலகத்தில் ஏதாவது கோளாறா? அப்படியே இருந்தாலும், அதை அப்பட்டமாகக் காட்டிக்கொள்ளும் சுபாவம் இவனுக்குக் கிடையாதே!

பாரதிக்கு உடம்பு சரியில்லையா? அதுதான் அவள் வரவில்லையா? மனைவியின் உடல்நிலை குறித்துக் கவலைப்படுகிறானா?

இது காரணமாக இருக்க முடியாதே! மதியம் சென்னையிலிருந்து தொலைபேசியில் தொடர்புகொண்டு,

"உத்சவம் நன்னா நடந்துதாம்மா? எனக்குதான் வரமுடியாமப் போயிடுத்து! நினைச்ச மாதிரி நேத்து ராத்திரி எனக்கு 'மென்சிஸ்' வந்துடுத்து... என்னமோ கவனக்குறைவால நாந்தான் சரியா பிளான் பண்ணி மாத்திரை சாப்பிடாம இருந்துட்டேன். கார்த்தால பூரா மனசெல்லாம் அங்கதான் இருந்தது..." என்று பேசியபோது, பாரதி கலகலப்பாகத்தான் பேசினாள்... உடம்புக்கு முடியாதவள் மாதிரி குரல் சோர்ந்து ஒலிக்கவில்லையே!

அப்புறம்?

அடி உதட்டைக் கடித்துக்கொண்டு யோசித்த நிமிஷத்தில், "அவர் பக்கத்துல இருக்காராம்மா? என்னோட பேசச் சொல்றேளா?" என்று பாரதி கேட்டதும், "நா அப்பறமா போன் பண்றேன்னு சொல்லிடும்மா..." என்று கூறி ரமணி பேச மறுத்ததும் நினைவுக்கு வர, உடம்பு லேசாக உதறிப்போட்டது.

அப்போது குற்றமாகத் தோன்றாதது, இப்போது தவறாகத் தோன்றியது.

எந்த இடத்துக்கும், எந்த விசேஷத்துக்கும் பெண்டாட்டி உடன் வராமல் வந்து ரமணிக்குப் பழக்கமில்லை. வந்த பிறகும், அவள் பெண்டுகள் நடுவில் வேலையாய் இருந்தாலும், அசட்டுச் சிரிப்புடன் அங்கே வந்து நின்று எதையாவது பேச முயற்சிப்பது குறித்து எல்லோருமே, 'ஏய், பெண்டாட்டிதாஸா! ஒரு நிமிஷம் அவளோடு பேசாமல் உன்னால் இருக்க முடியாதோ?' என்று கேலிகூடப் பண்ணுவார்கள்தான்.

அப்படிப்பட்ட ரமணி இன்று தனித்து வந்திருப்பதோடு, அவளாகத் தொலைபேசியில் அழைத்தும் பேச மறுத்து விட்டதற்கு என்ன அர்த்தம்?

ஒருவேளை, புருஷன் மனைவி நடுவில்...

நினைப்பே வலி தருவதாக இருந்தது.

எதுவானாலும், இரவு படுக்கப்போகும் முன் பிள்ளையிடம் மனம்விட்டுப் பேசிவிடுவது என்கிற உறுதியோடு வீட்டுக்குள்

வந்த பார்வதி, எடுத்த தீர்மானத்தைச் செயலில் காட்டும் விதமாக, இரவு சாப்பாடாகி அவரவர் படுக்கச் சென்று வீட்டின் அமளி அடங்கியதும், மகனின் அறைக்குச் சென்றார்.

கட்டிலில் படுத்து விட்டத்தை வெறித்தபடி ரமணி...

அரைநிமிஷம் அப்படியே நின்று மகனைப் பார்த்தவர், ஓசைப்படாமல் கதவைச் சாற்றிவிட்டு அருகில் சென்று நின்றார்.

"ரமணி..."

திடுக்கிட்டுத் திரும்பிய ரமணி, அம்மாவை அப்போது அங்கே எதிர்பார்க்காத முகபாவத்துடன் எழுந்து உட்கார்ந்தார்.

"நீ படுக்கப் போயிட்டேன்னு நினைச்சேம்மா..."

"நீ ஏன் இன்னும் தூங்காம இருக்கே ரமணி?"

"தூக்கம் வரல... மெட்ராஸ்ல பதினோரு மணிக்கு மேல தூங்கித்தானே பழக்கம்!" கட்டிலின் எதிரில் நாற்காலியை இழுத்துப் போட்டுக்கொண்டு பார்வதி உட்கார்ந்தார்.

கண்களைச் சிமிட்டாமல் மகனை அழுந்த பார்த்தார்.

அந்தப் பார்வையின் கூர்மையைத் தாங்க இயலாத மாதிரி, ரமணி விழிகளைத் தழைத்துக்கொண்டார்.

"என்ன விஷயம் ரமணி?"

சுற்றி வளைக்காமல் தாய் நேரடியாக விஷயத்துக்கு வந்துவிட, அவரை ஒருதரம் ஏறிட்டுப் பார்த்துவிட்டு ரமணி மீண்டும் பார்வையை பூமியில் படரவிட்டார்.

"சொல்லுப்பா... எதனால நீ இப்படி அலண்டுபோயிருக்கே? நேத்திக்கே கேட்டிருப்பேன்... ஆனா, சந்தர்ப்பம் சரியா அமையல. என்னாச்சு உனக்கு? ஏன் இப்படி பிரமை பிடிச்ச மாதிரி இருக்கே? விவரம் என்னன்னு தெரிஞ்சுக்காம இங்கேருந்து நா போறதாயில்ல! சொல்லு..."

அந்தக் குரலில் தென்பட்ட கரிசனம், அன்பு உள்ளத்தைத் தொட்டுக் கண்களைக் கலங்கச் செய்தது.

நீளமாய் பெருமூச்சொன்றை வெளியிட்ட ரமணி, "ப்ச்..." என்று சூள்கொட்டினார். பிறகு, சின்னக் குரலில், "என்னன்னு சொல்றதும்மா? மொத்ததுல எதுவும் நன்னாயில்ல... யார் செய்யறதும் சரியா இல்ல... சொல்லப்போனா, கடைசில நம்ப பேர்லதான் பழி வந்து விழறது..." என்றார் முணுமுணுப்பாக.

"யார் என்ன செஞ்சது சரியாயில்ல? வெவரமா சொன்னாத்தானே எனக்குப் புரியும்?" ரமணி உடனே பதில் கூறாமல், எழுந்து ஜன்னலிடம் சென்று நின்றுகொண்டார்.

படுக்கையறையை ஒட்டியிருந்த தோட்டத்துப் பாரிஜாத மரத்தில் பூத்திருந்த மலர்களின் வாசம், கம்மென்று நாசியில் ஏறியது.

பாரதிக்கு இந்த தஞ்சாவூர் வீட்டுக்கு வருவதென்றால் கொள்ளைப் பிரியம். அதுவும், ஜன்னல் அருகில் நின்று பாரிஜாத வாசனையை முகர்ந்தபடி, தூரத்தில் தெரியும் பெரிய கோவில் கோபுரத்தையும், அதன் உச்சியில் மின்னும் நீல விளக்கையும் அமைதியான இரவு நேரங்களில் ரசிப்பதென்றால், ரொம்ப ரொம்பப் பிடிக்கும்.

பாரதியின் நினைப்பு மறுபடியும் பெருமூச்சு ஒன்றை வெளியிடச் செய்தது.

அம்மாவுக்கு முதுகைக் காட்டியவாறு நின்றுகொண்டு, நிழலாய்த் தெரிந்த பிரகதீஸ்வரன் கோவில் கோபுரத்தை ஏறிட்டவாறு தொண்டை அடைக்கப் பேசினார்.

ராஜமாணிக்கம் மாஸ்டர் வீட்டுக்கு பாரதி போகத் துவங்கியதில் ஆரம்பித்து, வெள்ளிக்கிழமை மாலை அவள் பெற்றோர் வந்ததுவரை, தங்களுக்குள் நடந்த பேச்சுவார்த்தைகளின், வாக்குவாதங்களின் அவசியமான விவரங்கள் அத்தனையையும் ஒன்றுவிடாமல் கூறினார்.

"இத்தன வருஷங்கள்ல அவகிட்ட நா எதுக்கும் கோச்சுண்டதே கிடையாதும்மா... அதுவும், அவ அப்பா அம்மா

எதிர்ல அன்னிக்கு அப்படிக் கத்தினத நினைக்கறப்போ, ரொம்ப வேதனையா இருக்கு... யார் சொல்றதையும் காதுல வாங்காத அளவுக்கு பாரதி இப்படி மாறிப் போயிட்டாளேங்கறதை நினைச்சா, துக்கமா இருக்கு! அவ நல்லதுக்குத்தான் இத்தனையும் சொல்றோம்ங்கறதுகூட அவளுக்கு நிஜம்மா புரியலியா, இல்ல, உங்க யாரப் பத்தியும் எனக்கு அக்கறையில்லேன்னு வீம்பா இருக்காளா? எனக்கு ஒண்ணுமே புரியலம்மா... இந்த வயசுல அவளுக்கு ஏம்மா இப்படியொரு விபரீத ஆசை? அவளுக்கு நாம்ப என்ன குறை வெச்சோம்? அவ செய்யத் துணிஞ்சுட்ட காரியத்த நினைச்சா, திரும்ப ஊருக்கே போவேண்டாம், இங்கயே இருந்துடலாம்னுகூடத் தோணறது... மொத்தத்துல, ரொம்ப வேதனை, அவமானம்கூட..."

பேசி நிறுத்தி சில நிமிஷங்கள் ஆகியும்கூட பார்வதி பதிலேதும் பேசாமலிருக்க, ரமணி திரும்பினார்.

மெதுவாக நடந்து தாயிடம் வந்து நின்றார்.

"உனக்கு அதிர்ச்சியா இருக்கா? இருக்கும்! அதான் உன்கிட்ட எதுவுமே சொல்ல வேண்டாம், நம்ப வேதனை நம்பளோடவே இருக்கட்டும்னு வாயப் பொத்திண்டு ஊருக்குப் போயிடலாம்னு பாத்தேன்... நீ விடல! நா என்ன பண்றது? சொல்லிட்டேன்!"

பேசியவரை பார்வதி நிமிர்ந்து பார்த்தார். கண்ணாடியைக் கழற்றிக் கையில் வைத்துக்கொண்டு, 'உட்கார்' என்று சைகை காட்டினார்.

ரமணி கட்டிலில் உட்கார்ந்ததும் ஒரு தரம் வேதனையோடு புன்னகைத்துவிட்டு, தெளிவாகப் பேசினார்.

"வருத்தமாதான் இருக்குப்பா... ஏன், அதிர்ச்சியாகூடத்தான் இருக்கு... ஆனா, பாரதியோட தீர்மானம் தெரிஞ்சதால இல்ல... உன்னோட பேச்சு, நடவடிக்கைதான் என்னைப் பாதிச்சிருக்கு! அதை மொதல்ல நீ புரிஞ்சுக்கோ!"

ரமணி கேட்டதை நம்பமாட்டாமல் விழித்தார்.

“நா? என் பேச்சு? என்னம்மா சொல்றே நீ?”

“பின்னே? பாரதி அப்படியென்ன தகாத முடிவுக்கு வந்துட்டான்னு நீ இப்படி வேதனைப்பட்டுக்கறே? என்ன அக்ரமத்த செய்யத் துணிஞ்சுட்டானு இப்படி நிலை குலைஞ்சு போயிருக்கே? ம்?”

“அம்மா... என்னாச்சு உனக்கு?”

குரலை உயர்த்தி ரமணி வினவ, பார்வதி கண்ணாடியை அணிந்துகொண்டு மகனைக் கண்கள் இடுங்கப் பார்த்தார்.

“எனக்கு ஒண்ணும் ஆகலைடா... நீதான் தெளிவா யோசனை பண்ணத் தெரியாம, குழம்பிப் போயிருக்கே! ‘நம்ப பையன் விவேகி, புத்திசாலி, எதையும் சரியா புரிஞ்சுண்டு, நாலு பேருக்கு வழிகாட்டியா இருப்பான்’னு உங்கப்பாவும் நானும் இத்தனை வருஷமா நம்பினது, இப்ப பொய்ச்சுப் போயிடுமோன்னு கவலையா இருக்கு!”

“எதை நா சரியா புரிஞ்சுக்கலைன்னு நீ சொல்றேம்மா? இத்தனை வயசுக்கு மேல உன் மாட்டுப்பொண்ணு டான்ஸ் கத்துக்க ஆசைப்படறதையா? நாளைக்கு இவளுக்கு மாட்டுப்பொண்ணு வர்றப்போ, இவ டான்ஸ் கிளாஸுக்குப் போயிண்டும் வந்துண்டும் இருக்கணும்னு தீர்மானம் பண்ணியிருக்கறதையா? எதை நா விவேகத்தோட எடுத்துக்கலைன்னு நீ வருத்தப்பட்டுக்கறே?”

“திரும்பத்திரும்ப சொன்னதையே சொன்னா எப்படி ரமணி? டான்ஸ் தியரி படிக்கறதுக்கும், அவ வயசுக்கும், இல்ல, அவளுக்கு மாட்டுப்பொண்ணு வர்றதுக்கும் என்ன சம்பந்தம்டா?”

ரமணி ஆத்திரத்துடன் கத்தினார்.

“திருவையாத்துல பொறந்து, ஆயுசுபூரா தஞ்சாவூர்ல வாழ்ந்த நீயாம்மா இப்படிக் கேக்கறே?”

“எங்க பொறந்து எங்க வாழ்ந்தா என்ன ரமணி? மனசு சரி, தப்புங்கறது எல்லா எடத்துல இருக்கறவாளுக்கும் ஒண்ணுதானே!”

“அப்ப, பாரதி கலாக்ஷேத்ரால சேர்றது உனக்குக் குத்தமா படலயா?”

“அதுல குத்தம் என்னடா இருக்கு? அவ கேட்ட மாதிரி ஐம்பது வயசுலயும் ஒரு பொம்பளை மேடையேறி பாடலாம்னா, நாப்பது வயசுல மனசு சந்தோஷத்துக்காக ஒருத்தி நாட்டியம் கத்துக்கக் கூடாதா?”

ரமணி முழங்கைகளைத் தொடைகளில் ஊன்றி, தலையைத் தாங்கிப் பிடித்துக்கொண்டார்.

“இந்தக் குடும்பத்துல வாக்கப்பட்டவ எடுக்கற முடிவா அது? இல்ல... உனக்கு என்னமோ ஆயிடுத்தும்மா... இந்த விஷயத்த உன்கிட்ட நா சொன்னதே தப்பு!”

பார்வதி மென்மையாய் சிரித்தார்.

“நா நிதானமா இருக்கேன் ரமணி... அதனாலதான், படபடக்காம அமைதியா என்னால பேச முடியறது. ‘தலைமுறைக்குத் தலைமுறை ஒவ்வொரு குடும்பத்துலயும் பழக்கவழக்கங்கள் மாறுபடும்... இது இயற்கையா நடக்கற சமாச்சாரம். ‘ஐயோ, இவா மாறிட்டாளே?’னு புலம்பறது கூடாது, ஏன்னா மாறுதல் வந்தாத்தான் வளர்ச்சி இருக்கும். மாறாம இருக்கறவன் தேங்கின குட்டைக்குச் சமம். அது கடைசில பாசி புடிச்சு, கொசு உற்பத்தியாகியிருக்கும். உபயோகமில்லாம ஆயிடற மாதிரி, மாறமாட்டேன்னு பிடிவாதமா இருக்கறவாளும் வீணாப் போயிடுவா! மாத்தம் நல்ல முறைல வரணும், அதான் வளர்ச்சி. அப்பத்தான் நாம்பளும் நன்னாயிருந்து, நம்பளச் சுத்தி இருக்கறவாளும் சுபிட்சமா இருக்க முடியும்’னு உங்கப்பா அடிக்கடி சொன்னதுதான் இப்ப எனக்கு ஞாபகத்துக்கு வர்றது! ஒண்ணு கேக்கறேன், பதில் சொல்றியாடா?”

குனிந்து உட்கார்ந்திருந்த ரமணி நிமிர்ந்தார். ஆயாசத்துடன், ‘கேள்’ என்கிற ரீதியில் அம்மாவை ஏறிட்டார்.

“உங்க தாத்தா செத்துப்போனதும், பாட்டி தனியா இருக்கக்கூடாதுன்னு நம்பளோட அழைச்சுண்டு வந்து,

மொட்டை அடிச்சு, சம்பிரதாயப் பிரகாரம் செய்ய வேண்டியது அத்தனையும் செஞ்சோம்... ஞாபகமிருக்கா? ஆனா, உங்கப்பா காலமானதும், 'எங்கம்மாவ எந்த விதத்துலயும் அலங்கோலம் பண்ணக்கூடாது!'ன்னு நீயே தடுத்துட்டே... இதுவும் நினைப்பிருக்..."

அவளை முடிக்கவிடாமல், பொறுமையின்றி ரமணி குறுக்கிட்டார்.

"எல்லாம் நன்னா ஞாபகமிருக்கு! 'பொம்மனாட்டிகளோட உணர்ச்சிகளுக்கு மதிப்புக் குடுக்காம நடந்துக்கறது தப்பு! ஆம்பிளைக்கு விதவன் கோலம்னு ஒண்ணு இல்லாதப்போ, பொம்பளைக்கு மட்டும் விதவைக் கோலம் எதுக்கு?'னு நா கேட்டதுகூட நினைப்புல இருக்கு! அதுக்கும், இப்ப நடக்கறதுக்கும் என்ன சம்பந்தம் இருக்குன்னு நீ பழசைக் கிளர்றே? எனக்கு சத்தியமா புரியலம்மா..."

ரமணியின் கத்தலால் பாதிக்கப்படாமல் பார்வதி புன்னகைத்தார்.

"என்னை முழுசா பேசவிட்டாத்தானே, என்ன சம்பந்தம் இருக்குன்னு புரிஞ்சுக்க முடியும்! உங்கப்பா போனப்பறம், உன்கூட வந்து இருன்னு என்னை நீ கெஞ்சினே, கட்டாயப்படுத்தினே... நா மாட்டேன்னு மறுத்துட்டேன். 'தனியா எப்படிம்மா இருப்பே?'னு கலங்கிப்போனே... 'இருந்து காட்டறேன் பாரு'ன்னு நா தனியா, இத்தனாம் பெரிய வீட்டுல, அதே ஆள், அம்பு, வேலைகளோட இத்தன வருஷமா தனியாத்தானே இருக்கேன்? ம்?"

"சரி, சரி... அதுக்கும், இப்ப பாரதி முடிவெடுத்திருக்கறதுக்கும்..."

"இருடா... என்னை கொஞ்சம் பேசவிடேன்! அத்தனை வருஷம் முன்னால, ஆம்படையான் செத்துப்போனப்பறம், சம்பிரதாயத்தக் கடைப்பிடிக்காத ஒரு பொம்பளை தனியா இருக்கத் துணிஞ்சதைக்கூடத்தான் பலபேர் தப்பாப் பேசியிருப்பா... ஆனா, எங்கம்மா நிம்மதிதான் முக்கியம்னு நீ துணிஞ்சு ஒத்துக்கலயா? அது மாதிரிதான்டா இதுவும்... பாரதி சொல்ற தினுசுல நாப்பது

வயசுக்கு மேல ஒரு பொம்பளை நாட்டியம் கத்துக்கறதுங்கறது இப்ப சகஜமா இல்லாத காரணத்துனாலேயே, அங்க இங்க யாராவது தப்பா நினைக்கலாம்தான்... ஆனா, காலம் மாறமாற, இதுவும் பழகப்பழக, சரின்னு எல்லாரும் ஒத்துண்டுடுவாடா! யோசனை பண்ணினா, நா சொல்றது சரின்னு உனக்கே புரியும்..."

என்ன பதில் கூறுவதென்று விளங்காமல் ரமணி மௌனிக்க, பார்வதி தொடர்ந்தார்.

"ஒரு பொம்பளையோட உணர்ச்சிகளுக்கு மதிப்புக் குடுக்காம விதவைக் கோலத்த நிர்ப்பந்திக்கறது தப்புனு சித்த முன்னால சொன்னியே... அதே மதிப்புக் குடுக்கற விஷயம்தான் இங்கயும்! நம்ப நாட்டுல ரொம்ப வருஷமா பொம்மனாட்டிகள் தங்களுக்குனு விருப்பு வெறுப்ப எதையுமே காட்டிக்காம, ஆம்படையான், குழந்தைகள், குடும்பம்தான் உலகம்னு வாழ்ந்துட்டதால, சமுதாயமும் அதான் சரின்னு சொல்றது! ஆனா, அவாளுக்குனு விருப்பு வெறுப்பு இல்லாம இல்ல... உள்ளுக்குள்ள தோணினதை வெளில பொம்பளை இத்தனை காலமும் காண்பிச்சுக்கல... விஷயம் அவ்ளோதான்! இப்பல்லாம் மாறிண்டு வர்றதுல, 'எனக்குனு ஆசை இருக்கக்கூடாதா?'னு அவ யோசிக்கறா... இதுல என்ன தப்பு? ஒருத்திய பொண்டாட்டியா, அம்மாவாவே பாத்துப் பழகிட்ட குடும்பம், திடும்னு அவ தன் ஏக்கத்த வெளில சொல்றப்போ, 'என்ன திமிர் இது!'னு பதறிப்போறது! உனக்கு இன்னொண்ணை ஞாபகப்படுத்தட்டுமா ரமணி? நீ காலேஜ்ல படிக்கறப்போ, வெயில் காலத்துல உடம்புக்கு முடியலைன்னு, நித்தியப்படி பட்டுப்புடவை கட்டற வழக்கத்தை மாத்தி, நூல் புடவை கட்டிக்க ஆரம்பிச்சேன்... உங்கப்பாகூட, 'உனக்கு அதான் வசதின்னா, செய்'னு சொல்லிட்டார். ஆனா, நீ? 'உன்னப் பட்டுப்புடவைல பாத்தாதாம்மா எங்கம்மா மாதிரியிருக்கு, நூல் புடவை நன்னாவேயில்ல, மாத்திக்காதே!'னு பிடிவாதம் பிடிச்சு தடுத்துட்டே! இப்ப கேக்கறேன்... உங்கம்மா, உன் பொண்டாட்டி, சாப்பிடறது, உடுத்தறது மொதக்கொண்டு, உனக்குப் பிடிச்ச மாதிரி இருந்தாதான் சரி, இல்லாட்டா தப்பு... அதானேடா?

அவளுக்குனு ஒரு மனசு இருக்கு, அதுல விருப்பு வெறுப்பு இருக்குனு நீ எப்ப புரிஞ்சுக்கப்போறே? ம்?"

ரமணி அம்மாவை எதிர்நோக்க விருப்பமில்லாமல், தலையைக் குனிந்து கொண்டார்.

"ஒரு பொண்ணு தனக்குனு சில காரியங்களைச் செய்ய முனைஞ்சுட்டதாலேயே, அவ குடும்பத்த, பொறுப்புகளை, கடமைகள காத்துல பறக்கவிடவும் துணிஞ்சுட்டானு நீ நினைக்கறே ரமணி... பாரதி நல்ல பொண்ணுடா... உன்மேல உசிரையே வெச்சிருக்கா... அவ உன்னை மதிச்சு நடந்துக்கற மாதிரி, நீயும் அவளை மதிக்கறதுதான் உனக்கும் பெருமை!"

உணர்ச்சிவசப்பட்டுப் பேசிய பார்வதி, நாவால் உதடுகளை ஈரப்படுத்தி தன்னை ஆஸ்வாசம் செய்துகொண்டு, எழுந்து நின்றார்.

"அவ்ளோதான்... இனிமே இது விஷயமா பேச ஒண்ணுமேயில்ல! நீயா பேச வந்தாலும், நா பேசமாட்டேன்! எனக்குத் தூக்கம் வர்றது... படுத்துக்கப்போறேன்... மனசைப் போட்டு அலட்டிக்காம, நிம்மதியா நீயும் தூங்கு!"

திகைப்பு மாறாமல் அமர்ந்திருந்த பிள்ளையிடம் குனிந்து தோளைத் தட்டிக்கொடுத்தவர், திரும்பிப் பார்க்காமல் நடந்து, கதவைத் திறந்துகொண்டு வெளியே போனார்.

——

22

சந்தோஷம் - துக்கம்.

தெளிவு - குழப்பம்.

பரவசம் - வலி.

பரபரப்பு - ஆயாசம்.

எல்லாம் ஒரே சமயத்திலோ, அல்லது உடனுக்குடன் மாறிமாறி எழுவதோ சாத்தியமா?

எழுகிறதே... என்ன செய்ய!

கொஞ்சம் நிதானித்து சுய அலசலில் ஈடுபட்டபோது, பாரதிக்கு ஆச்சர்யமாக இருந்தது. கோபமும் தலைதூக்கியது.

என்ன அவஸ்தை இது!

இரவு முழுவதும் அயர்ந்து உறங்காமல், அரைகுறை விழிப்பு, தூக்கம் கலந்த நிலையில் ஏதேதோ கனவுகள், கற்பனைகள் என்று பொழுதைக் கழித்திருந்ததில், தலை கனத்தது. நீர் சுரந்துகொண்டு லேசாக உப்பியிருந்த முகம், கண்ணாடியில் பார்க்கச் சகிக்காமல் பிரதிபலித்தது. சிவந்திருந்த கண்களுள் எரிச்சல்.

முதல் நாளிரவு கண்ட கனவுகள் ஞாபகத்துக்கு வந்தன.

பைஜாமா, சற்றே உயர்த்திக் கட்டப்பட்ட புடவை.

தளாங்கு தகதிமி...

தலை நரைத்த ஆசிரியை ஒருவர் எதிரில் அமர்ந்து, தட்டுக்குச்சியால் கட்டையைத் தட்டி, ஜதிகளைக் கூற, பாரதி ஆடுகிறாள்.

நெற்றியில் வியர்வை முத்துக்கள். வேகமான ஆட்டத்தின் காரணமாய், விரைவுடன் மேலே எழுந்து தணியும் மார்பகம். மலரின் இதழ்களாக விரியும் விரல்கள், வண்டுகளாக அலையும் கண்கள், பிரவாகமெடுக்கும் நதியெனப் பொங்கிய ஜதிச் சொற்களுக்கு ஈடுகொடுத்து அடவுகளைப் போடும் பாதங்கள்.

'பிரமாதம்!'

யார்?

பெரிய குங்குமப்பொட்டும், அழகான சிரிப்பும், முப்பாகக் கரைபோட்ட புடவையுமாய், சாட்சாத் சரஸ்வதி தேவியே மனித உருக்கொண்டு வந்த மாதிரி நின்றுகொண்டு பாராட்டுவது யார்?

நடனமணி ருக்மணி தேவியா!

அவர்தான் இப்போது இல்லையே? அப்புறம், இது யார்?

யோசிக்க அவகாசமில்லை... அதற்குள் காட்சி மாறிவிட்டது.

'நீ சொல்றது கொஞ்சம்கூட நன்னாவேயில்ல பாரதி... உன்னைப் பொண்ணா பெத்ததுக்கு நா வெக்கப்படறேன்!'

விழிகளை உருட்டியபடி குற்றம்சாட்டும் அம்மா...

'உனக்கும் எனக்கும் இனி எந்த சம்பந்தமும் இல்ல... நா இத்தன சொன்னப்பறமும் உன் இஷ்டப்படி நடந்துக்க நீ தீர்மானம் பண்ணியாச்சுன்னா, இனிமே நம்ப உறவெல்லாம் பேருக்குதான். குழந்தைகளுக்காக ஒரே வீட்டுல இருக்க சம்மதிக்கறேன்... மத்தபடி எந்த உரிமையும் நா எடுத்துக்க மாட்டேன், நீயும் எதிர்பாக்காதே!'

தலைமுடியை இடதுகையால் கோதியவாறு எங்கோ வெறித்த பார்வையுடன் பேசும் ரமணி...

'சனி, ஞாயிறுக்குக்கூட வீட்டுக்கு நா வரப்போறதில்ல... இங்க வந்துட்டுப்போனா, இருக்கற கொஞ்சம் நிம்மதியும் போயிடறது! ஸோ, லெட் மீ ஸ்டே அவே!'

தன் சாமான்களை தோள்பையில் திணித்துக்கொண்டே கூறும் விக்ரம்...

இதெல்லாம் கனவுகளா, இல்லை கற்பனைகளா?

தெரியவில்லை.

படுக்கையை விட்டு எழுந்து, வலுக்கட்டாயமாக வேலைகளில் கவனத்தைச் செலுத்தியபோதும், கூடவே சினிமாக் காட்சிகளாக மனசுக்குள் ஏதேதோ வேண்டாத நினைப்புகள்.

மனசு ஒருநிலைப்படாமல் தவிப்பது தாளமாட்டாதுபோக, ஒரு முடிவுக்கு வந்தவளாய் பாரதி படுக்கையறையிலேயே ஒரு பக்கமாய் தரையில் சப்பணமிட்டு அமர்ந்து, கண்களை மூடிக்கொண்டாள்.

நிதானமாக மூச்சை இழுத்து வெளியிட்டு, பிராணாயாமம் செய்து தன்னை ஸ்திரப்படுத்திக்கொள்ள முனைந்தாள்.

ஒரு கையில் ஞானமுத்திரை பிடித்து, மற்றொன்றால் நாஸார்க முத்திரையுடன் வலது நாசித் துவாரத்தை மூடி, இடது வழியாக மூச்சை வெளியிட்டு, மீண்டும் உள்ளுக்குள் இழுத்தாள். இரண்டு நாசித் துவாரங்களையும் மூடி மூச்சை நிறுத்தி, பின்னர் இடதை மூடி, வலது வழியாக சுவாசத்தை வெளியிட்டு, மறுபடி உள்ளே இழுத்தாள். இப்படி அனுலோம, விலோம பிராணாயாமப் பயிற்சியை நிதானமாய் பத்து தரம் செய்து முடிப்பதற்குள், ஒருவித அமைதி மனசு பூராவும் வியாபிக்கத் துவங்குவதை உணரமுடிந்தது.

பத்து நிமிஷங்கள்போல வெவ்வேறு சுவாசப் பயிற்சிகளைச் செய்து முடித்தபின், இரண்டு கைகளிலும் ஞானமுத்திரை பிடித்து, உடம்பைத் தளர்த்திக்கொண்டு தியானத்தில் ஈடுபட்டாள்.

துவக்கத்தில் நன்றாகக் காதுகளில் விழுந்த வண்டிச் சத்தம், காகத்தின் குரல், சமையலறை ஒலி எல்லாம், கொஞ்சம் கொஞ்சமாய் கவனத்திலிருந்து மறைய முற்பட்டதும், ஒரு முழுமையான நிசப்தம் ஐம்புலன்களையும் பீடித்தது.

மூடிய கண்களுள் நீலம், பச்சை, மஞ்சள் வண்ணங்களில் வட்டங்கள் தோன்றிக் கரைந்ததும், மெதுமெதுவாய் கருமை அடர்த்தியாய்ப் படர்ந்தது.

நீரின்மேல் மிதந்து, மூழ்கி, அடிமட்டத்தைத் தொட்டு, திடுமென லேசாக விண்வெளியில் பறந்து, சுழன்று ஒன்றுமேயில்லாமல் ஆகி, மறுபடியும் ஸ்திர நிலைக்குத்தானாக வந்து, தியானம் முடிந்துவிட்டதை உணரமுடிய, இரண்டு உள்ளங்கைகளையும் அழுந்தத் தேய்த்து அந்தச் சூட்டை மூடிய கண்கள்மேல் இதமாக மூன்று முறைகள் வைத்த பாரதி விழிகளைத் திறந்தாள்.

மனசு நன்றாகவே நிதானப்பட்டிருந்தது.

உடம்பின் தேவையற்ற பதட்டமும், கண்களில் எரிச்சலும் அறவே காணாமல் போயிருக்க, ஒருவிதத் தெளிவோடு எழுந்தாள்.

குளியலறைக்குச் சென்று உடைகளைக் களைந்துவிட்டு ஷவருக்கடியில் நின்றபோது சற்றுமுன் தோன்றியிருந்த அமைதி கூடுதலானது.

மழைச்சாரலாக முகத்தையும், உடம்பையும் நீர்த்துளிகள் வருடிக்கொடுக்க, பாரதி முதல்நாள் செய்திருந்த வேலைகளை, அன்று செய்யவேண்டிய காரியங்களை ஒருதரம் மனசுக்குள் பட்டியல் போட்டாள்.

முதலில், வீடு.

ராணி, புஷ்பா இருவரையும் அருகில் வைத்துக்கொண்டு, வீடு முழுக்க ஒட்டடை அடித்து, கண்ணாடிகளைத் துடைத்து, பித்தளை சாமான்களுக்குப் பாலிஷ் போட்டு, படுக்கை விரிப்புகளை மாற்றி... எஸ், எல்லாவற்றையும் செய்தாயிற்று.

அடுத்து, ரமணி.

வாரம் பூராவும் அணிந்துகொள்ள உடைகள் தயார். அறுந்துபோன பட்டன்களைத் தைத்து, லாண்டரிக்குப் போட வேண்டியவற்றை அனுப்பி, தோய்த்து, இஸ்திரி செய்பவற்றைச் செய்து, கறுப்பு, பிரவுன் ஷூக்களுக்கு பாலிஷ் போட்டு, கைக்குட்டைகள், மாற்று சாக்ஸ்கள் எடுத்துவைத்து... ஓ யெஸ், ஒன்றையும் விடவில்லை.

அப்புறம், விக்ரம்.

வெள்ளிக்கிழமை என்றில்லாமல், போன வாரம்போல திடுமென நடுவாரத்தில் வந்தால் இருக்கட்டுமென்று ஒரு கிலோ உருளைக்கிழங்கை வறுத்து வைத்தாயிற்று. எதற்கும் பேல்பூரி சாமான்களைக் கையோடு தயாராக வைத்துக்கொண்டால், பத்து நிமிஷங்களில் அவனுக்குப் பிடித்த டிபனை ரெடி செய்துவிடலாம். அதற்காக பொரி, ஓமப்பொடி வகையறா தயார்.

போனவாரம் வந்தபோது போட்டுவிட்டுப்போன அழுக்கு மூட்டை, சலவை செய்யப்பட்டு அவன் அறையில் காத்திருக்கிறது. அவ்வப்போது குடிக்க, ஃப்ரிஜ்ஜில் நாலு தம்ஸ் அப், ஃப்ரூட்டி...

இன்னும் வேறு எதாவது மறந்துவிட்டேனா?

கௌதமுக்கு வருகிற பத்தாம் தேதி பிறந்தநாள். ஓரிரு நாளில் கடைக்குப் போய், பிறந்தநாள் வாழ்த்து அட்டை, இரண்டு டீ ஷர்ட் அல்லது ஜீன்ஸ் வாங்கி, கூரியரில் அனுப்பிவிட்டால், மொட்டுப்போல பிறந்தநாள் அன்று கைக்குக் கிடைத்துவிடும்.

நாளைக்கு மாமியாருக்கு விவரமாய் ஒரு கடிதம் எழுதவேண்டும்.

அப்புறம்? ஏதாவது விட்டுப்போய்விட்டதா?

குளித்து முடித்து, ஹவுஸ் கோட் அணிந்துகொண்டு கண்ணாடி முன் நின்றவள், யோசித்தாள்.

ஓ... சனிக்கிழமை தபாலில் டெலிபோன் பில் வந்திருப்பதை ஞாபகமாய் ரமணி ப்ரீஃப்கேஸில் வைத்துவிட்டு, அவர் ஊரிலிருந்து வந்து என்றைக்கு ஆபீசுக்குப் போகிறாரோ அன்று நாலு மணிக்கு கலாக்ஷேத்ராவிலிருந்து திரும்பியதும் செக்ரட்டரிக்குப் போன் செய்து, பில் கட்டியாயிற்றா என்று கேட்கவேண்டும்.

ரமணி ஊரிலிருந்து வந்ததும்...

எப்போது வருவார்?

நாளை...? நாளை மறுநாள்...?

காலையில் எழுந்ததுமே இந்தக் கேள்வி எழ, தஞ்சைக்கு போன் பண்ணி 'எப்போது வரப்போகிறீர்கள் ரமணி?' என்று கேட்கலாமா என்று அரைநிமிஷம் ஆசைப்பட்டவள், நினைப்பை மாற்றிக்கொண்டாள்.

முதல் நாள் மாமியாருடன் பேசியபின், ரமணியுடன் பேச விரும்பி அழைத்ததும், 'அப்புறமாய் பேசுகிறேன்' என்று தவிர்த்தவர், இந்த நிமிஷம் வரை கூப்பிடவில்லை. 'எப்படி இருக்கிறாய்?' என்று ஒரு வார்த்தை கேட்கக்கூடப் பிடிக்காமல் அத்தனை கோபத்துடன் இருப்பவரை, மறுபடியும் தொந்தரவு செய்தால் எரிச்சல் அதிகமாகலாம். எதற்கு வீண்வம்பு! சரி, இப்போது வேண்டாம்... ராத்திரி வரை தகவல் இல்லையென்றால், கூப்பிடலாம்.

"டிபன் ரெடி பண்ணிடட்டுமாம்மா?"

புஷ்பாவின் குரல் கேட்டு பாரதி திரும்பினாள். சுவர் கடிகாரத்தை ஏறிட்டாள். அது மணி ஏழரை என்றது. எட்டரைக்கு சர்வ பிரார்த்தனையுடன் பள்ளி ஆரம்பமாகுமென்று கலாக்ஷேத்ரா மானேஜர் கூறினார். முதல் நாள் என்பதால், கொஞ்சம் முன்னதாகப்போவது, எங்கெங்கு எந்தெந்த கிளாஸ் நடக்கும், சாப்பிடுவது எங்கே போன்ற விவரங்களைத் தெரிந்துகொள்ள உதவும்.

எட்டுக்குக் கிளம்பி ஒரு ஆட்டோ பிடித்தால், எட்டேகாலுக்குள் கலாக்ஷேத்ராவுக்குச் சென்றுவிடலாம்.

மனசுக்குள் கணக்குப்போட, இட்லி வார்க்கச் சொல்லி புஷ்பாவை அனுப்பிவிட்டு, தன்னோடு பள்ளிக்கு எடுத்துச்செல்ல வேண்டியவற்றைத் தயார் செய்தாள்.

இவளைப் பொறுத்தவரை நடனப் பயிற்சி வகுப்பு கிடையாது, 'தியரி'தான் முக்கியம் என்றாலும், எதற்கும் இருக்கட்டுமென்று ஒரு பையில் பைஜாமா, மாற்றுப்புடவை ரவிக்கையோடு, பரதமுனிவரின் நாட்டிய சாஸ்திரப் புஸ்தகம், ஒரு வெற்று நோட்டையும் எடுத்து வைத்தாள்.

பர்சில் பணம் இருக்கிறதாவென்று பார்த்தாள். இருந்தது. அன்றைக்கு உடுத்தவேண்டிய உடைகளைக் கட்டிலின் மேல் எடுத்து வைத்த பின்னர், சமையல்கட்டுக்குச் சென்றாள்.

“இட்லி தயாரானதும் எனக்கு டேபிள்ல மூணு எடுத்து வை... நீ நாலு எடுத்துண்டு, மிச்சத்துல மொளகாப்பொடி தடவிவெச்சுடு... ஒருவேளை ஐயா திடீர்னு ஊர்லேருந்து வந்துட்டார்னாலும், இருக்கட்டும்...”

சட்னி தாளித்துக்கொண்டிருந்த புஷ்பா கேட்டாள், “ஐயாகிட்ட பேசினீங்களாம்மா? இன்னிக்கு வரேன்னு சொல்லிட்டாரா?”

“அ? இல்ல... ராத்திரிதான் பேசப்போறேன். இன்னிக்கே ஏன் அவசரப்பட்டுண்டு வரணும்? போனதும் போகாததுமா புறப்பட்டா, அம்மா வருத்தப்பட்டுப்பா... அதுவும், நாங்கூடப் போகலை... சரி, நின்னுண்டு பேச எனக்கு நாழியில்ல... சொல்றத கவனமா கேட்டுக்கோ... நா இல்லாதப்போ உறவு மனுஷா, இல்ல, சிநேகிதா யாராவது வந்தா, ‘அம்மா இல்லே’ன்னு வாசலோட அனுப்பிடாதே... உள்ள வந்து உக்காரச் சொல்லி, காபி குடு. ஃப்ரிஜ்ஜுல ரெண்டு லிட்டர் பால் இருக்கோன்னோ? மத்தியானத்துக்கு எனக்கு தயிர்சாதம் பிசைஞ்சு டப்பால வெச்சுட்டியா? வாட்டர் பாட்டில்ல தண்ணி? ரைட்! வேற ஏதாவது கேக்கணுமா? நா திரும்பி வர நாலு மணி ஆகலாம். கதவத் தாப்பா போட்டுண்டு ஜாக்கிரதையா இரு. ராணி வந்ததும், ரெண்டுபேருமா அலமாரில இருக்கற பீங்கான் சாமான்கள சோப்புப் போட்டு தொடைச்சு வெச்சுடுங்கோ! ராத்திரி சாப்பாட்டுக்கு, நா வந்ததும் என்ன பண்றதுன்னு சொல்றேன். டிரெஸ் பண்ணிக்கப் போகட்டுமா? எனக்கு நாழியாச்சு... இட்லி வெந்ததும் எடுத்துட்டு கூப்பிடு...”

சொல்ல வேண்டியதைச் சொல்லி முடித்தவள், தன் அறைக்கு வந்தாள். தலை சீவி, முக ஒப்பனை முடிந்து, கட்டில்மேல் வைத்திருந்த ரவிக்கையை அணிந்து, கஞ்சி போட்ட காஞ்சிபுரம் நூல் சேலையைக் கட்டுவதற்காகப் பிரித்து உதறிய நிமிஷத்தில், வாசல் அழைப்பு மணி ஒலிப்பது கேட்டது.

யார் இந்தக் காலை வேளையில்?

“புஷ்பா... வாசல்ல யாரு பாரு... பேப்பர் பையனா? பில்லை வாங்கிக்கோ... சாயங்காலமா வந்து பணத்தை வாங்கிக்கச் சொல்லு...”

கதவைத் திறக்கும் ஓசையும், ‘அம்மா கிளம்பிட்டாங்களா?’ என்கிற அந்தப் பழக்கமான குரலும் கேட்க, பாரதிக்குள் குபீரென்று நீரூற்றுகள் கிளம்பி, கையில் பிடித்திருந்த கொசுவங்களை நழுவச் செய்தன.

கீழே விழுந்த புடவையை அள்ளிக்கொண்டு இரண்டே எட்டில் கதவைப் பார்க்க ஓடியவள், கூடத்தை அடைந்ததும் நின்றாள்.

ரமணிதான்...

கலைந்த தலைமுடி, சோர்ந்த முகம், சிவந்த விழிகளையும் மீறிக்கொண்டு வெளிப்பட்ட பரபரப்புடன், கால்களை அகல அகலமாய் வைத்து அவளை நெருங்கினவர், வலக்கையால் அவள் தோளைப் பற்றித் தன்னிடம் இழுத்து, இறுக அணைத்துக்கொண்டார்.

சில நொடிகளுக்குப் பிடியைத் தளர்த்தாமல் அப்படியே நின்றவர், அவளுக்கு மட்டும் கேட்கும் த்வனியில், “நா... வந்து... பாரதி... நா...” என்று எதையோ சொல்ல முயன்றார். எதுவுமே கூறத் தெரியாமல் தவித்து, கடைசியாய், “ஐ’ம் ஸாரி, கண்ணம்மா...” என்று மட்டும் முனக...

அந்த ஒற்றை வரி, புருஷன் மாறிவிட்டதைத் துல்லியமாக பாரதிக்கு உணர்த்தியது. அதைத் தொடர்ந்து, முன்னறிவிப்பு இல்லாமல், உள்ளுக்குள் குயில் ஒன்று இசைபாட முற்பட, பாரதி நெகிழ்ந்தாள்.

அவள் முகத்தைத் தன்பால் திருப்பி, “நா வந்து... தஞ்சாவூர்ல அம்மா...” என்று ஆரம்பித்தவரின் உதடுகளில் விரலை வைத்து, “ஷ்... ஷ்...” என்று மௌனமாய் அடக்கினாள்.

எந்த விளக்கமும் எனக்குத் தேவையில்லை என்பதுபோல தலையை அண்ணாந்து அவரைப் பார்த்துப் புன்னகைத்தாள்.

ரமணி புரிந்துகொண்டு விட்டார். அங்கு அம்மா புரியவைத்தாரா, அல்லது இவர் தானாகச் சிந்தித்துத் தெளிந்துபோனாரா என்கிற விவரங்களெல்லாம் இப்போது அனாவசியம். என்னை, என் கண்ணோட்டத்தை, என் மனசை, என் ஏக்கத்தை, என் தீர்மானத்தை ரமணி புரிந்துகொண்டு விட்டார்... இது ஒன்றுதான் முக்கியம்.

குனிந்து, புன்னகைத்தவளின் உதடுகளில் மென்மையாய் முத்தமிட்ட ரமணி, ஏதோ நினைவுக்கு வந்த தினுசில் அவசரமாய் அவள் தோள்களைப் பற்றி, ஓரடி தன்னிடமிருந்து விலக்கி, சின்னப் பையனின் முகபாவத்தோடு, கெஞ்சலாய், ஆனால் வேகமாகக் கேட்டார்...

“உனக்கு கிளாஸ் எட்டரைக்கு ஆரம்பமாறதுன்னு சொன்னேயில்லயா? ஒரு பத்து நிமிஷம் டைம் குடுக்கறியா? குட்டியா ஷேவ் பண்ணிண்டு, காக்காக் குளி குளிச்சுட்டு நானும் கிளம்பிடறேன். இனிமே தினமும் உன்னை நானே கார்த்தால கலாக்ஷேத்ரால எறக்கி விடணும்னு தீர்மானம் பண்ணியிருக்கேன்... வில் யூ லெட் மீ டூ ஸோ கண்ணம்மா? நானும் உன்னோடயே புறப்பட்டு ஆபீஸுக்குப் போயிடறது, சாயங்காலம் சீக்கிரமா திரும்ப வசதியா இருக்கும்... என்ன சொல்றே பாரதி?”

சொல்ல என்ன இருக்கிறது!

பாரதி கண்களை மூடிக்கொண்டு ரமணியின் மார்பில் முகத்தைப் புதைத்து, அவர் முதுகின் பின்னால் கைகளைக் கோர்த்து இறுக அணைத்துக் கொண்டாள்.

இனி எந்த அவஸ்தையும் இல்லை. ரமணியைத் தொடர்ந்து விக்ரமும், மற்றவர்களும் விரைவிலேயே அவளைச் சரியாகப் புரிந்துகொண்டு விடுவார்கள்.

ரமணி வழிகாட்டிவிட்டார்... திரும்பிப் பார்ப்பதற்குள், விக்ரமும் மற்றவர்களும் தங்கள் வேண்டாத சந்தேகங்களை, பயங்களைத் துறந்துவிட்டு, அவளை முழுமையாக ஏற்றுக்கொள்ள முன் வந்து விடுவார்கள், நிச்சயம். இனி எந்தத் தயக்கமுமின்றி அவள் அவளாக இருக்கலாம், சிந்திக்கலாம், செயல்படலாம்.

நான் நானாக...

ஒரு மனைவியாக, தாயாக, மகளாக, மருமகளாக மட்டுமல்லாமல், பாரதி என்கிற தனிநபராக, அவளுக்கென்று தனி விருப்பு வெறுப்புகள், சிந்தனைகள் கொண்ட ஒரு மனுஷியாக அவளை எல்லோரும் மதிக்கத் துவங்குவது எத்தனை நிம்மதியைத் தரும், பெருமையைத் தரும், சுதந்திரத்தைத் தரும், முக்கியமாய் மரியாதையைத் தரும் சமாச்சாரம்!

பாரதி கண்களை லேசாகத் திறந்து தலையைச் சற்றே உயர்த்தி, ரமணியின் கழுத்தில் தன் உதடுகளைப் பதித்தாள்.

அந்த ஸ்பரிசம்...

சுகமாக இருந்தது.

நிறைவாக இருந்தது.

கூடவே...

இத்தனை அற்புதமான உணர்வுகளை எனக்குள் உண்டாக்கக்கூடிய இந்த ஆண், என்னைப் புரிந்துகொண்டவர் என்கிற கர்வம், எல்லாவற்றையும் விட அதிகமாய் இருந்தது.

- 1990.

முற்றும்

www.ingramcontent.com/pod-product-compliance
Lightning Source LLC
LaVergne TN
LVHW101427051026
849519LV00005BC/1896
* 9 7 8 9 3 5 6 9 5 6 7 5 9 *